INKURU
YAWE
NYAKURI

Iki gitabo cyeguriwe Yesu—
Intwari y'inkuru yacu.

Uko Abantu bakiriye igitabo *Inkuru Yawe Nyakuri*

"Data yanditse amagambo azwi cyane avuga ko Imana ihora hafi yawe ikora. Akazi kawe ni ukureba aho ikora maze ukayisunga. Susan Freese ni umwe mu basobanukiwe ibyo bwa mbere! Igihe yabwiraga data ibintu bitangaje Imana yakoraga mu buzima bwe, data yamugiriye inama yo kubyandika kugira ngo n'abandi benshi bafashwe n'ibyo yacagamo. Igitabo ufashe mu ntoki ni umusaruro w'ibyo yanditse. Ndabizi ko kizagutera intege. Nawe Imana iri hafi yawe ikora. Nuyisunga, muzagendana ubuzima bwawe bwose!"
Dr. Richard Blackaby, Perezida wa Blackaby Ministries International, umwe mu banditsi b'igitabo, *Experiencing God.*

"Uburyo bwa Susan Freese bwo gutegura abigishwa bashya ba Kristo kubaho ubuzima bwubahisha Imana bugaragara ko ari–uburyo bukomeye, bwumvikana, bushyira mu gaciro kandi bwiza–Ikindi cyo gushima ni uko ari uburyo: bufatika, bwigisha, kandi bwizweho neza. Ni cyo gituma igitabo, *Inkuru Yawe Nyakuri* kizatuma abizeye bose biyemeza kugira imibereho ya gikristo kandi kikabafasha kuyigeraho. Nizera ko iki gitabo kizafasha abizeye Kristo, abashya n'abasangwa gusohoza amategeko atanu yo mu Ivugururamategeko 10:12 ari yo: kubaha, kugenza uko ashaka, gukunda, gukorera, no kubahiriza amabwiriza n'amateka (kumvira) ... by'Uhoraho Imana yanyu. Mu by'ukuri, uwizeye Yesu wese akwiriye 'gutunga iki gitabo' (mbivuze nkomeje)!"
Dr. Archie England, umuyobozi w'Amasomo ya Bibiliya mu ishuri rya New Orleans Baptist Theological Seminary

"Nk'umuvugabutumwa w'abagore, mpora nshaka igitabo cyumvikana, gisobanutse mu buryo bworoshye, kandi kirimo inyigisho nziza zafasha abizeye bashya cyangwa bakiri bato. Icyo gitabo ni iki. Nagize amahirwe yo gukorana na Susan Freese igihe kirekire. Ubuzima bwa benshi bwarahindutse, bitewe n'uko yari asobanukiwe Ibyanditswe, akemera kuyoborwa n'Umwuka Wera, kandi akagira ishyaka ryo kwigisha abagore. Yizeraga adashidikanya ko dushobora guhindura isi binyuze mu guha abantu ibibakwiriye kugira ngo bahinduke abigishwa kandi na bo bahindure abandi abigishwa. Mu by'ukuri ibyo ni byo igitabo cye gisobanura."
Kelley Hastings, umuvugabutumwa w'abagore muri Chets Creek Church

"*Inkuru Yawe Nyakuri* ni igitabo cy'ibihe byose ndetse cy'imyaka yose. Uburyo bwa Dr. Susan Freese bwo kwerekana isano riri hagati y'ibifatika n'iby'umwuka burihariye. *Igitabo Inkuru Yawe Nyakuri* kizafasha abakristo bo mu bisekuruza bitandukanye hatitawe ku buryo bameze mu rugendo rwabo rw'umwuka. Bamwe muri twe bigira mu byo bakora bazishimira by'umwihariko iyi "karita y'urugendo" nziza ku buryo izadufasha kwandika inkuru yacu bwite. Ni igitabo abakristo bashya 'bagomba gusoma' ndetse gifitiye akamaro kanini abakristo bakuze."
Mac D. Heavener Jr., perezida wa Trinity Baptist College

"Iki ni kimwe mu bitabo byiza cyane bihindura abantu abigishwa nasomye. Cyoroshye gusoma, kandi gifite ibitekerezo byubaka kandi byumvikana. Iki gitabo cyiza, kugisoma buri munsi byafasha buri muntu gukura mu buryo bw'umwuka, haba umuntu wibaza ibyekereye kwizera Yesu cyangwa umuntu usanzwe ari umwigishwa wa Kristo. Ni igitabo abantu bo mu mico yose n'uturere twose two ku isi bashobora gusoma. Ni kimwe mu bitabo byiza bizafasha umurimo wanjye wo guhindura abantu abigishwa gutera imbere. Iki ni igitabo kizahindura isi n'ibisekuruza byinshi!"

Chris Price, umushumba wa Chets Creek Church i Nocatee, akaba n'umushumba w'ivugabutumwa wacyuye igihe

"*Inkuru Yawe Nyakuri* ni igitabo cyiza cyane ku bashaka kumenya umugambi Imana ibafitiye. Ni inyigisho icukumbuye isubiza ibibazo byinshi wibaza ku rugendo rwawe rw'umwuka. Nk'umuyobozi w'ivugabutumwa ry'abagore, nkunda kwibaza nti, 'ni he nahera niba nshaka kugirana ubusabane na Yesu?' 'Ni gute nasobanukirwa ubutumwa Bibiliya imfitiye?' *Igitabo Inkuru Yawe Nyakuri* kizagufasha gusubiza ibi bibazo kandi kikuyobore mu kumva neza ubugingo bushya ufitanye na Yesu."

Betzaida Vargas, umuyobozi mukuru watangije umuryango Samaritana del Pozo

"Ubwiza n'imbaraga by'igitabo*Inkuru Yawe Nyakuri* bishingira ku buryo budasanzwe bwa Susan bwo guhuza inyigisho y'ubutumwa bwiza bukaba igitabo cyiza gifasha abantu guhindura abantu abigishwa. Ku rwego rumwe, iki ni igitabo cyumvikana kandi cyoroshye gusoma; ku rundi rwego cyerekana neza icyerekezo cyo guhindura abantu bo ku isi yose abigishwa."

Bob Bumgarner, umuyobozi w'ivugabutumwa wa Jacksonville Baptist Association

"Nagize amahirwe yo kubona Susan yigisha kandi ashyira mu bikorwa amahame y'ivugabutumwa mu murimo w'Imana. Aharanira kubona Imana ishyirwa hejuru, abizeye bashya bakura, n'itorero ryaguka. Aya mahame agaragara mu gitabo *Inkuru Yawe Nyakuri*, gikubiyemo iby'ingenzi mu myizerere y'umuntu wahindutse. Uzasobanukirwa urukundo rw'Imana mu buryo bwimbitse kandi ufashe n'abandi kurumenya."

Scott Ray, umuyobozi ushinzwe igenzura no kohereza abavugabutumwa muri International Missions Board

"Susan Freese afite ishyaka ryinshi ryo gufasha abantu bose kumenya no gukunda Imana byimbitse. *Inkuru Yawe Nyakuri* ni igitabo Susan yagambiriye kwandika kugira ngo gifashe abantu kurushaho kwizera Imana. Imyandikire ye iroroshye kandi irumvikana ku buryo abantu bose bayumva, ariko ituma umusomyi wese yisuzuma kandi yitekerezaho by'ukuri. Iki gitabo gishingiye ku kuri kw'Ibyanditswe ari byo bituma gisuzuma kandi kigasobanura neza uburyo Imana yifuje gusabana natwe n'uko dukwiriye kuba inshuti na Yo. *Inkuru Yawe Nyakuri* ni igitabo cyiza kandi cy'urufatiro ku bizeye bashya cyangwa abamaze igihe kinini bayoboka Imana—no ku wundi muntu wese."

Christy Price, umugore w'umushumba & n'umuyobozi w'ivugabutumwa rry'abagore muri Chets Creek Church i Nocatee

"Iki gitabo kizabafasha kumenya abo muri bo nk'abaramyi n'abigishwa b'ukuri ba Kristo. Iyo umaze kumenya uwo uri we by'ukuri, nta kabuza ibintu byose birahinduka! Uzamenya inkuru yawe nyakuri binyuze muri iki gitabo cyiza kandi kizagufasha. Ndashishikariza buri mwigishwa wa Kristo mushya cyangwa mukuru kwiyemeza gusoma no gutekereza ku magambo y'iki gitabo mu minsi 50. Ikintu kimwe nagusezeranya ni iki: uzahishurirwa kandi umenye imbaraga z'Imana mu buryo buzaguhindura bugahindura n'abo mubana Imana yagushinze hatagize n'umwe usigara."

Dr. Jeffery L. Crick, DO, Umuyobozi w'umuryango wa No Place Left Disciple-Making Movements

"Susan Freese ni umugaragu wa Kristo wo kwizerwa. Nzi neza ntashidikanya ko Umwuka Wera azakoresha ukuri kw'iyi nyigisho akayobora abantu benshi mu KUMENYA Yesu nk'Umukiza, GUKUNDA Yesu nk'Umwami, no GUKORERA Yesu bumvira Bibiliya. Icyubahiro cyose kibe icy'Imana."

Ginger Soud, umuyobozi w'umugore mu nzego z'ibanze muri Florida

"Susan n'itsinda bakorana banditse igitabo cyiza kiyobora abizeye ba Kristo bashya kandi kibategura kubaho ubuzima bwo mu Abanyefezi 2:10 life. Igitabo *Inkuru Yawe Nyakuri* kizafasha abizeye bose kubona amakuru, ubumenyi n'ibikoresho bikwiriye bituma basohoza Inshingano Nkuru yo guhindura abantu abigishwa bashobora na bo guhindura abandi."

Bob Shallow, umuyobozi wa C12

"Nk'abakristo, akenshi twumva tunyuzwe mu rugendo rwacu rwo kwizera kandi tukibwira ko n'abandi bazi uburyo bashobora kuyobora ubuzima bwabo bwa gikristo no gukura mu kwizera kwabo bakimara kwizera Yesu. Nyamara Susan Freese si ko abibona ari cyo gituma yatanze *Inkuru Yawe Nyakuri* nk'igitabo cyubaka kwizera k'umwigishwa mu rugendo rwo gukurikira Kristo. Iki ni igitabo uwizeye wese agomba gusoma kandi yakoresha mu nkuru ye bwite mu buryo ubwo ari bwo bwose."

Lauren Crews, MDiv, umwanditsi w'igitabo cyahawe igihembo cyitwa *Strength of a Woman: Why You Are Proverbs 31*

"Ni iby'agaciro kuba ndi umushumba wa Susan na Brett Freese kandi ndagushishikariza gusoma iki gitabo cye, *Inkuru Yawe Nyakuri*,. Nagize amahirwe yo kubona Susan akura mu busabane na Kristo n'uko yemeye umuhamagaro w'Imana wo kuyikorera mu buryo buhoraho. Yateye iyo ntambwe, asiga akazi keza yakoraga, ajya kwigisha abagore bo hirya no hino ku isi, kandi yiyemeje gukora neza buri kintu cyose. Imana yamukoresheje mu buryo bukomeye, kandi iki gitabo cyerekana intambwe yateye mu rugendo rwe rwo guhindura ubuzima bw'abantu. Ndateganya kuzakoresha iki gitabo cyiza mu itorero ryacu kandi ndizera ko nawe uzagikoresha."

Spike Hogan, umushumba mukuru wa Chets Creek Church

"Igitabo Inkuru Yawe Nyakuri ni ikarita iyobora buri muntu, yaba agitangira urugendo rwe rw'umwuka cyangwa yongeye kwiyemeza kurutangira. Umusomyi niyiyemeza gutangira uru rugendo rwuzuyemo Ibyanditswe rw'iminsi 50, 'ibitekerezo bye bizahinduka … kandi azashobora kumenya neza ibyo Imana ishaka' (Abanyaroma 12:2)."

Tammie McClafferty, EdD, MAR, MAT, umuyobozi mukuru wa Lifework First Coast

"Nyuma y'imyaka 35 ndi umushumba kandi nkamara indi myaka 22 ndi umushumba utoza abandi bashumba mu Burusiya no mu Buhinde, nasanze hari ikintu abo ku isi yose bakeneye–bakeneye kubyara abigishwa nyakuri. Abigishwa nyakuri bafitanye ubusabane bwimbitse na Kristo n'Ijambo Rye, kandi bagandukira inshingano Ye mu turere twabo, mu miryango yabo, no mu nshingano bafite mu mibereho yabo. Inshuti yanjye Susan Freese yagize iyerekwa abona ubwo bukene, kandi yagize icyo abukoraho. Igitabo cye, *Inkuru Yawe Nyakuri*, gifasha umusomyi gusabana na Kristo buri munsi binyuze mu Ijambo Rye no mu gusengera mu mbaraga z'Umwuka Wera. Intego ye nyamukuru ni ugufasha uwizeye wese kumenya Imana iyo ari yo n'uwo ari we muri Kristo, no gukura akagera ku ntego Imana imufitiye. Akamaro k'iki gitabo ni uguhindura amatorero yo hirya no hino ku isi. Imana ifashe amahanga menshi kumva iki gitabo."

Wes Slough, umushumba utoza abandi bashumba muri Saturation Church Planting

"*Inkuru Yawe Nyakuri* ni igitabo ntagereranywa. Kivugwamo byinshi, kandi ku bwanjye nta jambo na rimwe ry'impfabusa. Uzishimira uburyo cyandistse neza kandi cyumvikana, gikubiyemo ubusobanuro bw'ingingo z'ingenzi, ingero z'ingirakamaro n'intambwe zifatika umuntu yakurikiza. Buri munsi ugizwe n'Ibyanditswe byinshi, n'ibice bine washyira mu bikorwa buri munsi bikagufasha gukura no guhinduka. Nizera ko uru rugendo rwo kwizera rw'iminsi 50 ruzagufasha kumenya byinshi ku giti cyawe kandi ukarwifashisha mu kwigisha abandi. Sinigeze mbona igitabo cyiza cyafasha abizeye bose nk'iki, kandi ndakigutuye rwose. Fata iki gitabo, utumire inshuti nke, maze mwiyemeze kugisoma iminsi 50. Kizababera icy'AGACIRO!"

Riann Boyd, umuyobozi ushinzwe guhindura abantu abigishwa

INKURU YAWE NYAKURI

IMFASHANYIGISHO Y'INGENZI
Y'IMINSI 50 IVUGA KU BUGINGO
BWAWE BUSHYA HAMWE NA YESU

SUSAN FREESE

100% by'amafaranga azaturuka kuri iki gitabo azakoreshwa mu gutera inkunga ivugabutumwa ry'abagore n'abana bo hirya no hino ku isi.

Cyasohokeye i Jacksonville, Florida, bikozwe na All In Ministries Books.

Ibitabo bya All In Ministries Books bishobora kugurwa ku bwinshi kugira ngo bikoreshwe mu burezi, ubucuruzi, gukusanya inkunga, cyangwa mu iyamamazabikorwa ry'ubucuruzi. Ku bindi bisobanuro, andika email kuri contact@allinmin.org.

Aderesi yose ya interineti, y'umuryango, y'ikigo, cyangwa amakuru y'igicuruzwa cyose yanditswe muri iki gitabo atangwa nk'ubumenyi aho kuba izindi nyungu zitemewe na All In Ministries International, kandi nta kindi All In Ministries International isezeranya ku bivugwa kuri izo mbuga za interineti, cyangwa serivise zitanga, ku bigo, cyangwa ibicuruzwa kirenze ibikubiye muri iki gitabo.

Igifuniko cy'igitabo cyatunganyijwe na Danita Brooks

Isomero rya Congress Control Nomero: 2021900138

ISBNs:
978-1-958535-26-4 (Paperback)
978-1-958535-27-1 (Ebook)

Ibikubiyemo

Icyumweru cya Gatanu: Ijambo ry'Imana—Gutega Amatwi Umutangabugingo

Icyumweru cya Gatandatu: Gusenga—Kuganira n'Umutangabugingo

Icyumweru cya Karindwi: Umwuka Wera—Kubaho Inkuru Yawe mu Mbaraga z'Imana

Ijambo ry'Ikaze

Iki gitabo kigenewe abifuza gusabana na Yesu by'umwihariko. Ni icy'abashaka gushyira mu bikorwa uku kuri gutunganye mu buzima bwabo—aho kumara ubuzima bwabo bwose bakwiga. Ni icy'abantu *batifuza* imyizerere y'idini isanzwe, y'umunsi umwe mu cyumweru ikaba irangiye.

Amapaji y'iki gitabo abumbatiye ubutunzi buhishwe mu magambo ugomba gusoma. Byamfashe hafi imyaka 50 kugira ngo mbone ubwo butunzi bwose, nshyire mu bikorwa aya masomo, kandi nyagusangize. Waba ukinjira mu busabane na Yesu vuba cyangwa wifuza kongera gusabana na We, ndakurarikira kuba muri urugendo rwo kwizera rw'iminsi 50 ruzakuyobora rukakugeza ku ntambwe zisumbuyeho z'ubushuti bwawe na We. *Ntuzumva* inkuru z'abantu ku giti cyabo (keretse inkuru nyakuri zo mu Ijambo ry'Imana) kuko uru si urugendo rwo kwizera rw'undi muntu. Ni urugendo rwo kwizera *rwawe*.

Buri cyumweru uzajya umenya byinshi ku nkuru ikubiye muri Bibiliya. Igice cya 1 gitangirana n'inkuru y'incamake ivuga ku Mana muri rusange. Hanyuma, tuzayagurira aho utuye no ku ntego y'ubuzima bwawe mu nkuru y'Imana. Uru rufatiro ruzana impinduka mu buzima ruzakuraho impungenge ku myemerere y'ibanze ivugwa mu gice cya kabiri cy'uru rugendo. Tukiri kuri iyi ngingo, Igice cya 2 gishobora nanone kukuyobora no kugufasha mu gihe uhuye n'ibibazo utari witeze mu buzima bwawe. Uzamenya amabanga y'ubuzima bwa gikristo, nk'uburyo ushobora kuguma muri Kristo, kwirinda gushidikanya, kunesha ibishuko, no gusenga Imana mu bihe by'umubabaro. Uzamenya kandi uburyo bwiza bwo kwiga Bibiliya, gusangiza abandi bantu kwizera kwawe, no gusenga. Niba utaraba inshuti na Yesu, uzagira amahirwe yo gutera iyo ntambwe. Mu gihe ngusangiza aya masomo y'ubuzima ndagusengera ngo uzamenye urukundo rw'Imana, wakire umwanya ufite mu Nkuru y'Imana, kandi *wigire mu makosa yanjye*.

Igihe nakuraga, nizeraga Yesu ko yambabariye ibyaha ariko sinari nzi kumukurikira nk'umuyobozi w'ubuzima bwanjye. Ubwo bujiji bwanteye—gukurikira iby'isi, kugira imitekerereze mibi, no kubaho nikunda. Nubwo nakundaga Yesu, kudasobanukirwa neza uruhare

XII | INKURU YAWE NYAKURI

Rwe mu buzima bwanjye byatumye mbaho ntatuje kandi ntishimye. Nahoraga mpugiye mu kazi kanjye, kandi kwizera kwanjye guke kwatumye nicwa n'inzara mu buryo bw'umwuka.

Ariko muri icyo gihe cy'ubutayu, Imana yaranshyigikiye kandi impishurira ibyo nari narabuze mu buzima bwanjye bwose: gusabana na Yo buri munsi ... ariko ikiruta ibyo, kuba inshuti na Yo.

Nakubwira ko icyo gihe neguriye Imana byose maze ntangira kwizera Yesu ko atankijije gusa ahubwo muha umwanya mu buzima bwanjye bwose–ariko nagize gushidikanya. Natinye ibishobora kuba ku bana banjye mu gihe nakwegurira Imana ubuzima bwanjye. Mbese kwiyegurira Imana kwanjye ntibizahutaza abana banjye? Ninegurira Imana byose sinzababura? Nuko, umugore umwe wo ku rusengero ambwira uburyo Imana ikunda abahungu banjye cyane kuruta uko mbakunda. Nasobanukiwe ko inshingano yanjye ikomeye nk'umubyeyi (cyangwa nk'ushinzwe ikindi cyose mu buzima bwanjye) ari ugukunda Imana n'umutima wanjye wose, ubugingo bwanjye bwose, ubwenge bwanjye bwose, n'imbaraga zanjye zose (Mariko 12:30)–kumuha ibyanjye byose kuko *Yampaye Ibye byose*.

Byose byahindutse igihe nemereraga Imana gutegeka ubuzima bwanjye. Sinongeye kubona ubuzima mu mboni y'umwijima y'imihangayiko cyangwa kwikunda ahubwo natangiye kuburebesha amaso yo kwizera. Izo ntambwe zo kumvira no kwizera zatumye negera Imana cyane. Nifuje Imana cyane, kandi nshaka ko *Imana* ihabwa *ibyanjye* byose. Muri urwo rugendo, namenye Imana iyo ari yo, icyatumye ndemwa, n'uko nkwiye kubaho neza. Inkuru *yanjye* nayisanze mu Nkuru y'Imana Nyakuri.

Maze kumenya inkuru yanjye, Imana yampamagariye kuyikorera mu buryo buhoraho no kwigisha abandi. Yampaye amahirwe menshi yo kubwira abandi ibyo nize mu buryo butandukanye no mu bihugu byinshi. Aho nakoreraga hose, intego yari imwe–kugirana ubushuti nyakuri na Yesu. Ku bw'ubuntu bw'Imana, umusaruro na wo wari umwe–guhinduka k'ubuzima bw'abantu bukarushaho kuba bwiza. Ku nkunga y'umugabo wanjye n'abashumba banjye, umuryango All In Ministries International waravutse, kandi urakura. Amatorero menshi n'abamisiyoneri bansabye izi nyigisho mu buryo bwanditse. Ariko nongeye gushidikanya. Imana yakoresheje ikiganiro nagiranye na Dr. Henry Blackaby[1] wanteye intege zo gutera iyi ntambwe

---

1 Dr. Blackaby ni umushumba mpuzamahanga, akaba n'umwanditsi kandi ni we watangije

nkandika—ibyo namenye byose igihe nongeraga gusabana na Yesu nkabishyira mu gitabo kimwe. Gusenga kwanjye nsaba ubufasha kwarumviswe igihe cyose nandikaga igitabo *Inkuru Yawe Nyakuri*. Iki gitabo ntikivuga byose, ariko gikubiyemo ukuri k'ubuzima kwahinduye imibereho yanjye n'iy'abandi benshi batabarika.

Ni igihe cyawe rero. Ndakurarikira kugendana nanjye muri uru rugendo rw'iki gitabo *Inkuru Yanjye Nyakuri* uzasoma iminsi 50–kivuga Inkuru y'Imana yatoranijwe neza kandi ndasenga ngo ihinduke inkuru yawe vuba. Akenshi ntibiba byoroshye, ariko kumenya inkuru yawe nyakuri birakwiriye. Guhinduka biragoye, kandi ugomba guhitamo uko uzabyakira. Wiringire Imana muri urwo rugendo kugira ngo udakomeza kuguma uko uri.

Nuhitamo kwiringira Imana mu bice bigufi by'iki gitabo, uzamenya urukundo, ibyishimo, n'amahoro bidasanzwe. Izi mpinduka zizagufasha kuba umwe n'Imana buri munsi no kwitegurira ubuzima bwawe b'iteka ryose. Ubwa nyuma, uzamenya ko inkuru *yawe* nyakuri ari igice kigize Inkuru y'Imana Nyakuri.

None rero, ndagusengera ngo uzamere nka wa mugore wo ku rusengero wambwiye ukuri mu rukundo. Ndagusengera ngo utumire undi, n'uwundi, ndetse n'undi muri uru rugendo rwo gucukumbura urukundo rw'Imana n'umugambi ifitiye ibyaremwe Byayo. Uku ni uko Imana yateguye ubuzima bwacu That is how God designed our lives: *guhinduka* no *guhindura* abandi.

Icyubahiro cy'Imana ni ryo shimwe ryacu,
Susan Freese
Yohani 3:30

Igitabo Kigenewe Abo ku Isi Bose

Iki gitabo cy'inyigisho kigenewe abantu bose bo mu miryango yose ya gikristo yo ku isi yose. Nubwo dusenga mu buryo butandukanye, imyizerere yacu ni imwe: twemera ko Yesu Kristo ari Umwami, ko Bibiliya yose ari ukuri, kandi ko uwizeye wese afite umwanya ukomeye mu Nkuru y'Imana. Iyi nyigisho yuzuzanya n'amahugurwa

---

umuryango Blackaby Ministries International. Yamenyekanye cyane ku nyigisho ze za Bibiliya zo mu gitabo, *Experiencing God*.

yo guhindura abantu abigishwa atangwa na All In Ministries International. Ukeneye ibindi bisobanuro cyangwa ibindi bitabo, wasura urubuga www.allinmin.org.

Kunyura muri Bibiliya Yose

Iyi nyigisho ivuga ibikubiye muri Bibiliya muri rusange n'uko wayiga mu Cyumweru cya 5. Twakoresheje Bibiliya Ijambo ry'Imana kugira ngo bigufashe kumva neza ukuri kw'Imana. Bizaba byiza niwiga isomo rya buri munsi ufite Bibiliya hafi yawe.

Iyo bavuga imirongo ya Bibiliya, igitabo cyo muri Bibiliya ni cyo kibanza, kigakurikirwa n'igice hanyuma n'umurongo (imirongo) y'icyo gice. Urugero, Yohani 3:16 havuga Ubutumwa Bwiza bwa Yohani mu Isezerano Rishya (hatandukanye na 1 Yohani), igice cya 3, umurongo wa 16.

Yohani (Igitabo) 3 (Igice): 16 (Umurongo)

Ibitabo by'Isezerano rya Kera n'amazina yabyo mu mpine:

Isezerano

Ibitabo by'Isezerano rya Kera n'amazina yabyo mu mpine:*

Intangiriro (Intang.)
Ukuvanwa mu Misiri (Kuv.)
Abalevi (Lev.)
Ibarura (Ibar.)
Ivugururamategeko (Ivug.)
Yozuwe (Yoz.)
Abacamanza (Abac.)
Ruti
1 Samweli (1 Sam.)
2 Samweli (2 Sam.)
1 Abami
2 Abami
1 Amateka (1 Amat.)
2 Amateka (2 Amat.)
Ezira
Nehemiya (Neh.)
Esiteri
Yobu
Zaburi (Zab.)
Imigani (Imig.)
Umubwiriza (Umubw.)
Indirimbo ihebuje (Indirimb.)
Ezayi (Ezay.)
Yeremiya (Yer.)
Amaganya (Amag.)
Ezekiyeli (Ezek.)
Daniyeli (Dan.)
Hozeya
Yoweli
Amosi
Obadiya (Obad.)
Yonasi (Yon.)
Mika (Mik.)
Nahumu (Nah.)
Habakuki (Hab.)
Sofoniya (Sof.)
Hagayi (Hag.)

Ibitabo by'Isezerano Rishya n'amazina yabyo mu mpine:*

Zakariya (Zak.)
Malaki (Mal.)
Matayo (Mat.)
Mariko
Luka
Yohani
Ibyakozwe n'intumwa
Abanyaroma (Rom.)
1 Abanyakorinti (1 Kor.)
2 Abanyakorinti (2 Kor.)
Abanyagalati (Gal.)
Abanyefezi (Ef.)
Abanyafilipi (Filip.)
Abanyakolosi (Kol.)
1 Abanyatesaloniki (1 Tes.)
2 Abanyatesaloniki (2 Tes.)
1 Timoteyo (1 Tim.)
2 Timoteyo (2 Tim.)
Tito
Filemoni (Filem.)
Abaheburayi (Heb.)
Yakobo
1 Petero (1 Pet.)
2 Petero (2 Pet.)
1 Yohani
2 Yohani
3 Yohani
Yuda
Ibyahishuwe (Ibyah.)

Ubuzima bwawe bushobora guhinduka mu minsi 50, by'umwihariko niwiyemeza kuba muri uru rugendo. Mbere yo gutangira, ndagusaba kudasiba gusoma umunsi n'umwe. Wakwitegura neza wandika iyo gahunda muri kalindari yawe. Mu kwandika izina ryawe n'igihe, uba werekanye ko ibyo wiyemeje ubikomeyeho, kandi ibyo ukora bikarushaho kuba byiza.

Hamwe n'Imana, niyemeje mu minsi 50 y'ubuzima bwanjye gucukumbura inkuru yanjye mu Nkuru y'Imana Nyakuri.

Izina ryawe

Shyiraho igihe cya buri munsi (wakoresha iminota 30) n'ahantu wasomera kandi ugasubiza igice kimwe cya buri munsi:

Tumira Inshuti Zawe

Urugendo ruba rwiza iyo turufatanyije n'inshuti zacu. Uzunguka byinshi muri uru rugendo rwo kwizera niwifatanya n'abandi, ndetse ubushuti bwanyu buzakomera. Ikigamijwe ni ugukurikira Imana neza turi kumwe n'abandi. Imana iduha umuryango w'abizeye—itorero—bagendana natwe igihe tugendana na Yo. Nta na rimwe idusaba kuba twenyine (Intang. 2:18). Nk'uko umunyabwenge yavuze ngo, "Ababiri bashyize hamwe baruta umwe, kuko babona inyungu z'imirimo yabo. Igihe umwe muri bo aguye undi aramwegura, nyamara hagowe uba wenyine kuko iyo aguye atabona umwegura." (Umubw. 4:9–10). Twirinde kugwa twenyine rero.

Senga usabe Imana kukkwereka abantu mwakwifatanya muri iyi nyigisho na nyuma yaho. Ndabagira inama yo guhura rimwe mu cyumweru kugira ngo muganire ku byo mwize. Mushobora gukoresha ibibazo byo kuganiraho nk'itsinda biri ku mpera ya buri cyumweru kugira ngo biyobore guterana kwanyu. Andika amazina y'abantu Imana yakweretse mwafatanya urugendo rwawe hano hasi:

Shyiraho umunsi, igihe, n'ahantu mwahurira rimwe mu cyumweru imbona nkubone cyangwa mu buryo bw'ikoranabuhanga:

IGICE CYA I:
GUCUKUMBURA INKURU YAWE N'IMANA

Nkiri urusoro warandebaga.
Iminsi wanteganyirije kurama wari warayanditse mu gitabo cyawe.
Wari warayanditse ntaramara n'umwe.
Mana, gusobanukirwa imigambi yawe birandenze.
Zaburi 139:16–17

Wabifata gute mvuse ko, "iki gitabo ari wowe cyandikiwe"? Wabyakira gute nkubwiye ko ufitanye gahunda n'Imana kano kanya? Wakwibaza niba ibyo nkubwiye ari ukuri cyangwa ukibaza impamvu Imana igufite muri gahunda Yayo. Ariko reba iruhande rwawe–hari undi uri gusoma iki gitabo? Birashoboka ko ntawe; Nonese kuki ari wowe? Kuko Imana ishaka ko umenya ko yakwandikitse mu nkuru Yayo. Ahari biragusaba gukora uru rugendo rudasanzwe kugira ngo umenye Imana. Cyangwa, hakaba hari undi muntu ugukeneyeho ibisubizo. Uko byaba bimeze kose, Imana yateguye iki gihe–kuri iyi saha, hano hantu–kugira ngo ucukumbure inkuru yawe nyakuri n'umwanya ifite mu Nkuru y'Imana Nyakuri.

Uko waba umeze kose n'aho waba uri hose, **Imana imwe kandi nyakuri iragukunda. Ifite umugambi ukomeye ku buzima bwawe.** Wakwibaza ngo: Inkunda gute? Kuki ubuzima bwanjye ari ubw'agaciro? Nabyitwaramo gute? Ibi byose ni ibibazo byiza. Turagutumira kuba muri uru rugendo rwo kwizera rw'iminsi 50 kugira ngo ubisubize. Kuki iminsi 50? Imana yashyizeho iminsi 50 muri Bibiliya kubw'impamvu idasanzwe. Igihe ubwoko bw'Abaheburayo batangiraga kwizihiza Pasika (tuzabyiga mu Cyumweru cya 7), Imana yabahaye undi munsi Mukuru w'Ibyumweru, waje kwitwa Pantekote.[1]

---

1 Pantekote biva mu ijambo ry'Ikigiriki risobanura "mirongo itanu." Uwo munsi mukuru witwa

Uwo munsi wizihizwaga nyuma y'ibyumweru birindwi n'umunsi umwe (bikaba iminsi 50) nyuma ya Pasika. Pantekote wari umunsi wo kwizihiza no guhishurirwa. Ni umunsi wo kwibuka igihe Imana yatangaga Amategeko/Torah (ibitabo bya mbere bitanu bya Bibiliya) byahawe Mose ku Musozi Sinayi. Yesu amaze kuva mu isi, Yahaye abigishwa impano ya Mwuka Wera i Yerusalemu kuri Pantekote. Imana guhitamo uwo munsi wa mirongo itanu bisobanuye ikintu gikomeye, haba mu Isezerano rya Kera n'Isezerano Rishya, kuko ari bwo yatanze impano y'Ijambo n'iy'Umwuka. Ijambo n'Umwuka iyo bifatanyije biduha guhishurirwa gukomeye.

Imana ishobora gukoresha iyi minsi 50 no mu buzima bwawe mu buryo budasanzwe. Kuki ukwiriye kubyihatira? Kuko **ubuzima bwawe ari ubw'agaciro, kandi inkuru y'ubuzima bwawe ifite ibyo yahindura**. Umuremyi wacu yakuremye abishaka, kandi ku bw'umugambi. Yakwandikiye inkuru—inkuru y'ubusobanuro bukomeye kandi y'impinduka z'iteka ryose. Ariko kugira ngo usobanukirwe umugambi wawe—inkuru yawe nyakuri—ugomba kumenya Umutangabugingo. Ugomba guhura n'Imana imwe kandi nyakuri.

Imana ni nde? Kuki Imana yandemye? Namenya Imana gute?

Benshi muri twe twibajije ibi bibazo. Ntubyirengagize ubitewe no gutinya ko utazabona ibisubizo, cyangwa utazishimira ibisubizo uzabona. Imana yashyize ibi bibazo mu mutima wawe kugira ngo bikugeze mu rugendo rwo kwizera rutuma uyegera. Nuko rero, bibaze.

Uzabona ibisubizo muri Bibiliya—izwi nk'Ijambo ry'Imana cyangwa Ibyanditswe (2 Tim. 3:16).[1] Ariko usibye ibisubizo, uzabona n'Imana Ubwayo. Ndagusengera ngo mu minsi 50 uzamenye ko **Imana ibaho kandi ko Bibiliya ari ukuri**. Tuzafatanya gusubiza bimwe mu bibazo byawe twifashishije ukuri kw'Ijambo ry'Imana. Waba urisomye bwa mbere cyangwa umaze igihe uryiga, Ijambo ry'Imana rihora ari ryiza kandi ari rishya.

Iyi nyigisho ikubiyemo Ibyanditse n'imirongo ya Bibiliya myinshi (imirongo irenga 1,400) kugira ngo Ijambo ry'Imana ryivugire ubwaryo. Ndagusaba gushaka iminota mirongo itatu buri munsi ufite Bibiliya

---

Shavuot mu Giheburayo, bisobanura "ibyumweru," uzwi kandi nk'Umunsi Mukuru w'Umuganura.
1   Ushobora kubona Bibiliya mu buryo bw'ikoranabuhanga ku mbuga zitandukanye, zirimo Bible Gateway (biblegateway.com), Bible Study Tools (biblestudytools.com), Bible Hub (biblehub.com), Blue Letter Bible (blueletterbible.org), and YouVersion (youversion.com).

yawe kugira ngo uhure n'Imana mu bice bigufi by'iki gitabo. Senga mbere yo gusoma kugira ngo usabe Imana kukwihishurira. Shyira mu bikorwa ibyo wize. Shyira akamenyetso ku mapaji yagufashije uko ubishaka kandi wandike ibitekerezo byawe mu nguni z'igitabo. **Soma igice kimwe ku munsi kugira ngo ugitekerezeho kandi ushyire mu bikorwa ibyo wasomye.**

Mu gihe twiga gukunda Imana n'umutima wacu wose, ubwenge bwose, ubugingo bwose n'imbaraga zacu zose (Mariko 12:30), tuzakora uru rugendo rwo kwizera tuzirikana iryo tegeko rya Yesu. Ku mpera y'isomo rya buri munsi uzahasanga intambwe enye ugomba kuzuza:

1. Soma Icyanditswe kijyanye n'insanganyamatsiko y'umunsi mu ntambwe yitwa "Reka Bibiliya Ivuge."
2. Subiza ibibazo kugira ngo usobanukirwe ibyo wasomye mu ntambwe yitwa "Reka Ubwenge Bwawe Butekereze."
3. Tangira kuganira n'Imana mu ntambwe yitwa "Reka Ubugingo Bwawe Busenge."
4. Andika ibyo Imana igusaba gukora mu ntambwe yitwa "Reka Umutima Wawe Wumvire".[1]

Ndagusaba kugendera muri izo ntambwe enye kugira ngo usobanukirwe isomo rya buri munsi kandi ubashe kurishyira mu bikorwa. Ibyo ni ngombwa cyane. **Kumenya amakuru mashya ntibizahindura ubuzima bwacu, ariko gushyira mu bikorwa ukuri ko muri Bibiliya tubifashijwe n'Imana byahindura ubuzima.**

Reka tubanze turebe urugendo rw'Igice cya 1:

Ubwa mbere, mu Cyumweru cya 1, uzamenya Imana n'inkuru Yayo nyakuri. Inkuru y'Imana izana impinduka ku zindi nkuru zose. Ntidushobora kuvuga byose wifuza kumenya ku Mana mu cyumweru kimwe. Ariko, iyi ncamake izagufasha gusobanukirwa impamvu uriho, ubuzima bwawe bw'iteka ryose, n'inkuru yawe mu Nkuru y'Imana. Nubwo waba umaze igihe warizeye, ushobora kumenya ibindi bivugwa mu Nkuru y'Imana utigeze wigishwa. Ku buryo uzabasha gusobanukirwa neza inkuru yose y'Imana.

---

1 Rimwe na rimwe Bibiliya yerekana ko kumvira cyangwa gufata icyemezo biva mu mutima (Yoz. 24:23; Joweli 2:13; Rom. 10:9–10).

Hanyuma, mu Byumweru 2–3, uzamenya umwanya ufite mu Nkuru y'Imana. Mu cyumweru cya kabiri, uzamenya uwo uri we muri Kristo (icyo uri cyo), kandi mu cyumweru cya gatatu, uzamenye intego yawe muri Kristo (icyo ukora).

Witeguye gutangira? Ubwa mbere, tuza kugira ngo usuzume umutima wawe. Mbese urashaka Imana koko? Muri Yeremiya 29:13, Imana iravuga ngo, "Nimunshakashaka muzambona. Nimunshakashake mubikuye ku mutima." Fata umwanya wo gusenga maze

- wiyemeze nonaha gushaka Imana n'umutima wawe wose n'ubugingo bwawe bwose (Ivug. 4:29);
- Iyemeze kwemera ibyo wayimenyeho, Inkuru Yayo, n'aho uhurira na yo, nubwo hari ibyo waba wabonye byagutunguye cyangwa byakuguye nabi;
- Senga usabe Imana gutegura umutima wawe ku bw'urugendo rukuri imbere kandi uyisabe kuguha inshuti zizagendana nawe.[1]

Mufatanye gushaka ukuri–gushaka Imana–n'umutima wose. Kandi nimuyishaka, muzamenya ko yahoze ibashaka kuva kera.

---

1 Reba Isezerano kuri paji xv.

ICYUMWERU CYA MBERE

INKURU Y'IMANA

Uratumiwe

Imana yakunze cyane abantu bo ku isi yose, ku buryo
yatanze Umwana wayo w'ikinege kugira ngo umwizera wese
adapfa burundu, ahubwo ahabwe ubugingo buhoraho.
Yohani 3:16

Wiyumva gute iyo wakiriye ubutumire budasanzwe? Hari ikintu kiba mu mutima wawe. Kumenya ko umuntu agutekerezaho bihindura uburyo wibona. Hari uwagutekereje, kandi yifuza kukubona. Ukuri ni uko Imana igutekerezaho, kandi Bibiliya ni ubutumire Bwayo bwanditse. Mu mapaji y'Ibyanditswe, Imana iraguhamagarira kuyiringira ubuzima bwawe bwose. Ubutumire Bwe bugera ku migabane yose, mu mico yose, no mu bihe byose. Kandi ubushobozi bwacu bwo kumva no kwakira ni bwo bwonyine bwatubuza kwakira ubwo butumire.[1]

Nubwo yanditswe kera, iyi nkuru yo muri Bibiliya iracyafite akamaro *muri iki gihe*. Ivuga isi yacu ikanayicukumbura. Isobanura impamvu tubabara kandi turenganywa ndetse ikadusezeranya ko umunsi umwe Imana izongera gutunganya byose. Bibiliya ivuga ku bwoko bw'Abisirayeli mu Isezerano rya Kera n'ubusabane bwabo n'Imana. Ariko iyi nkuru si bo yandikiwe gusa. Iyi nkuru yo gucungurwa no gusabana n'Imana igenewe abari mu isi bose—barimo nawe. **Urasabwa gutega amatwi neza ibyo Imana ikubwira kuko iri kubibwira *wowe*.**

Nusoma neza, uzasobanukirwa inkuru yawe nyakuri. Yego, **inkuru yawe yanditswe muri Bibiliya**. Imana yarakuremye

---

1 Cheryl Hauer, "God's Invitations," Bridges for Peace, November 21, 2017, https://www .bridgesforpeace.com/letter/gods-invitations/.

kugira ngo uyimenye kandi uhindurwe na Yo nk'umwe mu bagize umugambi Wayo mugari (Yer. 9:23-24). Ifite umugambi ukomeye ku buzima bwawe. Ariko uzamenya umuhamagaro wihariye Imana iguhamagarira niwiga Ijambo Ryayo kandi ukarishyira mu bikorwa—ubifashijwemo na Yo. Mu Nkuru y'Imana, uzasobanukirwa inkuru*yawe* n'inkuru yose yo mu isi—ya kera, y'iki gihe, n'igihe kizaza.

Nubwo Bibiliya yuzuye, Inkuru y'Imana iracyakomeza kutwihishurira. Igitabo cya nyuma cya Bibiliya, Ibyahishuwe, kitwereka ibizaba mu gihe cy'imperuka. Ariko kandi ikatwereka ko Inkuru y'Imana itarangira. Imana iduhamagarira ubugingo bw'iteka muri Yesu—none n'iteka ryose (Yohani 3:16). Ubugingo bw'iteka ni ukugirana ubushuti buhoraho n'Imana no kwiringira ko yandika inkuru yacu nk'igice kigize Inkuru Yayo Nyakuri (Yohani 17:3; Heb. 12:2).

Mu mwanya usigaye andika uko inkuru yawe imeze kugeza ubu. Imana uyizi gute?

Nk'uko igitabo kigirwa n'ibice byinshi bivuga inkuru imwe, na Bibiliya ni urwunge rw'ibitabo biduhishurira Inkuru y'Imana. Buri gitabo—n'ibice hamwe n'imirongo yacyo—bifatanyiriza hamwe n'ibindi bitabo kuduhishurira Imana n'ubusabane ifitanye natwe. Inkuru y'Imana itwereka uwaturemye, uwadusanze yambaye umubiri ari we Yesu Kristo. Inkuru yose ishingiye kuri We. Inkuru yose ya Bibiliya yerekeza kuri We.

Mu gutangirira hamwe urugendo rwacu, njye nawe tugomba kugira ishusho rusange y'Inkuru y'Imana. Dushobora kuyigabanya mu bice bine by'ingenzi: (1) iremwa, (2) icyaha, (3) Yesu, no (4) Iremwa rishya–kongera kubaho kw'ibyaremwe n'Imana. Isezerano rya Kera (ibitabo mirongo itatu n'icyenda bya mbere bya Bibiliya) bitubwira ku iremwa n'icyaha (n'umukiza wagombaga kuza). Isezerano Rishya (ibitabo makumyabiri na birindwi bya nyuma bya Bibiliya) bitubwira kuri Yesu (Umukiza) n'iremwa rishya. Ibi bice bine ni ishusho idufasha kumva inkuru zose za Bibiliya—n'akamaro zifite ku buzima bwacu.

IGICE CYA MBERE: IREMWA
**Imana yaraturemye kandi ishaka ko
tugirana ubusabane bwihariye.**

Isezerano rya Kera ritangirana n'inkuru y'iremwa. Imana yaremye byose ihereye ku busa maze byose ibyita "byiza," keretse ikintu kimwe (Intang. 1). Igihe Imana yaremaga abantu, yaturemye mu ishusho Yayo maze byose ibyita "byiza cyane". Mu kuturema yatwitayeho cyane kuko yashakaga ko tugirana ubusabane bwihariye. Ukuri ni uko Imana itifuzaga kuturema. Yari isanzwe iba mu muryango utunganye. Bibiliya ihishura ko **hariho Imana imwe rukumbi iba mu butatu: Data, Umwana (Yesu), n'Umwuka Wera.** Imana yishimiye kuturema. Ikiruta byose, twishimira kuyimenya (Kol. 1:10). Basekuruza bacu, Adamu na Eva babanye n'Imana, bakorana na Yo, kandi bagendana na Yo mu busitani bwiza bwa Edeni. Bahoranaga ibyishimo n'amahoro bisendereye nk'abana b'Imana.

IGICE CYA KABIRI: ICYAHA
**Kuko icyaha kidutandukanya
n'Imana, dukeneye Umukiza.**

Byose byahindutse igihe inzoka (Satani, umwanzi) yinjiraga mu nkuru. Yagoretse amagambo y'Imana kugira ngo abeshye Adamu na Eva. Ikinyoma cyaremye urwango, no kutumvira. Aho kwizera Imana, bizeye ikinyoma cya Satani maze bareka Imana. Bariye imbuto Imana yababujije. Ni cyo gituma **icyaha** ari-ukwanga ubushake bw'Imana mu myitwarire yacu cyangwa ibikorwa byacu. Icyaha cyangije ibiremwa

Icyaha: Kwanga ubushake bw'Imana mu myitwarire yacu cyangwa ibikorwa byacu.

by'Imana byiza, maze byose bihinduka bibi. Kwigomeka kwa Adamu na Eva kwabatandukanyije n'Imana. Byazanye ingaruka z'icyaha zirimo: urupfu, ubusambo, uburwayi, urugomo, n'imibabaro yo mu isi. kuva ubwo umwijima wabuditse mu buzima bwabo nk'abanzi b'Imana (Rom. 5:10). Ibisigaye mu Isezerano rya Kera bivuga inkuru y'abantu bahangayitse cyane kubera icyaha, kutumvira amategeko y'Imana, no kwirengagiza ubwiza Bwayo—nubwo abahanuzi babahamagariraga kwihana no guhindukirira Imana. Icy'ingenzi, hahanura inkuru y'umugambi w'agakiza k'Imana. Isi yari ikeneye Umukiza, Umutabazi.

IGICE CYA GATATU: YESU
Yesu adukiza ibyaha akagarura
ubusabane bwacu n'Imana.

Isezerano Rishya riduhishurira Umukiza wacu: Yesu Kristo, Umwana w'Imana. Yaje kudukiza umwanzi no kugarura ubusabane bwacu na Data wo mu ijuru. Intego ye ni: ugushaka no gukiza abazimiye (Luka 19:10). Mu ntangiriro y'Isezerano Rishya hatwigisha ubuzima bwa Yesu hakanatubwira uko yadukijije. Imana ntibera, kandi igomba guhana icyaha twakoze ikishyura n'igihano cy'urupfu. Mu rukundo rw'Imana ruhebuje, Yesu yishyizeho igihano cyacu—apfa ku musaraba ku bwacu. Iryo ntiryabaye iherezo ahubwo ryabaye intangiriro y'ubugingo bushya. Yesu yaneshej urupfu maze arazuka kugira ngo urupfu rutazongera na rimwe kudutandukanya na We. Yaneshej icyaha n'urupfu rimwe kandi burundu!

IGICE CYA KANE: IREMWA RISHYA—KONGERA
KUBAHO KW'IBYAREMWE N'IMANA
Imana izahindura byose bishya, ihereye kuri twebwe.

Igice gishya cy'Inkuru y'Imana cyatangiriye ku mva ya Yesu irimo ubusa. Twisanze muri iki gice uyu munsi: Yesu ari gutegurira abamwizera ahantu heza ho mu ijuru. Yahaye abizeye intego nshya mu isi kandi yadusezeranyije kuzagaruka. Ibisigaye mu Isezerano Rishya bitwigisha uko umugambi w'agakiza wamamaye mu mahanga yose kandi imitima n'ubuzima by'abantu benshi bigahinduka iteka ryose. Kugeza n'ubu, ibyaremwe byiteguye kugaruka kwa Yesu. Nagaruka, azahindura ibintu byose kuba bishya. Nta kibi kizongera kubaho. Yesu azarema ijuru rishya n'isi nshya bitunganye kandi bitarangwamo icyaha. Hanyuma abizeye bazaramya Imana kandi bishimane na Yo iteka ryose muri iryo remwa rishya.

Imana itanga ubutumire Bwayo bwo kuyizera mu bice byose by'Inkuru Yayo. Muri iki cyumweru, tuzareba kuri buri gice mu buryo burambuye. Tuzamenya uburyo Imana yerekanye urukundo Rwayo mu mahanga yose no ku bantu bose (Yohani 3:16). **Wowe nanjye n'abandi bose—twaremwe n'urukundo Rwayo, no ku bw'urukundo Rwayo kugira ngo dusangize abandi urwo rukundo Rwayo.** Ubutumire bw'Imana buragutegereje.

UMUNSI WA 1

Reka Bibiliya Ivuge:
Soma Intangiriro 1 (Wanasoma: Abanyaroma 5:12–21)

Reka Ubwenge Bwawe Butekereze:
1. Intangiriro 1 hakubwira iki ku Mana?

2. Wiyumva gute kumenya ko inkuru yawe ari igice kigize Inkuru y'Imana?

3. Kumenya ko Imana ikunda abantu bose bihindura gute uburyo ubona Imana, wibona ubwawe, n'uburyo ubona abandi?

Reka Ubugingo Bwawe Busenge:
Mwami, ndagushimira ko wahishuye Inkuru Yawe muri Bibiliya kandi ukantumira kukwizera. Mfasha kugushaka. Oroshya umutima wanjye kandi uhumure amaso yanjye kugira ngo mbone ukuri Kwawe mu gihe ntangiye uru rugendo rwo kwizera. Ndifuza kukumenya no kumenya umwanya mfite mu Nkuru Yawe... Mu izina rya Yesu mbisabye, amina.

Reka Umutima Wawe Wumvire:
(Ni iki Imana ishaka ko umenya, uha agaciro, cyangwa ukora?)

UMUNSI
WA

2

Ibyaremwe n'Imana bwerekana Icyubahiro Cyayo

Mu ntangiriro Imana yaremye ijuru n'isi…Imana ireba
ibyo yari imaze kurema ibona ari byiza cyane!
Intangiriro 1:1, 31

Kubera ko Bibiliya ari igitabo kinini kandi yanditswe mu ndimi n'imico bya kera, kuyisoma bishobora gutera ubwoba abantu benshi. Abantu bamwe batekereza ko Bibiliya ari igitabo kinini batabasha gusoma mu buzima bwabo. Ariko mu by'ukuri, iyo tuyisomye isaha imwe ku munsi, tubasha kuyisoma yose mu minsi mirongo inani. Abandi batekereza ko Bibiliya igoye cyane kandi bisaba ayandi masomo kugira ngo bayumve. Ariko ibyahishuwe n'Imana ni – ibyahishuwe na Yo gusa. Ishaka kumenywa. Dushobora kutumva byose, ariko Imana idufasha kumenya ukuri Kwayo kwinshi kutagira iherezo. Abantu bamwe bibwira ko Ijambo ry'Imana ari igitabo cy'amategeko, kitubwira ibyo gukora n'ibyo kudakora. Ariko iyo tuyisomye, tumenya inkuru itangaje y'agakiza n'umudendezo yabayeho mu mateka y'isi. Ni Inkuru y'Imana.

Nk'uko twize ejo hashize, Bibiliya itangirira ku iremwa ry'ibintu byose ikarangirira ku kuremwa bundi bushya. Ni inkuru y'isi yose, ariko kandi y'umuntu ku giti cye. Inkuru y'Imana yishimira kuremwa gutangaje kwa buri muntu wese, harimo n'ukwawe (Zaburi 139). Si wowe wahisemo inkomoko yawe, ariko Bibiliya ihishura ko Imana ari yo yabikoze. Ni intangiriro y'inzira y'Imana ikugeza ku mugambi wawe (Ibyakozwe n'intumwa 17:26–27). Ariko kugira ngo usobanukirwe neza Inkuru y'Imana n'umwanya uyifitemo, ugomba kubanza kumva ko **Inkuru y'Imana idashingiye kuri twebwe. Inkuru y'Imana ishingiye ku Mana n'Icyubahiro Cyayo.** Ibintu byose biriho kugira ngo bihimbaze gukomera *Kwayo*. Uzamenya impamvu vuba, ariko reka duhere ku ntangiriro y'ibihe.

Imana yaremye byose—buri kintu cyose—harimo wowe nanjye, ku bw'icyubahiro Cyayo. Yavuganye ububasha ibyaremwe byose bibaho birimo: umucyo, ubutaka, inyanja, ibimera, n'inyamaswa. Ibyaremwe byose bihesha Imana icyubahiro kandi byerekana "ububasha buhoraho bwayo n'ubumana bwayo" (Rom. 1:20). Ndetse "ijuru ryerekana ikuzo ry'Imana, isanzure ry'ijuru rigaragaza ibyo yakoze" (Zab. 19:2). Kuva ku nyenyeri zo mu kirere kugeza ku ngingo zitaboneka z'imibiri yacu, ibyaremwe byose bivuga

> **Icyubahiro:**
>
> Rimwe mu magambo y'Igiheburayo avuga *icyubahiro ni (kabod)* bisobanura ikintu "gikomeye" cyangwa "kiremereye," byerekana ko ikintu gikwiriye. Icyo dusabwa ku muntu ukomeye ni ukumwubaha.
>
> *Guha icyubahiro* Imana bisobanura gutekereza, ugakora, kuvuga, no gukorera abandi mu buryo bwerekana gukomera kw'Imana. Ni yo ntego y'ubuzima bwacu.
>
> Isōko y'amakuru: Ludwig Koehler et al., *The Hebrew and Aramaic Lexicon of the Old Testament* (Leiden: E.J. Brill, 1994–2000), 456.

ubwenge no kugira neza by'Imana. Abagabo, abagore n'abana na bo bavuga icyubahiro cy'Imana. Nk'uko ukwezi kumurika umucyo w'izuba, ni ko tumurika umucyo w'Imana mu isi. Turiho kugira ngo—duheshe Imana icyubahiro (Ezay. 43:7).

Imana yerekana neza Icyubahiro Cyayo mu rukundo ruhebuje idukunda. Imana yashatse gusabana n'abantu maze iturema itwitayeho—mu ishusho Yayo kandi iduha n'umwuka Wayo. "Imana iravuga iti: "Tureme abantu basa natwe, bameze nkatwe'... Nuko Uhoraho Imana akura umukungugu mu gitaka awubumbabumbamo umuntu, amuhumekera umwuka w'ubugingo mu mazuru, umuntu aba muzima" (Intang. 1:26; 2:7). Imana nyir'isi yaremye abantu mu mukungugu w'isi. Nk'uko umubumbyi atunganya ibumba ni ko Imana yaturemye neza kandi mu buryo bwihariye. Ntiyitaruye Adamu na

Eva igihe yabaremaga mu itangiriro, kandi n'ubu ntiyakwitaruye. **Ishaka kuba hafi yawe.**

Imana yaturemye kugira ngo twishimire nanone ubushuti bwacu n'abandi. Kuva mu ntangiriro, Imana yaravuze ngo, "Si byiza ko umuntu aba wenyine" (Intang. 2:18). Nuko rero, Imana yaremye Eva ngo abe umufasha wa Adamu.[1] Muri icyo gikorwa, Imana yaremye Eva nk'umufasha w'ingenzi kandi ukwiranye na Adamu kugira ngo basohoze imigambi Imana ifitiye abantu. Ubu bukwe bwa mbere bwerekana urugero rw'ubushuti bw'abantu. Ikiruta byose, bwerekana ishusho y'ubushuti dufitanye n'Imana. Ubukwe bukwiye kumera gute? Ni ukutikunda. Ni ubushuti bwiza. Ni ugufatanya muri byose. Ni umugambi w'Imana. Ni ukudahemukirana. Uko ni ko dukwiye gusabana n'Imana kuko itwishimira. "Uko umukwe yishimira umugeni we, ni na ko Imana izakwishimira." (Ezay. 62:5). Waba wubatse cyangwa utubaste, zirikana ko ubusabane bwawe n'Umuremyi wawe buruta cyane ubw'abantu bashyingiranywe. "Uwakuremye azaba nk'aho ari umugabo wawe," (Ezay. 54:5). **Imana irakuzi neza, kandi ni yo kwizerwa.** Yita abantu Bayo "umugeni" wa Kristo, uzwi neza kandi ukundwa cyane (Ibyah. 19:7-9; reba na Ef. 5:25-27). Ndetse n'ubukwe bwiza bwo mu isi ni ishusho y'urukundo ruhebuje Imana igaragaraza mu busabane bwawe na Yo.

Dusobanukirwa neza urukundo ruhebuje rw'Imana rutirebaho iyo dufite abana. Ubanza ari yo mpamvu **Imana yaturemye kugira ngo tugirane ubusabane n'abana bacu.** Yategetse Adamu na Eva "kubyara bakagwira" (Intang. 1:28) kugira ngo basangize urubyaro rwabo imigisha y'Imana n'inyigisho Zayo (Ivug. 6:5-7). Kurera bishobora kudufasha kumva neza uko twebwe abana b'Imana dusabana na Yo nka Data wo mu ijuru. Tekereza ukuntu umwana muto akambakambira mu maguru ya nyina akaruhukira mu maboko ye. Aba arinzwe. Aba akunzwe. Aba ari kumwe na Nyina. Reka

---

1 Dushingiye ku gitabo *The Hebrew Aramaic Lexicon of the Old Testament* cyanditswe na L. Koehler na W. Baumgartner, hari ingero nyinshi mu Isezerano rya Kera zisobanura ijambo umufasha (umufatanyabikorwa) aho zerekana ko atari umuntu udufasha gusa ahubwo ko afite n' "imbaraga". Hamwe n'ubwo busobanuro, Dr. Archie England, umwarimu w'Isezerano rya Kera n'Igiheburayo mu ishuri rya New Orleans Baptist Theological Seminary, yavuze ko ijambo ry'Igiheburayo rivuga "umufasha," ari *ezer kenegdo*, rikaba ryasemurwa neza muri iki gice nk' "umwunganizi we" ari byo bisobanura "umuntu uri hafi ye amufasha". Dr England yavuze kandi ko uruhare rwa Eva nk'umufasha rudasobanura ko hariho ubusumbane. Uruhare rwa Eva si ukuba umugaragu ahubwo ni ukuba umufasha. Eva akwiriye kuba hafi y'umugabo we akamufasha kugera ku ntsinzi.

dusabane n'Imana muri ubwo buryo. Duturize mu kwizera Imana. Tuyibwira ibyacu byose. Twumva ijwi Ryayo. Tuyizera. Tuyumvira. Waba ufite abana mu buryo bw'umubiri cyangwa utabafite, Imana yakuremeye kubyara. Iyo ubwiye abo mu kindi gihe kwizera kwawe, ubyara abana mu buryo bw'umwuka–ukagira ubusabane bwiza bw'igihe cy'iteka ryose. Imana yaturemye kugira ngo turere kandi turerwe na Yo.

Ubusabane bwacu bugera no ku bindi byaremwe. Kuva mu gitabo cy'Intangiriro, tubona Imana ikora, itunganya isi neza. Hanyuma ikaduha isi kugira ngo "tuyikorere kandi tuyifate neza" (Intang. 2:15). Imana yarakoze kugira ngo ireme isi, kandi natwe tugomba gukora kugira ngo tuyirinde. Kuva mu ntangiriro, tubona amagambo ya Bibiliya avuga ku muhamagaro, umurimo, n'akazi. Twiga ko Imana ishaka ko twishimira isi kandi ko yatwemereye kuyibungabunga binyuze mu gukora. Hari imirimo myinshi, kandi twese dufite ubumenyi butandukanye. Dushobora kutishimira akazi dukora buri gihe, ariko gushima ni amahitamo yacu. Ibyo twakora byose, dukwiye guha Imana icyubahiro mu kazi kacu kuko ari byo Imana yaturemeye (1 Kor. 10:31).

Ibice bibiri bya mbere bya Bibiliya biduhishurira byinshi ku Nkuru y'Imana. Uyu munsi twize ko (1) Inkuru y'Imana ishingiye ku Mana n'icyubahiro Cyayo, kandi (2) Yaremye byose, birimo n'akazi, kugira ngo yerekane icyubahiro Cyayo. Imana iradukunda kandi ishaka ko tugirana ubusabane budasanzwe na Yo. Ndetse yaduhaye umugisha w'ibindi biremwa, idufasha kurema, kandi ikaduhamagarira kurinda ibyo yaremye. Twaremwe kugira ngo tugaragaze ko Imana yacu ari umuremyi.

Reka Bibiliya Ivuge:
Soma Intangiriro 2 (Wanasoma: Zaburi 148)

Reka Ubwenge Bwawe Butekereze:
1.   Ibyaremwe bikwigisha iki ku Muremyi wawe?

2.   Imana imwe kandi nyakuri yaturemye kugira ngo tuyimenye. Andi madini ntabona imana zabo muri ubwo buryo. Kuki ari ngombwa kumenya Imana ku giti cyawe?

3.   Gutekereza ko Imana ari umufasha wawe n'umubyeyi wawe bihindura iki ku buryo uyibona?

Reka Ubugingo Bwawe Busenge:
Nyagasani Mana yacu, ni wowe ukwiye guhabwa ikuzo n'icyubahiro n'ububasha, koko ni wowe waremye ibintu byose. Byaremwe ku bushake bwawe, ni wowe ubibeshaho" (Ibyah. 4:11). Ndagushimiye ko ibyo waremye ari byiza. Igihe cyose nishimira icyubahiro Cyawe kigaragarira mu isi waremye nziza, umpe kwibuka ko icyubahiro Cyawe kirushaho kugaragarira mu rukundo unkunda. Ndagusaba guteza imbere ubusabane mfitanye nawe... Mu izina rya Yesu mbisabye, amina.

Reka Umutima Wawe Wumvire:
(Ni iki Imana ishaka ko umenya, uha agaciro, cyangwa ukora?)

UMUNSI
WA

3

Icyaha Cyangiza Ibintu Byose

*Koko bose bakoze ibyaha, ntibagera ku kigero
cy'ikuzo ry'Imana. Abanyaroma 3:23*

Igihe umuyaga wahuhaga, Adamu na Eva bumvise ijwi bari bamenyereye mu itongo rya Edeni bagira ibyiyumvo bidasanzwe. Imitima yabo yagize ubwoba. Imana yatembereraga abantu yaremye mu ishusho Yayo. Ariko aho kugendana n'Imana, bayihishe mu biti. Uwo ni wo munsi icyaha cyangije ibintu byose.

Mu bice bitatu gusa by'Intangiriro tubasha kubona iby'iyo nkuru. Imana yarebye ibyo yaremye byose, ibiboneka n'ibitaboneka ibona ari "byiza cyane" (Intang. 1:31). Abantu n'abamarayika bagiranaga ubusabane bwiza n'Imana. Imana yahazaga kwifuza kwabo kose. Ndetse bari bafite amahitamo—amahitamo yo gukunda no kwizera Imana cyangwa kuyigomekaho. Bahisemo kuyigomekaho.

Ariko si bo ba mbere bigometse. Oya, hari undi "mukerubi washyizweho . . . wo kukurinda" kandi "utagira amakemwa" *kugeza* ubwo ubugome bumugaragayeho (Ezek. 28:14-15). Satani uzwi nka Lusoferi, yari mwiza cyane kandi yari afite ubwenge ndetse ibyo yari abizi. Nuko agira ubwibone bwinshi mu mutima we ashaka kwigereranya n'Imana (Ezay. 14:12-14). Ndetse yemeje kimwe cya gatatu cy'abamarayika kumwiyungaho muri uko kwigomeka (Ibyah. 12:4-9).

Mu guhana icyo kibi, Imana—y'urukundo *kandi itabera*—yirukanye Satani mu ijuru imukoza isoni (Ezek. 28:14-18). Satani yanze Imana, kandi yiyemeza kurimbura icyo Imana ikunda cyane ari cyo: abantu beza **baremwe mu ishusho y'Imana**. Abo ni wowe nanjye.

Ibyatangiye ari ukwigomeka mu isi itagaragara byazanye ikinyoma mu isi igaragara. Satani yaje mu busitani nk'inzoka, ashuka Adamu na Eva kugira ngo bigomeke ku Mana. Yabashutse ababaza ku byo Imana yababwiye. Satani yarabajije, "Mbese koko Imana yababujije ... ?" (Intang. 3:1). Hanyuma abwira Adamu na Eva ko itegeko ry'Imana ryo kutarya

> **Abafite ishusho y'Imana:**
> Bitandukanye n'abamarayika cyangwa inyamaswa, abantu—abagabo n'abagore—baremwe mu ishusho y'Imana (Intang. 1:27). Turatekereza, turavumbura, turateganya, tugira ibyiyumvo, turarema, tumenya icyiza n'ikibi, turibuka tukagira n'ibitekerezo, kandi tukavuka bundi bushya. Ikiruta byose, tubasha kuramya Imana, kuyimenya no kuyikunda.

ku mbuto ya kimwe mu biti byo mu busitani ribabuza kwibonera ikintu cyiza ababwira ngo: "Reka da ntimuzapfe! ... muzamera nka Yo" (Intang. 3:4-5). Aho kwizera urukundo rw'Imana, ineza Yayo no kubeshwaho na Yo, Adamu na Eva batangiye kwibaza ku mategeko y'Imana n'icyo yabasezeranyije.

Satani yabaremyemo gushidikanya, maze uko gushidikanya gutuma batumvira. N'uyu munsi Satani aracyashukana, nk'uko yashutse Adamu na Eva. Adushuka adutera kwibaza ku magambo y'Imana n'ineza Yayo. Adutera kutanyurwa mu mitima yacu bigatuma tutumvira Imana, nk'uko yabikoze igihe yaremaga gushidikanya mu mitima ya Adamu na Eva. Byarangiye, *bombi* banze kumvira Imana, maze icyaha cyinjira mu isi yacu (Intang. 3:6).

Icyaha cyangije ibintu byose. Kubera icyaha ibyaremwe byose biraniha (Rom. 8:22). Icyaha cyazanye urupfu, imibabaro, gukorwa n'isoni, uburwayi, urugomo, ubwoba, kwiheba, n'ibibi byose. Ndetse icyaha cyangije uburyo imibiri yacu yakoraga. Kubyara byahindutse umubabaro mwinshi. Gukora biba umuruho. Ubutaka bwangijwe n'ibiza, inyamanswa z'ubumara, n'amahwa bituma guhinga ubutaka bigorana. Icyaha cyangije n'ibyaremwe bito cyane, nk'uko cyangije n'ibindi bintu bito cyane bigize ubuzima bwacu. **Ubusabane bwiza Imana yari yarashyizeho—mu bukwe, mu kurera, no mu kazi—bwose bwarangiritse.** Ikibabaje cyane, icyaha cyangije ubushuti bwacu bukomeye: ubusabane bwacu n'Imana.

Dutandukana n'Imana mu buryo bubabaje iyo dukoze ibintu uko dushaka aho gukora ubushake Bwayo. Nk'uko ubyibuka uko ni ko **icyaha kimera: kwanga ubushake bw'Imana mu myitwarire cyangwa ibikorwa byacu**. Icyaha cya Adamu na Eva cyatumye bapfa mu buryo bw'umwuka muri ako kanya kandi amaherezo baje no gupfa mu buryo bw'umubiri.

Nyuma yo kurya ku mbuto Imana yababujije, Adamu na Eva bamenye ko bambaye ubusa kuko **isoni zigendana n'icyaha**. Iyo dukoze icyaha, twumva turi babi kandi twishyize hanze kuko twahemukiye Umuremyi wacu. Mu byaha byacu, twigomeka k'uwaduhaye ishusho dufite. Tuyoberwa abo turi bo. Turayoba tugakorwa n'isoni, akenshi tugakora nk'ibyo Adamu na Eva bakoze: twihisha Imana (Yohani 3:20).

Adamu na Eva badoze amababi y'umutini kugira ngo bahishe isoni zabo (Intang. 3:7). Natwe tugerageza guhisha ibyaha byacu n'isoni zacu ariko tudakoresheje amababi y'umutini. Ahubwo dushaka uburyo tubeshya kugira ngo duhishe amakosa yacu, cyangwa tugakora ibyiza byinshi kugira ngo duhishe ibyatunaniye. Nta na kimwe muri ibyo kiramba kuko **gushaka guhisha ibyaha byacu ari nko kwidoderaho amababi y'umunsi**. Adamu na Eva bari bazi ko amababi y'umutini adashobora guhisha icyaha cyabo, ariko bakomeje kwihisha igihe bumvaga Imana ibahamagara mu busitani.

Mbere yo kureba icyo Imana yakoze Adamu na Eva bamaze gucumura, tuzirikane ko Adamu na Eva batagomba kuryozwa ibyaha *byacu*. *Twese* twica amategeko y'Imana. "Nta muntu n'umwe w'intungane ubaho" (Rom. 3:10). Amategeko Icumi (Kuv. 20:2–17) atwigisha gukunda no gukorera Imana yonyine, kubaha izina ry'Imana, kubaha ababyeyi bacu, no kwishingikiriza ku Mana. Ndetse atwigisha kutica, kudasambana, kutiba, kutabeshya, cyangwa kwifuza ikintu cy'undi. Yesu yerekanye ko bigoye cyane kubahiriza aya mategeko. Yigishije ko kurakara igihe kinini ari bibi nko kwica kandi ko irari ari ribi nko gusambana (Mat. 5:21–22, 28). **Imana yita cyane ku byo dutekereza nk'uko yita ku byo dukora.** Ibyo bisobanura ko nubwo twakora ibyiza ku mpamvu mbi tuba ducumuye. Imana idutegeka ngo, "mube abaziranenge kuko nanjye ndi umuziranenge" (Lev. 11:44–45). Dutekereza ko *bidashoboka*. Bityo rero, tugacumura, tukumva dufite isoni, maze tukihisha Imana nk'uko Adamu na Eva babigenje.

Ariko Imana ntiyaretse Adamu na Eva, kandi ntiyatureka. Imana yaje kubashaka, nk'uko yaje kudushaka. Yarabajije ngo "uri hehe?" (Intang. 3:9). Iki kibazo nticyabazaga aho bari baherereye mu buryo bw'umubiri ahubwo n'aho bari baherereye mu busabane n'Imana.[1] Twese dukwiye kwibaza iki kibazo. Adamu na Eva bemeye ko batumviye ariko batanga impamvu ndetse bashaka kwikuraho amakosa y'ibyo bakoze. Iyo ducumuye, rimwe na rimwe dutanga impamvu kandi tukabyegeka ku bandi. Ariko icyaha ntikigira impamvu z'urwitwazo. Ikinyoma si impamvu yo gukora icyaha. **Ibikomere byacu ntibitwemerera gukomeretsa abandi.** Adamu na Eva bashoboraga kubwira Imana impamvu zabo, natwe dushobora kuyishaka dufite impamvu zacu. Ariko kuko amategeko y'Imana atunganye kandi ikaba ireba mu mutima, ntiyigeze yemera kwihana kwa Adamu na Eva kurimo gushinjanya amakosa. Icyaha gihora ari igicumuro cyo kutirengagiza. Ikibi cyari cyakozwe. Mu butabera butunganye bw'Imana, igihano cy'urupfu cy'icyo cyaha cyagomba kwishyurwa. Ubugingo buba mu maraso (Lev. 17:11), kandi amaraso yabo yari yamaze kwandura icyaha.

Imana ntiyigeze yifuza ko abantu ikunda kandi baremwe mu ishusho yayo bariha igihano cy'ibyaha bakoze. Nuko rero, yihutiye guhishura umugambi w'agakiza Kayo, umugambi wagombaga gukura umutwaro w'icyaha kuri twe ukajya ku Mwana w'Imana w'ikinege, Yesu Kristo. Imana yaretse Adamu na Eva maze ivugana n'umwanzi nyawe, Satani ngo: "Nshyize inzigo hagati yawe n'umugore, no hagati y'urubyaro rwawe n'urwe. Ruzakujanjagura umutwe, nawe urukomeretse agatsinsino" (Intang. 3:15). Satani yagombaga kwemererwa gukomeretsa Umukiza kandi akamubabaza. Ariko amaherezo, Umukiza yagombaga kunesha mu KUJANJAGURA umwanzi ushaka "kwiba no kwica no kurimbura" kugira ngo "tubone ubugingo, ndetse busendereye" (Yohani 10:10).

Mbere y'uko Imana yirukana Adamu na Eva mu busitani, yishe inyamaswa maze amababi y'umutini iyasimbuza umwambaro w'uruhu rw'iyo nyamaswa rukomeye. Ibyo byashushanyaga ibitambo byinshi bizatambwa kugira ngo bihishe icyaha cy'umuntu kugeza ubwo hagombaga kuboneka igitambo cya Yesu cyuzuye kandi cy'iteka ryose (Lev. 1–7).[2]

Yego, Yesu yagomba gupfa kugira ngo yishyure umwenda

---

1 Ian Jones, *The Counsel of Heaven on Earth: Foundations for Biblical Christian Counseling*(Nashville: Broadman & Holman Publishers, 2006), 31–32.

2 Wayne Grudem, *Systematic Theology: An Introduction to Biblical Doctrine* (Grand Rapids, MI: Zondervan, 1994), 626–627.

wacu. Ntibyumvikana, ariko ni ukuri. Imana yashyizeho uburyo bwo guhisha–*guhongerera*–ibyaha byacu kugira ngo twongere kugira ubugingo bw'umwuka. Mu bitambo by'amaraso–byabanje kuba iby'amatungo byakurikiwe n'igitambo cya Yesu, Umwana w'Intama w'Imana–ubusabane bwacu n'Imana bwagombaga kongera kubaho (Heb. 9:26; 10:4). Amaraso atagira inenge yagombaga guhisha amaraso afite inenge. Urupfu rwa Yesu mu cyimbo cyacu rwabaye igitambo cyuzuye kandi cy'iteka ryose kidashobora gusimburwa.[1]

No muri icyo gihe cy'umwijima igihe icyaha cyinjiraga mu isi, urukundo rw'Imana rwarushije kumurika. **Yaje kudushaka. Yaraduhishe kandi idusezeranya kudukiza**. Oh, mbega ukuntu idukunda bihebuje!

---

1 Norman L. Geisler, *Systematic Theology: In One Volume* (Bloomington, MN: Bethany House Publishers, 2002), 801.

Reka Bibiliya Ivuge:
Soma Intangiriro 3 (Wanasoma: Zaburi 51)

Reka Ubwenge Bwawe Butekereze:

1. Imana ikubajije ngo, "uri hehe?" wasubiza iki?

2. Mbese wihishe Imana mu buryo ubwo ari bwo bwose? Niba ari yego, sobanura.

3. Kumenya ko Imana igushaka bituma wiyumva gute (Ezek. 34:11–16; Luka 19:10)?

Reka Ubugingo Bwawe Busenge:
Mwami, "uri ubwihisho bwanjye undinda amakuba yose" (Zab. 32:7,). Mfasha kutakwihisha, ahubwo nkwihishemo, menye ko uzambabarira kandi ukandinda... Mu izina rya Yesu, amina.

Reka Umutima Wawe Wumvire:
(Ni iki Imana ishaka ko umenya, uha agaciro, cyangwa ukora?)

Yesu Aradukiza, Akatubabarira, kandi Akatuyobora

Kristo yababarijwe ibyaha byacu rimwe kandi by'iteka
ryose. Ntiyigeze acumura, ariko yapfiriye abanyabyaha
kugira ngo abageze ku Mana amahoro.
1 Petero 3:18

Mu bitabo byose bigize Inkuru y'Imana birimo—iby'amateka, ubusizi, ubuhanuzi, n'inzandiko—nta by'amayobera birimo. Ariko hashize igihe kinini abantu b'Imana bumva ko Bibiliya irimo ibintu byinshi batazi. Imana yasezeranye gutanga umukiza—"urubyaro" rwagombaga kujanjagura umwanzi (Intang. 3:15). Ndetse Ibyanditswe byavuze ubuhanuzi bwinshi ku Mukiza kugira ngo abantu bamumenye kandi bamwizere. Byasabye intambara nyinshi no kuzerera mu butayu igihe kirekire kugira ngo urubyaro rw'Imana rurindwe. Ariko amakuru arambuye ku byerekeye umugambi w'agakiza w'Imana yakomeje kuba ibanga, ari byo byateje ibibazo byinshi: Ni nde wagombaga kudukiza ububi bwacu n'icyaha cyangije isi? Ni iki cyagombaga kurangiza umujinya Imana yari ifitiye icyaha? Ni gute twari kurokoka igihano twari dukwiriye?

Bibiliya ivuga ko ingaruka z'ibyaha byacu—imyitwarire cyangwa ibikorwa byacu binyuranyije n'amategeko y'Imana—ari ugutandukana n'Imana. Burundu. Ariko Imana ntiyigeze ishaka ko inkuru yacu irangira gutyo. **Gutandukana n'Imana byashoboraga gusobanura gutandukana n'ikintu cyose cyiza, cy'igikundiro, cy'ubwenge,**

gitunganye, gihebuje, cy'ubutwari, kandi cy'ukuri. Twari kubura ikintu cyose cyiza kiranga Imana.

Hashize igihe kinini bisa nk'aho ijambo ry'Imana ryagiye naryo. Isezerano rya Kera ryavuze ibyo kuza k'Umukiza—Mesiya, Umucunguzi Imana yasezeranye. Hashize igihe kinini, abahanuzi babwira ubwoko bw'Imana kwitegura Umukiza **bihana** (bava mu byaha byabo bakagarukira

> **Kwihana:**
> Kuva mu byaha tukagarukira Imana.

Imana). Ariko byabaye nk'aho Imana iretse kuvuga. Isezerano rya Kera rirangira gutyo.

Guceceka... no gutegereza.

Kugeza umunsi igihe gikwiriye cyageze, *Umukiza mwiza akaza* (Gal. 4:4). Imana yaretse guceceka, ihishura ubwiru bw'ubushake Bwayo (Ef. 1:9), kandi ivugana natwe binyuze mu Mwana Wayo, Yesu (Heb. 1:2). Uwavuze ibiremwa bikabaho yagaragaye *muri ibyo biremwa* avugana natwe. Yari umuntu n'Imana mu buryo bwuzuye. Yesu yiswe Emanweli, bisobanura "Imana iri kumwe natwe" (Ezay. 7:14; Mat. 1:23). Ijambo ry'Imana ryaje mu buryo bw'umuntu aho kuba ubw'inyandiko (Yohani 1:14). Ni iki Ijambo ry'Imana ryari kuvuga?

Mu ntangiriro nta na kimwe, kuko yavutse nk'uruhinja—umwana muto umwe twizihiriza isabukuru ku munsi twita Noheri. Aho gushaka umubyaza no gutegura ibyo uruhinja ruzakenera, Mariya nyina wa Yesu yamaze iminsi ye ya nyuma yo gutwita akora urugendo rurerure, mu mihanda y'ibitaka. Igihe we n'umugabo we Yozefu bageraga i Betelehemu kugira ngo babarurwe ku bw'itegeko ry'Abaroma, uwo mujyi muto wari wuzuye abantu benshi ku buryo batashoboye kubona icumbi. Nuko Mariya abyara umuhungu we mu kiraro cy'amatungo kandi amuryamisha mu muvure bagaburiragamo amatungo (Luka 2).

Ntibyumvikana. Ariko Yesu, Umwami w'ijuru n'isi yavutse mu buryo bwa gikene kubera impamvu.

Urukundo ruhebuje Yesu yakunze abo yaremye rwatumye agambirira gusiga icyubahiro yari afite. "We nubwo yari asanzwe afite kamere y'Imana,... yaretse ibye byose ... ahinduka nk'umuntu" (Filip. 2:6-7). **Yabaye umukene kugira ngo tube abatunzi ku bw'imbabazi n'ubuntu by'Imana** (2 Kor. 8:9).

Aho gutanga riza abami n'abatunzi ko Yesu yavutse, abamarayika babitangarije abungeri—b'abakene kurusha abandi. N'ibyaremwe

Kristo:
"Uwasizwe" n'Imana. Ni ijambo ryasemuwe mu Kigereki rivuye mu ijambo ry'Igiheburayo ryitwa Mesiya.

byatangaje icyubahiro cy'Imana ubwo inyenyeri idasanzwe yabihishuriraga abanyacyubahiro-b'abanyabwenge kurusha abandi. Ibiremwa bisanzwe n'ibidasanzwe byatangarije isi kuvuka kwa Yesu, bibimenyesha abakomeye n'aboroheje, abakire n'abakene. **Jambo ry'Imana yaje ku bwa bose**.

Kuki Umukiza yaje muri ubu buryo? Yesu yicishije bugufi aba umwe muri twe kugira ngo adukorere icyo tutari gushobora kwikorera. **"Kristo utarigeze akora icyaha Imana yamubazeho ibyaha byacu, kugira ngo muri we tubarweho ubutungane bwayo"** (2 Kor. 5:21). Ubu ni **Ubutumwa bwiza**–inkuru nziza–mu murongo umwe. Fata umwanya wongere uwusome.

Ubutumwa bwiza:

"Inkuru nziza." Ni inkuru nziza ivuga ko urupfu rwa Yesu rwishyuye ikiguzi cy'ibyaha kandi ko uhindukirira Yesu muzima wese akamwizera wenyine akizwa, akababarirwa, akaba mushya, kandi akabona ubugingo buhoraho.

Mu rukundo ruhebuje, Imana yatanze Umwana Wayo w'Ikinege, Yesu kugira ngo abeho ubuzima butunganye kandi ababare ndetse ahanirwe ibyaha byacu. Bamushinje ibinyoma, baramukubita cyane, kandi bamutera imisumari ku musaraba. Mu by'ukuri, **twari kujya ku musaraba**, ariko "Yarakomerekejwe kubera ubwigomeke bwacu, yarababajwe kubera ibicumuro byacu... Uhoraho yamugeretseho ibicumuro byacu twese" (Ezay. 53:5-6). Yesu yababajwe igihano cy'ibyaha byacu byose, "ndetse si ibyacu gusa ahubwo n'iby'abantu bo ku isi yose" (1 Yohani 2:2). **Yagiye ku musaraba mu cyimbo** cyacu. Twibuka igitambo cya nyuma cya Yesu ku wa Gatanu Mutagatifu buri mwaka. Turacyavuga icyo gikorwa–kandi abantu baracyicwa bazira kukivuga–aho umwaka ushize hapfuye abarenga ibihumbi bibiri. Ariko, Imana ishimwe kuko Inkuru Yayo itarangiriye aho.

Nyuma y'iminsi itatu, byose byarahindutse. Ibyago byahindutse intsinzi! Urupfu rwaraneshejwe maze Yesu Kristo azuka mu bapfuye! Yabonekeye abantu barenga magana atanu, amara igihe yigisha kandi akomeza abigishwa Be maze azamuka mu ijuru. Ntiyongeye kwiyunga n'isi gusa, ahubwo yaduciriye n'inzira yo kuzabana na We mu ijuru iteka ryose. Dushobora gupfa mu buryo bw'umubiri tukabora kubera ingaruka zo kuba mu isi yaguye. Ariko umwuka wacu/ubugingo bwacu bizabaho iteka ryose kuko Yesu yanesheje urupfu aduha ubugingo buhoraho binyuze mu kumwizera.

Ubwiyunge: Kuvugurura cyangwa kongera kugira ubusabane.

Kuba Yesu yaranesheje urupfu biduha natwe ububasha bwo kunesha icyaha. Intsinzi Ye ni yo twizihiza kuri Pasika–ku Cyumweru cy'Umuzuko. N'Imana yizihiza iyo ntsinzi! **Kwiyunga** kwacu na Yo birayinezeza kuko idukunda cyane. "Urukundo nyarwo nguru: si uko ari twe twakunze Imana, ahubwo ni uko ari yo yadukunze maze ikohereza Umwana wayo kuba icyiru cy'ibyaha byacu." (1 Yohani 4:10).

Imana yaduhaye impano y'agaciro muri Yesu Kristo. "Ibihembo by'ibyaha ni urupfu, ariko impano y'Imana ni ubugingo buhoraho duherwa muri Kristo Yezu Umwami wacu" (Rom. 6:23). Nk'uko twishimira impano yose iyo tuyakiriye tukayifungura, ni ko **dukeneye *kwakira* impano y'ubuntu idusubiza mu busabane n'Imana.** Gute? Dusanga Yesu kandi tureka ibyaha byacu. Dusaba Imana imbabazi maze tugakurikira Yesu nk'Umuyobozi wacu.

Umukiranutsi: Utabera, inyangamugayo, umwere, utagira inenge, utagira icyaha.

Birababaje kuko abantu benshi banze iyi mpano. Bamwe ntibemera ko bakwiriye guhanwa kubera ibyaha byabo. Bumva ko hari ibyo bashobora gukora kugira ngo babe **abakiranutsi**. Ariko Bibiliya ibivuga neza ngo: "Nta muntu n'umwe w'intungane ubaho" (Rom. 3:10). Nta mwiza n'umwe ubaho kuko "bose bakoze ibyaha, ntibagera ku kigero cy'ikuzo ry'Imana" (Rom. 3:23). Abandi banze Yesu kuko bemera ko hari inzira nyinshi zabageza mu ijuru. Ariko Bibiliya igakomeza ivuga ngo: "Nta wundi agakiza kabonekaho, kuko ku isi yose nta wundi Imana yahaye abantu ufite ubushobozi bwo kudukiza" (Ibyakozwe n'intumwa 4:12). Yesu ubwe yaravuze ngo, "Ni jye nzira n'ukuri n'ubugingo. Ntawe ujya kwa Data atanyuze kuri jye." (Yohani 14:6). Na Yesu yabajije Se niba hari ubundi buryo yadukiza bitamusabye gupfa ku musaraba (Mat. 26:39–42). **Ariko nta bundi buryo bwari buhari**. Yesu yagombaga gupfa. Muri Yesu ni ho honyine tubonera imbabazi tukiyunga n'Imana.

Iyo dusabye Yesu imbabazi, icyaha kidutandukanya n'Imana kivaho. Ubu dufite Umwuka w'Imana uba muri twe, udufasha kubaho ku bwa Yesu buri munsi. Tugatangira guhinduka! Ntitukigengwa n'icyaha. Imana yatwakiriye nk'abana mu muryango Wayo, kandi turi abayo. Ntakongera gutandukana, nta no gucirwaho iteka kundi (Rom. 8). Turakunzwe. By'iteka ryose.

Kandi iyi ni *intangiriro* y'inkuru yacu nyakuri n'Imana. Ejo tuzareba uko bigenda iyo duhindutse bashya.

Reka Bibiliya Ivuge:
Ezayi 53 (Wanasoma: Yohani 19–20)

Reka Ubwenge Bwawe Butekereze:

1. Ezayi 53 yanditswe kera cyane mbere ya Yesu. Hari uwo uzi mu mateka wasohoje ubu buhanuzi?

2. Wigeze uhabwa impano ya Yesu y'imbabazi n'ubugingo bw'iteka? Niba ari yego, ni nde wasangiza iyi mpano uyu munsi? Niba atari yego, wakwakira impano Ye nonaha? **Kugira ngo umenye byinshi kuri iki cyemezo gikomeye, soma inyandiko yitwa "Akira Yesu uyu Munsi" iri ku mpera z'Umunsi wa 7**.

Reka Ubugingo Bwawe Busenge:
Mwami, Ijambo Ryawe rivuga ko wazanywe no gushaka abazimiye no kubakiza, barimo nanjye (Luka 19:10). Ndagushimira kuri iyi mpano y'agaciro, kandi mfasha gusangiza abandi iyi mpano... Mu izina rya Yesu mbisabye, amina.

Reka Umutima Wawe Wumvire:
(Ni iki Imana ishaka ko umenya, uha agaciro, cyangwa ukora?)

Imana Ihindura Byose Kuba Bishya: Iremwa Rishya

Erega iyo umuntu ari muri Kristo aba icyaremwe gishya, ibya kera biba bishize byose bikaba bihindutse bishya. Ibyo byose Imana ni yo yabikoze. Yiyunze na twe ikoresheje Kristo, nyuma idushinga umurimo wo kubwira abantu ngo biyunge na yo.
2 Abanyakorinti 5:17–18

Tubitekerejeho gato, benshi muri twe twagize ibihe mu buzima bwacu twifuza ayandi mahirwe. (Bamwe muri twe bifuje menshi kurusha abandi.) Ahari ni ijambo twavuze rikadukoza isoni cyangwa rigakoza isoni undi muntu. Ahari ni ikintu twakoze cyangwa tutakoze twicuza. Iyo dusubira inyuma tukabona andi mahirwe, tuba twaragize andi mahitamo meza. Tukifuza gutangira bundi bushya.

Ni mu bice bike gusa tubona ingingo yo "gutangira bundi bushya" muri Bibiliya. Inkuru ngari y'Imana itangirana n'iremwa. Ariko igihe icyaha cyangizaga byose, Imana yerekanye imbabazi n'ubuntu bitagira akagero, yemera kurema bundi bushya–Ibyaremwe Byayo byongera kuremwa. Yego, mu *Iremwa Rishya*, Imana yatunganyije ikintu cyose cyangijwe n'icyaha. Yatangiriye ku bantu bafite ishusho Yayo–wowe nanjye. Iraduhindura ikavugurura ikintu cyose cyangijwe n'icyaha–n'ubusabane bwacu n'Imana.

Ntitukihisha Imana nka Adamu na Eva.
Ubu dusanganira Imana.

Ntitukiba mu mwijima w'icyaha.
Ubu turi mu mucyo, twabohowe ingoyi y'icyaha.

Ntitucyerekana ububi bw'isi.
Ubu twerekana ineza y'Imana mu isi.

Izi mpinduka zishoboka gusa muri Yesu. Imana yahinduye abafite ishusho Yayo ibagira nk'Umwana Wayo, we "shusho y'Imana itarebwa n'amaso" (Kol. 1:15), "Uwo Mwana w'Imana ni we urabagirana ho ikuzo ryayo, ni na we ubonekwaho n'imiterere yayo nyakuri." (Heb. 1:3). Muri urwo rugendo rw'iremwa rishya, "tuzagirana isano na wa Muntu w'ijuru" (1 Kor. 15:49).

Iremwa rishya rigaragaza kuremwa. Nk'uko kuremwa kwa mbere byavuye kuri Yesu nk'Imana Umuremyi, ni ko n'iremwa rishya ryavuye kuri Yesu (Yohani 1:3; Kol. 1:16). Imana "ni yo yaduhanze ituremera muri Kristo Yezu" (Ef. 2:10). Mu kurema, Imana yaravuze habanza kubaho umucyo. Imana yongera kurema bundi bushya ihereye ku mucyo—umucyo mu buryo bw'umwuka. "Umucyo ubandurire mu mwijima," ni na yo yatumye urumuri rwayo rubandurira mu mitima yacu kugira ngo ikuzo ryayo tubonera mu maso ha Kristo, turimenye ritumurikire" (2 Kor. 4:6). Hanyuma, tukerekana umucyo Wayo mu isi y'umwijima.

Imana ni Imana idahindagurika. Yabwiye Adamu na Eva ngo "mubyare mugwire" (Intang. 1:28), no mu iremwa rishya, turabyara tukagwira—mu buryo bw'umwuka. Dukurira mu mbuto z'umwuka z' "urukundo, ibyishimo, amahoro, kwihangana, kugira neza, imico myiza, kudahemuka, kugwa neza no kumenya kwifata." (Gal. 5:22–23). Imbuto zacu zituma tuzana abandi kuri Yesu, maze tukagwira mu buryo bw'umwuka igihe twumviye itegeko rya Kristo ryo "kugenda tugahindura abantu abigishwa" (Mat. 28:19).

Ariko hari uburyo kuremwa bundi bushya bitandukanye no kuremwa kwa mbere. **Nta bufatanye bwabayeho mu iremwa ryacu rya mbere, ariko mu kuremwa bundi bushya habaho ubufatanye**. Duhitamo kwizera Imana no kwemera ibyo ivuga mu Ijambo Ryayo. Ariko abantu bafite inkuru ndende yerekana ko banze Imana. Igitekerezo cyo kureka iby'isi tukizera Imana kidutera ubwoba no guhangayika. Ubanza ari yo mpamvu Imana ihora idutera intege muri Bibiliya ngo ntidutinye. Igihe ubuzima butagenze nk'uko twabitekerezaga n'abantu bakatubabaza, dukwiye kwegera Imana. Dushobora kutayumva kubera gutinya kongera kubabara. Ariko urukundo rw'Imana ni rwo rudukiza, ruduhindura, kandi rudukomeza tukabasha kuyizera. Guhitamo gufatanya n'Imana bituma turemwa bundi bushya kandi tukagera kure haruta aho twatekerezaga (Yohani 10:10).

Ushobora kubona ayo magambo akomeye, cyangwa ukibaza uburyo ubuzima burenze uko ubutekereza. Icyo ni cyo uru rugendo rwo kwizera ruzagufasha kumva. Tuzamenya byinshi birebana no kuba icyaremwe gishya icyumweru gitaha. Noneho, menya ko ubufatanye mu kuremwa bundi bushya bisobanura kwizera Yesu nk'Umukiza wacu, no gukurikira Yesu nk'Umwami wacu–Umuyobozi w'ubuzima bwacu. Tumubaza icyo ishaka gukora mu buzima bwacu kuko "tubaho dushimisha Kristo," aho kubaho twishimisha (2 Kor. 5:15).

Kwizera Yesu ni ingenzi mu kuremwa bundi bushya. Mu kwizera, dusabwa kwemera ko azi ibyiza bidukwiriye. Ariko icyo cyemezo cyo kwizera ntikibaho rimwe gusa mu buryo bworoshye. **Gukurikira Yesu ni amahitamo ya buri gihe, rimwe na rimwe ya buri munota**. Twakira Yesu nk'Umukiza wacu mu gihe runaka ariko tugomba guhitamo gukurikira Yesu nk'Umwami uhereye icyo gihe tumwakiriye–bikaba ibya*buri munsi*. Yesu atubwira ngo, "Ushaka kunyoboka wese nareke kwiyitaho, ahubwo atware umusaraba we uko bukeye ankurikire" (Luka 9:23).

Ariko nk'uko ubizi, gukurikira Yesu *buri munsi* birakomeye. Kubera iki?

Iyo Yesu adukijije, Imana iduha amahirwe yo kongera gutangira dufite umutima mushya. "Nzabaha umutima mushya mbashyiremo n'ibitekerezo bishya. Nzabakuramo umutima ukomeye nk'ibuye mbashyiremo umutima uboneye." (Ezek. 36:26). Ariko imitima yacu mishya iba mu mibiri yacu ya kera. Imitima yacu mishya na kamere yacu ya kera y'icyaha ntibivuga rumwe. Intumwa Pawulo yasobanuye iki kibazo cyo mu mutima avuga ngo: "igihe nshaka gukora ibyiza, ibibi bintanga imbere. Mu mutima wanjye Amategeko y'Imana aranshimisha, ariko muri kamere yanjye nsangamo ibindi bintegeka birwana intambara n'amategeko yemewe n'umutima wanjye. Ibyaha ni byo bitegeka kamere yanjye bikangira imfungwa" (Rom. 7:21–23). Iki kibazo ni cyo kitunaniza ntitubashe gukurikira kamere yacu y'icyaha cyangwa gukurikira Yesu.

Imana ishimwe kuko hariho uburyo bwo kunesha kamere yacu y'icyaha tukabasha gukurikira Kristo: urukundo. Ni byo, inkuru yawe nyakuri itangirira ku rukundo Imana igukunda (Yohani 3:16). Ariko ubuzima bwawe, intego yawe, inkuru yawe bihindurwa n' *urukundo Yesu agukunda* hamwe n' *urukundo ukunda* Yesu. Iyo umaze kumenya urukundo rw'Imana ruhebuje (Ef. 3:17-19), ruraguhindura kandi rugatuma ukurikira Yesu. "*Koko urukundo rwa Kristo ni rwo rubiduhatira.*, twemera ko uwapfiriye abantu bose ari umwe... [kugira ngo] abakiriho be gukomeza kubaho bishimisha, ahubwo babeho bashimisha Kristo wabapfiriye maze akazuka." (2 Kor. 5:14-15). Dukunda Yesu kuko ari we wabanje kudukunda (1 Yohani 4:19) kandi twifuza kubyerekana tumwumvira (Yohani 14:21). Ariko urukundo rw'Imana ntirushingira ku byo dukora–rushingira kuri kamere Yayo. Kandi kuba nka Kristo ni cyo gisobanuro cyo kuremwa bundi bushya. Yesu yari azi imbaraga z'urukundo Rwe. Ni cyo gituma yadutegetse ngo: "mukundane... nk'uko nabakunze" (Yohani 13:34). Ariko ni gute twakunda nk'Imana?

Uru rukundo rudasanzwe ruturuka ku isōko idasanzwe: Umwuka Wera (Icyumweru cya 7). Iyo dukijijwe, turemwa bundi bushya–tukabyarwa ubwa kabiri–n'imbaraga z'Umwuka (Yohani 3:5-8). Umwuka Wera aza kuba muri twe. Urukundo ni imbuto Ye. Urukundo ni yo mpano ikomeye atanga (1 Kor. 13). Urukundo *ntiruva ku* Mana gusa; urukundo *ni* Imana (1 Yohani 4:7-8). Iyo twemeye kuyoborwa na Yesu, urukundo rudutembamo kandi rukatuyobora mu kuri.

Gukurira mu rukundo rw'Imana, tubasha kuyimenyera mu Ijambo Ryayo (Icyumweru cya 5). Kandi gukunda Imana bituma dukunda ikintu cyose kiyerekeyeho–harimo ubushake Bwayo n'inzira Zayo. Uko twumvira Imana, twiga kuyizera, no kumenya ko amategeko Yayo ari twe afitiye akamaro kandi yubahisha Imana. Ariko zirikana ko, **kuremwa bundi bushya *atari* ugukurikiza amategeko; ni ukongera gusabana n'Imana**. Muri ubwo busabane bwiza, duhinduka nk'uwaduhaye ishusho. Muri make, kugira ngo twerekane Imana tugomba gukora ibyo ikora. Turakunda (Yohani

15:12). Turababarira (Kol. 3:13). Tugira impuhwe (Luka 6:36). Turi abera (Lev. 20:26).

Wamaze gutangira urugendo rwo kuremwa bundi bushya? Ntucike intege. **Imana itanga andi mahirwe yo gutangira n'ibyishimo bishya mu ntambwe nto zose utera ziganisha ku kuyumvira**. "Erega ntawe ukwiye guhinyura imirimo y'ibanze y'umushinga, kuko Uwiteka yishima iyo abonye umurimo utangira." (Zak. 4:10). Soma ibyo intumwa Pawulo yanditse avuga uko yabaye icyaremwe gishya:

> Si ukuvuga ko namaze... kuba indakemwa. ahubwo ndacyahatana kugira ngo mbishyikire nk'uko nanjye Kristo Yezu yanshyikiriye. Bavandimwe, sintekereza ko namaze kubishyikira. Oya, ahubwo icyo nkora ni kimwe, nibagirwa ibyahise maze nkihatira gusingira ibiri imbere. Ndaharanira kugera aho dutanguranwa ngo negukane igihembo Imana imfitiye mu ijuru, mbikesha Kristo Yezu ari na byo yampamagariye. (Filip. 3:12–14).

Ushobora kuba ukiri ku murongo wo gutangiriraho, ariko komeza usiganwe. Ejo tuziga ku bihembo byo mu ijuru Imana idusezeranya.

Reka Bibiliya Ivuge:
Abanyaroma 12 (Wanasoma: 1 Yohani 4:7–21)

Reka Ubwenge Bwawe Butekereze:
1. Kuki ingeso zacu za kera z'ibyaha zidahita zishira iyo duhindutse bashya?

2. Ni gute wakwerekana Yesu mu bandi? Ni izihe ntambwe nto zo kumvira wamaze gutera?

3. Kuki wifuza *gusabana* n'Imana cyane kuruta *gukurikira amategeko* mu bufutanye ugirana na wowe mushya?

Reka Ubugingo Bwawe Busenge:
Data, mpindura muri Kristo. Mu gihe Cyawe gikwiriye, utunganye icyaha cyose cyanyangije. Ijambo Ryawe rivuga ko watangije umurimo mwiza kandi ko uzawukora ukawunononsora nitubonana mu ijuru (Filip. 1:6). Ndagushimiye ko waseze ranye kumpindura mushya kuko mfite ishusho Yawe. Mfasha kukwizera no kukumvira mu gihe umpindura kuba nka Yesu, We shusho Yawe itunganye... Mu izina rya Yesu mbisabye, amina.

Reka Umutima Wawe Wumvire:
(Ni iki Imana ishaka ko umenya, uha agaciro, cyangwa ukora?)

Ubuzima Hanyuma y'Urupfu

Hanyuma mbona ijuru rishya n'isi nshya. Ijuru rya mbere n'isi
ya mbere byari byavuyeho… . Numva ijwi ry'uvugira kuri
ya ntebe ya cyami, avuga cyane ati: "Ubu Imana ije gutura
hagati mu bantu, ibane na bo maze babe abantu bayo.
Imana ubwayo izabana na bo [ibe Imana yabo]. Izahanagura
amarira yose ku maso yabo, kandi urupfu ntiruzongera kubaho
ukundi. Ntawe uzongera gupfusha cyangwa kuboroga,
cyangwa kuribwa kuko ibya mbere bizaba bivuyeho." Nuko
Uwari wicaye kuri ya ntebe ya cyami aravuga ati: "Dore
byose mbihinduye bishya… Byose birarangiye."
Ibyahishuwe 21:1, 3–6

Hari ikintu Yesu yavuze nshaka ko utekerezaho. Yesu yaravuze ngo,
"Ni jye kuzuka n'ubugingo, unyizera wese naho yaba yarapfuye
azabaho. Kandi uriho wese unyizera ntazigera apfa" (Yohani 11:25–
26). Ibi bivuze iki kuri wowe?

Komera nshuti yanjye: imva si ryo herezo. Yesu yavuze ko ijuru
ari ahantu habaho, ni ubwami *nyabwo*. Umunsi umwe, twese abizera
Yesu nk'Umwami n'Umukiza wacu tuzabanayo. Ariko se turasabwa
iki muri iki gihe?

Nubwo tuzabona ijuru mu hazaza, Imana itubwira **gutumbira
ibiri hejuru *muri iki gihe*** (Kol. 3:1–2). Dore impamvu:

- Ntitwumva hari ibyo twifuza cyane mu mitima yacu, tujye twibuka ko twaremewe ibiruta ibyo. Kuko ntituri ab'iy'isi, ni cyo gituma tutazigera tunyurwa muri iy'isi (Yohani 17:16).
- Nitubabazwa n'uburwayi hamwe no gupfusha, tujye twibuka ko tutaremewe gupfa. Imana yashyize mu bitekerezo byacu ubugingo bw'iteka (Umubw. 3:11), kandi urupfu rubabaza Uhoraho (Zab. 116:15).
- Nitubabazwa n'ikibi n'akarengane, tuzibuke ko Yesu ari ku ngoma. Ntahangayikishwa n'ejo hazaza. Ni we utegeka byose, kandi azaca imanza zitabera. Ari gutegura aho azabana n'abamwizera, kandi yasezeranye kuzagaruka kutujyana (Yohani 14:1-2).

Yego, Yesu ari kudutegurira aho tuzabana—ahantu hitwa ijuru. Rimwe na rimwe hagaragazwa nabi nk'ahantu hari ibicu, n'abamarayika bacuranga imyirongi, n'amateraniro arambirana. Ibyo si ukuri na gato.

Kugira ngo dusobanukirwe ijuru, tugomba kongera kureba mu Ijambo ry'Imana, aho rivugwa inshuro zirenga 200 mu Isezerano Rishya gusa. Iki gihugu cyo mu ijuru kigaragara nk'ahantu hagari kandi hafite ubusitani bwiza cyane n'uruzi rw'amazi y'ubugingo, umujyi munini ufite amarembo atatse amabuye y'agaciro n'imihanda y'izahabu (Heb. 11:16; Ibyah. 21). Hazabayo amazu, ibirori, inshuti, n'ibyishimo. Yesu yerekana ko ijuru ari ahantu habaho aho tuzagira imibiri itunganye kandi tukabasha kumenyana (Luka 24:39-40). Ntituzahinduka abamarayika (nk'uko bamwe babivuga), ariko tuzabana na bo. Ntituzarambirwa na rimwe kuko tuzagira ibyishimo n'umunezero by'iteka ryose (Zab. 16:11). Ibyaha byacu n'imibiri yacu ipfa ntibizongera kwica ubusabane bwacu n'Imana. Ubwiza Bwayo buzaba umucyo wacu: "Nta joro rizongera kubaho, kandi bazaba batagikeneye urumuri rw'itara cyangwa urw'izuba, kuko Nyagasani Imana azababera urumuri." (Ibyah. 22:5).

Kugira ngo umenye uko ijuru rizaba rimeze, reba iruhande rwawe maze utekereze isi yacu itagira icyaha.[1] Isi ni ikigereranyo cy'ijuru (Heb. 8:5). Imana yaraturemye kugira ngo tube mu isi kandi ishaka kubana natwe hano. Ni byo, icyaha cyangije isi mu gihe runaka, ariko Imana ntizigera ireka umugambi ifitiye isi cyangwa twebwe.

---

1 Randy Alcorn, *Heaven Study Guide* (Nashville: LifeWay Press, 2006), 36-37.

Umunsi umwe, ubwami bw'Imana buzaza mu isi maze yongere kuba nshya itarimo icyaha. Hanyuma Imana izabana natwe iteka ryose.[1] Ni bwo umugambi Imana yahoranye kuva kera uzasohora. Imana izavuga ngo, "Dore ngiye kurema ijuru rishya n'isi nshya, ibya kera ntibizibukwa ukundi kandi ntibizatekerezwa." (Ezay. 65:17).

Nta marira azabayo, cyangwa imibabaro, cyangwa urupfu, cyangwa agahinda (Ibyah. 21:4), *ariko kandi* ntihazongera kubaho umwanya wo kubwira abandi Yesu.

Yesu ni we wenyine wadukuraho ibyaha kandi akatugeza mu rugo rwo mu ijuru amahoro. Imana iratunganye kandi ntibera. Ntiyakwemera ko icyaha kiba ahantu iri. Ni cyo gituma tugomba kubwira abandi inkuru ya Yesu y'agakiza hakiri kare. Abo tuzi bose bazapfa kandi bacirwe urubanza (Heb. 9:27), ariko dushobora kubabwira Yesu bitababaho.[2]

Abantu benshi ntibazi iby'umunsi w'urubanza–ari wo munsi ukomeye mu hazaza hacu. Imirimo y'umuntu wese izasuzumwa, ariko abantu bose si ko bazacirwa urubanza rumwe.

Bibiliya ivuga ku manza ebyiri–rumwe rw'abizeye n'urundi rw'abatizera. Urubanza rw'abizeye rwitwa urubanza rwo ku ntebe ya Kristo (Rom. 14:10–12; 2 Kor. 5:10). Aho si ahantu bazabarizwa iby'agakiza; abizeye bamaze kuba aba Yesu kuko bizeye ibyo yabakoreye (Ef. 2:8–10). Ariko uru rubanza ruvuga uko imirimo myiza izahishurwa. Abizeye bazahabwa ingororano ("amakamba") z'ibyo bakoze mu isi bihishura ubudahemuka bwabo mu gukurikira Yesu (1 Kor. 3:11–15; 2 Tim. 4:8; Yakobo 1:12; 1 Pet. 5:4).

Muri urwo rubanza, Imana izasuzuma ubugingo bw'abizeye, iduhembere ibyo twakoze...

... mu rukundo (1 Kor. 13; Filip. 1:9–11),

... mu mbaraga Zayo (Zak. 4:6; Yohani 15:5), no

... ku bw'icyubahiro Cyayo gusa (1 Kor. 3:11–15; 4:4–5).[3]

Abizeye benshi ntibazi ko uru rubanza ruzagena ibyo tuzahabwa n'umwanya tuzagira w'iteka ryose.[4] Ingororano n'inshingano zo mu ijuru tuzahabwa bizashingira ku rukundo n'ubudahemuka twereka Imana *muri iki gihe*. Biratangaje, sibyo? Ibyo dukora none bifite

---

1 Isa. 65:17–25; Matt. 19:28; Rev. 21.

2 Menya uko wabwira abandi Yesu mu byumweru 3 na 7.

3 Woodrow Kroll, *Facing Your Final Job Review: The Judgment Seat of Christ, Salvation, and Eternal Rewards* (Wheaton, IL: Crossway Books, 2008), 136–137.

4 Mat. 6:19–21; Luka 19:12–27; 1 Kor. 3:11–15; Ibyah. 2:26; 22:12.

ingaruka z'iteka ryose. Nanone, dukwiye kumenya ko uru rubanza *atari* urwo kubona agakiza. Ntacyo twakongera ku murimo Yesu yarangije ku musaraba.[1] Ikindi, muri uru banza si bwo icyaha kizacirwaho iteka (Rom. 8:1). Ibyaha byacu byamaze gukurwaho "nk'uko iburasirazuba ari kure y'iburengerazuba" (Zab. 103:12). Urubanza rwo ku ntebe ya Kristo si uguhana icyaha ahubwo ni ukugororera abakoze neza kandi bihanganiye imibabaro. Ariko ingororano ikomeye izaba kubona "inyenyeri yo mu rukerera," Yesu Kristo Ubwe (Ibyah. 2:28). Tuzaba mu bwiza bw'Imana yacu *iteka ryose*.

Kwishimira kubana n'Imana no kubona Yesu amaso ku maso bizahindura ibintu byose. Kubera guhura na We, "tuzamera nka we, kuko tuzamureba uko ari." (1 Yohani 3:2). Ni bwo Imana izaduhindura bashya wose kandi ikadusubiza ishusho Yayo mu buryo bwuzuye. "Azahindura iyi mibiri yacu yoroheje ayigire nk'uwe ufite ikuzo" (Filip. 3:21). "Ndetse twebwe ab'imibiri ipfa ikabora, nitumara kwambikwa idapfa ntinabore ni bwo bizaba nk'uko rya jambo ryanditse ngo: "Urupfu ruratsinzwe burundu!" (1 Kor. 15:54).

Ukuri kubabaje ni uko atari abantu bose bazizera Yesu. Si bose bazajya mu ijuru kandi ngo babe no mu isi nshya. Biragoye kubyemera ariko ni ko kuri: abatizera Yesu wenyine kugira ngo abakize bazapfira mu byaha byabo. Nitwizirika ku byaha byacu–ntitwemere kubireka cyangwa tukibeshya ko dushobora kubyikemurira ubwacu–tuzirengera ingaruka z'ibyo byaha kandi tuzatandukana n'Imana iteka ryose. **Tugomba kwemera Yesu agahanwa ku bwacu, cyangwa tugakomeza gucirwaho iteka** (Yohani 3:17–18).

Ushobora kwibaza ngo, "iki cyemezo gishoboka gute?"

Niba ushobora gukunda by'ukuri ni kimwe n'uko ushobora no kwigomeka. **Imana yaturemye mu buryo tubasha guhitamo kuyikunda cyangwa kuyanga.** Uwanga Yesu aba yanze igitambo rukumbi cy'ibyaha Imana yatanze kugira ngo twongere gusabana na Yo. Nk'uko twabivuze mbere, abanga Imana amaherezo bazatandukana n'ikintu cyose cyiza cy'igikundiro, cy'ubwenge, gitunganye, gihebuje, cy'ubutwari, kandi cy'ukuri.

Abatizera bazacirwa urubanza rwitwa urubanza rwo ku ntebe y'ubwami nini kandi yera. Uru rubanza ruzaba rutandukanye n'urubanza rw'abizeye, aho bazahemberwa imirimo myiza gusa

---

1   2 Kor. 5:21; Heb. 10:12; 1 Pet. 2:24; 1 Yohani 2:1–2.

kuko imirimo y'ibyaha bakoze izaba yarakuweho na Yesu. Urubanza rwo ku ntebe y'ubwami nini kandi yera ruzahana imirimo yose mibi yakozwe n'abanze kureka ibyaha byabo:

> Nuko mbona intebe ya cyami nini kandi yera de y'Imana, mbona n'Uyicayeho. Isi n'ijuru biyihungira kure birabura rwose. Mbona n'abapfuye, abakomeye n'aboroheje bahagaze imbere y'iyo ntebe. Nuko ibitabo birabumburwa. Habumburwa n'ikindi gitabo, ari cyo gitabo cy'ubugingo. Abapfuye bacirwa imanza zishingiye ku byo bakoze, uko byanditswe muri ibyo bitabo. Inyanja igarura abapfuye yari ibitse. Urupfu ubwarwo n'ikuzimu bigarura abapfuye byari bibitse. Nuko bose bacirwa imanza zishingiye ku byo bakoze. Urupfu n'ikuzimu bijugunywa mu kiyaga cyaka umuriro. Icyo ni cyo rupfu rwa kabiri. Umuntu wese batasanze yanditswe mu gitabo cy'ubugingo, na we arohwa mu kiyaga cyaka umuriro. (Ibyah. 20:11-15)

Ikuzimu ntihagenewe abantu. Ni "umuriro w'iteka wateguriwe Satani n'abamarayika be!" (Mat. 25:41). **Ikuzimu si mu bwami bwa Satani; ni ahantu ho kubabarizwa. Nta bubasha ahafite**. Abanga Yesu Kristo bazatandukana n'Imana iteka ryose—batandukane n'ibyiza byose—babe aho hantu hateye ubwoba. "Bazahabwa igihano cyo kurimbuka bajyanwe kure ya Nyagasani, batandukanywe n'ikuzo rye n'ububasha bwe" (2 Tes. 1:9).

Ntidukunda kuvuga cyangwa gutekereza ku kuzimu, nyamara inyigisho zose zivuga ku kuzimu ni Yesu wazigishije. Yasobanuye neza akaga kari mu kuzimu kuko atifuzaga ko hari umuntu n'umwe wajyayo. Ikuzimu ni ahantu hateye ubwoba h'imibabaro n'agahinda, ni mu muriro n'umwijima, "aho hantu, inyo z'abapfu ntizishiraho kandi umuriro ubatwika ntuzima." (Mariko 9:48). Yesu atwingingira kwanga ikuzimu: "Niba ikiganza cyawe cyakugusha mu cyaha ugice. Icyaruta ni uko wakwinjira ahari ubugingo buhoraho ufite ikiganza kimwe, aho kujya mu nyenga y'umuriro utazima ufite ibiganza byombi." (Mariko 9:43). Mu by'ukuri, Yesu ntatubwira guca ibiganza byacu; Aratubwira gukora ibishoboka byose kugira ngo tumwizere nk'Umwami n'Umukiza.

Niba waravuye mu byaha ukizera Yesu wenyine kugira ngo agukize, uzaba mu bwiza Bwe ako kanya ubwo umubiri wawe uzaba umaze gupfa (Luka 23:43; 2 Kor. 5:6–8).[1] Twese hamwe na bene Data muri Kristo tuzavuga mu ijwiri rirenga tuti: "Haleluya! Nidushime Nyagasani Imana yacu Ishoborabyose, kuko yimye ingoma. Nitunezerwe twitere hejuru tumusingize!" (Ibyah. 19:6–7).

Hagati aho, reka twitegure. Reka dukundane neza mu mbaraga z'Imana ku bw'icyubahiro Cyayo yonyine! Reka tubwire abandi Yesu kugira ngo na bo bazabane na We mu ijuru.

---

1 Niba wifuza kumenya byinshi kuri iki cyemezo gikomeye, jya ku nyandiko yitwa "Akira Yesu uyu Munsi" iri ku mpera z'Umunsi wa 7.

Reka Bibiliya Ivuge:
Ibyahishuwe 21:1–22:5 (Wanasoma: Luka 16:19–31)

Reka Ubwenge Bwawe Butekereze:

1. Kumenya iby'ijuru n'ikuzimu byahinduye gute uburyo ubona iby'iki gihe?

2. Kumenya ko Imana izahemba abakoze neza byahinduye gute uburyo ukoresha igihe cyawe mu isi?

3. Kuki dukwiye gukora imirimo yacu yose mu rukundo, mu mbaraga z'Imana no ku bw'icyubahiro cy'Imana gusa?

Reka Ubugingo Bwawe Busenge:
Mwami, uraza vuba. Ijambo Ryawe rivuga ko ngomba guhoza umutima ku byo mu ijuru atari ku byo ku isi. (Kol. 3:2). Ndagusaba kumfasha kubona ibintu byose n'abantu bose mu mboni y'iteka ryose. Mfasha gukoresha neza ubuzima bwanjye hano ku isi. Nshoboza gukorera Yesu no kumuvuga mu bandi... Mu izina rya Yesu mbisabye, amina.

Reka Umutima Wawe Wumvire:
(Ni iki Imana ishaka ko umenya, uha agaciro, cyangwa ukora?)

UMUNSI WA

7

Inkuru y'Imana– Tumbira Yesu

Duhange Yezu amaso we nkomoko y'ukwizera kwacu, akaba ari na we ukunonosora. Yihanganiye kubambwa ku musaraba ntiyita ku isoni bimutera, kuko yazirikanaga ibyishimo abikiwe. Ubu yicaye iburyo bw'intebe ya cyami y'Imana.
Abaheburayi 12:2 BIR

Wabonye inkuru y'Imana nyakuri kandi y'ubutsinzi mu rugendo rwacu rw'iki cyumweru–n'ibice byayo bine. Ni yo nkuru yonyine isobanura uko ibintu byose byatangiye (iremwa), uko ibintu byose byangiritse (icyaha), uko ibintu byose byari gucungurwa (Yesu), n'uko ibintu byose bizashira (iremwa rishya).[1] Noneho, twamaze gusobanukirwa neza aho twatangiriye n'aho tuzasoreza. Ibi bice bine bitwereka ishusho y'iteka ryose ituma tumenya uko twita ku biri ngombwa kuruta ibindi n'uko duhangana n'ibibazo by'ubu buzima.

Ariko wabonye ko Yesu agaragara muri buri paji y'inkuru? Inkuru y'Imana ishingiye kuri Yesu, "We nkomoko y'ukwizera kwacu, akaba ari na We ukunonosora" (Heb. 12:2 BIR). Soma uyu murongo ukurikira mu Byanditswe–buhoro. Reba uko Inkuru y'Imana ihishura Kristo:

Kristo ni ishusho y'Imana itarebwa n'amaso. Ni na we Mwana wayo w'impfura wabimburiye ibyaremwe byose kubaho. Ni we Imana yakoresheje irema ibintu byose, ari ibyo mu ijuru n'ibyo ku isi, ari ibyo

---

1 Hugh Whelchel, "The Four-Chapter Gospel: The Grand Metanarrative Told by the Bible," Institute for Faith, Work & Economics, February 14, 2012, https://tifwe.org/the-four-chapter-gospel-the-grand-metanarrative-told-by-the-bible/.

amaso areba n'ibyo atareba, ari ibinyabwami cyangwa ibinyabutegetsi, cyangwa ibinyabutware cyangwa ibinyabushobozi. Byose byaremwe na we kandi ni we byaremewe. Yariho mbere ya byose, ni na we uhuriza hamwe byose akabikomeza. Ikindi kandi ni we mutwe ugenga umubiri we, ari wo Muryango w'Imana. Ni we shingiro rya byose, ni na we wabimburiye bose kuzuka kugira ngo afate umwanya w'ibanze muri byose. Koko Imana yishimiye ko ibyuzuye muri yo byose biba mu Mwana wayo, maze yunga ibintu byose na yo ikoresheje uwo Mwana wayo, ari ibyo ku isi ari n'ibyo mu ijuru, izana amahoro bitewe n'amaraso yamenewe ku musaraba. (Kol. 1:15–20 BIR)

Inkuru y'Imana ivuga Yesu. Tekereza uburyo buri gice cy'Inkuru y'Imana kivuga kuri **Yesu, We Tangiriro n'Iherezo** (Ibyah. 22:13):

1. Ibyaremwe byabayeho kubera **Yesu, Umuremyi wacu n'Umutangabugingo** (Intang. 1:26; Yohani 1:3; Ibyakozwe n'intumwa 3:15).

2. Icyaha cyatugize imbohe, ariko Imana yasezeranye kohereza **Yesu, Umukiza wacu kugira ngo atubohore** (Intang. 3:15; 12:3; Gal. 1:4).

3. Yesu yaraje aradupfira. Igihano cy'ibyaha byacu cyabaye kuri **Yesu, Umukiza wacu** (Luka 23:33–34; Ibyakozwe n'intumwa 4:12).

4. Kuremwa bundi bushya byatumye twongera gusabana n'Imana binyuze kuri **Yesu, Umukiza n'Umwami wacu** (1 Pet. 2:24; Ibyah. 19:16). Ndetse Yesu azahindura ibintu byose bibi arema ijuru rishya n'isi nshya.

Inkuru y'Imana ishingiye kuri Yesu. N'iyawe ni uko. Inkuru yawe ishingiye ku buryo wemera icyo Yesu yagukoreye ku musaraba.

Ibyo waba *warakoze* byose, Imana yakubabarira.[1]

Ibyo waba*warakorewe* byose, Imana yagukiza.[2]

Ukwiriye gukizwa! Kandi iyo Yesu agukijije, ntagukiza ibyaha gusa. *Yesu aragukiza akaguha* intego nziza na kamere nshya (Ef. 2:10). **Imana yandutse inkuru yawe. Uri igihangano Cyayo, kandi waremwe ku bw'intego nziza yihariye**. Iyi ni intangiriro. Gumana natwe. Tuzacukumbura inkuru yawe icyumweru gitaha.

---

1 Zab. 103:12; Mariko 3:28; Rom. 5:20; Ef. 3:20; 2 Pet. 3:9.
2 Zab. 72:12–14; 22:24; 23:3; 34:18; Luka 4:18–19; 2 Kor. 5:17.

Akira Yesu uyu Munsi

Noneho ko wamenye Inkuru y'Imana, nta kabuza ko uzi amahitamo ugomba gufata. Iki ni cyo gihe cyo guhitamo umwanya wawe mu Nkuru y'Imana. Uzakira gute ubutumire bw'Imana? Muri kano kanya, ushobora kwakira imbabazi, ukabohorwa ingoyi y'ibyaha, kandi ukaba umwana w'Imana mu muryango Wayo w'iteka ryose binyuze muri Yesu. Mbese uramwakira (Yohani 1:12)? "Turabinginga mu izina rya Kristo, nimwiyunge n'Imana!" (2 Kor. 5:20). Ntukwiye kubabazwa n'ibyiyumvo by'uko ntacyo uri cyo cyangwa waciriweho iteka, no guhora utinya urupfu n'urubanza. Ushobora kwiyunga n'Imana nonaha.

Ushobora kunanirwa gufata iki cyemezo ubitewe n'ubwoba cyangwa gushidikanya. Ariko ibyo byagushyira mu byago byo kubaho ubabara haba hano ku isi no mu buzima bw'iteka ndetse ugatandukana n'Imana. Ahubwo, shaka Imana n'umutima wawe wose ndetse uyisabe kuguhumura amaso kugira ngo uyizere. Izabikora. Imana itanga ibihamya byinshi birenze ibyo wakenera kugira ngo umenye ko ibaho. Ariko ntizaguhatira kuyikunda. Ugomba kwiyemeza kwakira Yesu.

Kwizera:

Kwizera Ijambo ry'Imana no kurikurikiza tutitaye ku byiyumvo byacu, kuko twizera ko Imana ari nziza.

"Kwizera Imana ni ukwemera ko umaze guhabwa ibyo wiringiye kuzabona kandi ni ukumenya udashidikanya ko ibyo utareba biriho" (Heb. 11:1).

Ushobora kugerageza gukiranuka ku giti cyawe cyangwa kuziba icyuho cyo mu mutima wawe mu bundi buryo. Ariko ibyo wakora byose cyangwa wageraho byose, ntibihagije. Uko wakwikuramo umubabaro kose, iyo utishimye wa mubabaro uragaruka. Imana ishimwe kuko Yesu aruta amakosa yose cyangwa ibyaha byose wakoze. Kuko "ibihembo by'ibyaha ni urupfu" (Rom. 6:23), Yesu yishyizeho igihano cyawe. Urupfu Rwe rwishyuye igihano cy'ibyaha byawe. Kuzuka Kwe avuye mu mva biguhesha ubugingo bushya (Rom. 6:4).

Ariko ntuzagira amahirwe adashira (Mat. 24:44; Luka 12:20). Niba witeguye kwakira Yesu kugira ngo akubabarire kandi ayobore ubuzima bwawe, bimusabe usenga. Musabe kukubabarira ibyaha byawe. Izere kandi wiringire Yesu wenyine kugira ngo agukize. Mushimire ko yagukijije. Musabe kugufasha kuva mu buzima bwawe bwa kera ubeho uko Imana ishaka (2 Kor. 5:15). Bibiliya yigisha ngo, "nubyivugira n'umunwa wawe ko Yezu ari Nyagasani, ukemera mu mutima wawe ko Imana yamuzuye mu bapfuye uzakizwa" (Rom. 10:9). Kwizera bijyana no gushyira mu bikorwa.

Niba wamaze kwakira Yesu, uhawe ikaze mu muryango! Wafashe icyemezo gikomeye mu buzima bwawe. Ubu witeguye gukomeza uru rugendo rwo kwizera.

IBIBAZO BYO KUGANIRAHO MU IBIBAZO

Reka Bibiliya Ivuge:
Abanyefezi 1 (Wanasoma: Ibyahishuwe 19:11–16)

Reka Ubwenge Bwawe Butekereze:
Subiza Ibibazo byo Kuganiraho by'Icyumweru cya 1.

Reka Ubugingo Bwawe Busenge:
Mwami, ndagushimiye ko wahishuye Inkuru Yawe muri Bibiliya. Uzasohoza imigambi Yawe yose, kandi uzahabwa icyubahiro mu byo waremye byose. Data, nyereka umwanya wanjye mu Nkuru Yawe. Mfasha gusohoza imigambi ufite mu buzima bwanjye kandi mpeshe icyubahiro izina Ryawe... Mu izina rya Yesu, amina.

Reka Umutima Wawe Wumvire:
(Ni iki Imana ishaka ko umenya, uha agaciro, cyangwa ukora?)

BYO KUGANIRAHO
MU CYUMWERU CYA:

Subiramo amasomo y'iki cyumweru maze usubize ibibazo biri hano hasi. Ibisubizo byawe ubisangize inshuti zawe nimuhura muri iki cyumweru.

1. Ni gute buri gice cy'Inkuru y'Imana (iremwa, icyaha, Yesu, iremwa rishya) byerekana urukundo Imana idukunda n'uko ishaka gusabana natwe? Ni gute urukundo Imana igukunda ruhindura uburyo uyiyumvamo?

2. Kumenya Inkuru y'Imana byaba byakweretse indi ntambwe ukwiye gutera mu gusabana n'Imana?

    •   Urifuza kwizera Yesu nk'Umukiza wawe?
    •   Urifuza kumvira Yesu nk'Umuyobozi w'ubuzima bwawe?
    •   Urifuza kwibuka ubugingo bw'iteka mu buzima ubamo bwa buri munsi?

3. Kumenya ko nyuma y'urupfu hariho ubuzima bigutera ishyaka ryo kubwira abandi inkuru nziza ya Yesu? Ni nde uzi uri kure y'Imana cyane? Saba Imana kuguha amahirwe yo kumubwira Yesu.

4. Wabonye inshuti ebyiri cyangwa eshatu mwagendana muri uru rugendo? Niba ntawe, ni bande wasaba kwigira hamwe aya masomo ya buri munsi? Niba bahari, ni gute wowe n'inshuti zawe mwateranye intege muri iki cyumweru?

5. Kumenya Inkuru y'Imana uhereye mu itangiriro kugeza ku iherezo bizadufasha kumva uruhare rwacu mu Nkuru y'Imana— ari yo ntego yacu mu cyumweru gitaha. Witeze kumenya iki mu nkuru yawe?

ICYUMWERU
CYA KABIRI

INKURU YAWE,
UWO URI WE

Waratoranijwe

Isi itararemwa Imana yadutoranyirije muri Kristo, kugira ngo
tube intore zayo tudafite umugayo imbere yayo. Kubera
urukundo rwayo, Imana yari yariyemeje kutugira abana bayo
tubiheshejwe na Yezu Kristo, nk'uko yabishatse ikabyishimira.
Abanyefezi 1:4–5

Mu cyumweru gishize twize Inkuru y'Imana. Noneho harageze ko
twiga inkuru yawe. Cyangwa se twongera kwiga inkuru yawe. Kuva
igihe wavukaga, umuco w'isi wagerageje kukubwira uwo uri we.
Waba warabibwiye cyangwa utarabibwiwe, ubutumwa tubwirwa
kenshi ni uko agaciro kacu gaturuka ku mimerere y'umuryango
dukomokamo, ibyo dutunze, uko tugaragara, cyangwa ibyo
twagezeho. Umwanzi w'ubugingo bwacu agoreka inkuru yacu
kugira ngo aduhungabanye, adutere gushidikanya, ubwigunge no
kwiheba. Mu gihe abandi baduhemukiye cyangwa tutakoze ibyo
bari batwitezeho (twihangane–kuko byombi birashoboka kandi nta
ntungane ibaho keretse Yesu), umwanzi atubwira ko tudafite agaciro.
Tukumva tudakunzwe, tutari abo kwifuzwa, tudafite ubufasha, kandi
turi twenyine. Inkuru yacu igasa nk'aho ari inkuru mbi.

Kugira ngo umenye inkuru yawe nyakuri biragusaba kureba
Umuremyi wawe. Biragusaba kumenya uwakuremye. Ni We wenyine
wakubwira icyatumye uremwa. Ni We Wenyine wakwereka ko inkuru
yawe irimo ibyiringiro, urukundo, intego, n'ubugingo buhoraho
bisendereye.

**Imana ni yo Mutangabuzima kandi ni Yo Mwanditsi Mukuru
w'inkuru yawe.** Ntaguha inshingano ngo hanyuma aguterererane.
Ahubwo yifuza ko musabana kandi akagendana *nawe* buri ntambwe.

Uwo uri we wese n'ibyo ukora byose biva mu busabane ufitanye na We. Inkuru yawe ihishurwa iyo ugendana *na We*. "Koko ndi Uhoraho Imana yanyu ibakomeza, ndababwira nti: Mwigira ubwoba nzabafasha." (Ezay. 41:13).

Imana yakuremye ibishaka kugira ngo uyinezeze (Ibyah. 4:11). Yagukunze kuva kera. Ubereyeho kuyinezeza. Ntacyo wakora kugira ngo Imana igukunde kandi nta n'icyo wakora kugira ngo utakaze urukundo rw'Imana.[1] Soma iyo nteruro ya nyuma nanone. Ujye wiyibutsa uko kuri buri mu gitondo mbere yo gutangira umunsi wawe. Amahitamo yawe ni ukwakira urwo rukundo Rwayo cyangwa kutarwakira.

Imana yagutoranyije mbere yo kukurema (Ef. 1:4). Igihe yakuremaga, yahisemo ibikubereye byose yitonze: "Koko ni wowe wandemye, wambumbabumbiye mu nda ya mama...Nkiri urusoro warandebaga, iminsi wanteganyirije kurama wari warayanditse mu gitabo cyawe, wari warayanditse ntaramara n'umwe." (Zab. 139:13, 16). Imana yakuremye yitonze kandi itegura neza iminsi yo kubaho kwawe.

Uri uw'agaciro ku Mana ku buryo yifuza kubana nawe iteka ryose.

Soma ibaruwa iri hasi ya So wo mu ijuru. Buri murongo wayo uva mu Ijambo Ryayo. Tega amatwi witonze ni bwo uzatangira guhishurirwa inkuru yawe muri We.

Mwana Wanjye mwiza,

Nzi ibyawe byose, nzi n'imigenzereze yawe yose.[2] Ndetse n'imisatsi yawe yose narayibaze.[3] **Uri umwana wanjye.** Nakuremye mu ishusho Yanjye[4]–waremwe ku buryo buteye ubwoba kandi butangaje![5] Nakumenye ntarakurema mu nda ya nyoko,[6] kandi nagutoranyije isi itararemwa.[7] Nturi impanuka. Iminsi yo kubaho kwawe yose nayanditse mu gitabo cyanjye, nayiteganyije neza.[8] Nzi n'igihe wavukiyeho kandi ni na njye wahisemo ingabano z'aho ugomba gutura.[9]

Abantu batanzi bansobanura nabi. Simba kure kandi sinkunda kurakara, ahubwo ngira impuhwe kandi nkatinda kurakara.[10] Ni njye

1 Yohani 15:9–11; Rom. 5:6–8; 8:38; Ef. 1:4–5; 1 Yohani 3:16a; 4:8–10. 2 Zab. 139:3. 3 Luka 12:7. 4 Intang. 1:26. 5 Zab. 139:14. 6 Yer. 1:5. 7 Ef. 1:4. 8 Zab. 139:16. 9 Ibyakozwe n'intumwa 17:26. 10 Kuv. 34:6.

ugaragaza urukundo mu buryo bwuzuye.[1] Ngusakazaho urukundo rwanjye kuko uri umwana wanjye,[2] nanjye nkaba So–So utunganye.[3] Nguha byinshi birenze ibyo so wo mu isi yaguha.[4] Ni njye ukubeshaho.[5] Ndi Umubyeyi ugira impuhwe nyinshi kandi uguhumuriza mu byago byawe byose.[6] **Iyo ubabaye, mba hafi yawe.**[7] Umunsi umwe, nzaguhanagura amarira yose nkumare imibabaro yawe yose.[8]

Umugambi ngufitiye w'ahazaza ni uw'ibyiringiro bisendereye[9] kuko ngukunda urukundo ruhebuje, urukundo ruhoraho iteka ryose. [10]Ntiwava mu rukundo rwanjye.[11] Urukundo ngukunda ntirubarika kuko rumeze nk'umucanga wo ku nyanja.[12] Ngutekerezaho buri gihe, kandi nkakwishimira ndirimba.[13] **Uri ubutunzi bwanjye;**[14] **ngira uwawe**. Nshakisha nk'ushaka ubutunzi.[15] Nunshakana umutimwa wawe wose, uzambona.[16] Ndabigusezeranyije. Wishimire muri njye, kandi nzaguha ibyo umutima wawe wifuza[17]–nyuma y'ibyo byose, naguhaye ibyo wifuzaga byose, kandi ni njye waguhaza njyenyine. Nshobora kugukorera ibiruta cyane ibyo wibwira.[18] Nyizera.[19]

Wari uzi ko ngukunda cyane nk'uko nkunda Umwana wanjye, Yesu?. Ndagukunda. Namutanze kugira ngo mpamye ko ngukunda, ntakwanga.[20] Simbara ibyaha byawe.[21] Singambiriye kugushinja amakosa yawe. Si uko nteye. Ni cyo gituma natanze Yesu kugira ngo ahanwe mu cyimbo cyawe kandi agukureho ibyaha byawe byose.[22] Byaragiye! Ntabwo byakongera kuntandukanya nawe. Urupfu rwa Yesu ni rwo rwerekanye urukundo ngukunda.[23] Niwemera impano y'Umwana wanjye Yesu, nanjye uzaba unyemeye, kandi nta na kimwe kizongera kugukura mu rukundo rwanjye.[24]

Ngwino mu rukundo, abo mu ijuru bose bazishima nuhagera![25] Kuva kera nahoze ndi So. Nzakomeza kuba So. Ikibazo cyanjye ni iki, ushobora kunyizera nk'umwana wanjye?[26]

Ugukunda,
So, Imana ishobora byose

1 1 Yohani 4:8.
2 Rom. 8:15.
3 Mat. 5:48.
4 Mat. 6:9–15.
5 Filip. 4:19.
6 2 Kor. 1:3–4.
7 Zab. 34:18.
8 Ibyah. 21:4.

9 1 Pet. 1:3.
10 Yer. 31:3.
11 Rom. 8:38–39.
12 Zab. 139:17–18.
13 Sof. 3:17.
14 Ivug. 7:6.
15 Mat. 6:33; 13:44.
16 Yer. 29:13.

17 Zab. 37:4.
18 Ef. 3:20.
19 Imig. 3:5–6.
20 Rom. 8:31–32.
21 2 Kor. 5:19.
22 2 Kor. 5:21.
23 1 Yohani 4:10.
24 Mat. 10:40; Rom. 6:23; 8:39.

25 Luka 15:7, 24.
26 Byakuwe mu gitabo *Father's Love Letter* cya Father Heart Communications, 1999. Cyakosowe kandi gikoreshwa hatanzwe uruhushya.

Reka Bibiliya Ivuge:
Zaburi 139 (Wasoma na: 1 Yohani 3:1–3)

Reka Ubwenge Bwawe Butekereze:
1. Abantu cyangwa umwanzi bageragza kwandika inkuru yawe gute?

2. Gusoma ibaruwa Imana yakwandikiye byari bimeze gute? Ni ibihe bintu bibiri cyangwa bitatu byagufashije gusobanukirwa uko uko Imana ikubona?

3. Ni ibihe bitekerezo byaguteye intege cyane? Niba hari ibyakugoye kwemera cyangwa utari usanzwe uzi, bishakire mu byanditswe.

Reka Ubugingo Bwawe Busenge:
Data, ndagushimiye ko wampisemo. Ndagushimiye ko wandemye. Ndagushimiye ko wanshyize mu Nkuru Yawe. Mfasha kuba hafi yawe mu gihe tugendana muri iyi itarahishurirwa ... Mu izina rya Yesu, amina.

Reka Umutima Wawe Wumvire:
(Ni iki Imana ishaka ko umenya, uha agaciro, cyangwa ukora?)

Uri Umuramyi

Ibifite ubuzima byose nibisingize UHORAHO.
Zaburi 150:6

Igihe abo mu ijuru no mu isi bose bari bategereje cyari kigeze–ari cyo gihe cyo kuramya Imana mu buryo bushya ku bantu bose, b'ibihe byose. Mesiya wasezeranijwe n'Imana, Uwasizwe, yari amaze kuza. Umuryango wa Yesu wamusabye kwihishura, ariko igihe Cye cyari kitaragera (Yohani 2:4). Mu gihe kidasanzwe, n'ahantu hadasanzwe, ni bwo Yesu yagombaga guhindura abanyabyaha akabagira abaramya b'Imana b'ukuri.

Watangiye nk'umunsi usanzwe w'urugendo, ariko Yesu yari azi ko agiye kugirana ikiganiro n'umuntu wagombaga guhinduka by'iteka ryose. Yohereje abigishwa Be kujya gushaka ibiryo maze abategerereza ku iriba. Umusamariyakazi yagiye gushaka amazi, atazi ko ahahurira na Yesu. Yagiye mu kazi ke nk'uko bisanzwe ariko yiyumva nk'utagifite agaciro. Ubuzima bwe bwari bwarangijwe n'imibabaro hamwe n'ibihe bikomeye yanyuzemo. Yesu yari abizi, ari na yo mpamvu yakoze urugendo rurerure aramutegereza.

Yabajije ibibazo bikomeye ku iriba.[1] Amagambo ya Yesu yamukoraga ku mutima akerekana ibyari bimurimo. Yagaragazaga ibibazo ku kintu cyose Yesu yamubazaga, ariko Yesu yamweretse ukuri. Amaherezo, yahishuye ikibazo yari afite mu mutima we: ikibazo cyo gusenga. Ni he dukwiriye gusengera? Hano cyangwa Hariya? Ariko Yesu yari azi ko gusenga bidasaba kuba ahantu runaka, cyangwa imigenzo y'idini, ahubwo bikorerwa imbere mu mutima.

---

1 Inkuru y'Umusamariyakazi iboneka muri Yohani 4:1-42.

Yezu aramubwira ati: "Mugore, nyemera. Igihe kizagera abantu babe batagisengera Imana Data, haba kuri uriya musozi haba n'i Yeruzalemu. Mwe musenga uwo mutazi, naho twe dusenga uwo tuzi kuko agakiza kava mu Bayahudi. Igihe kigiye kuza ndetse ubu kirageze, maze abasenga by'ukuri bazasenge Data mu kuri bayobowe na Mwuka, kuko abasenga batyo ari bo Data ashaka. Imana ni Mwuka, abayisenga bagomba kuyisenga mu kuri bayobowe na Mwuka." (Yohani 4:21–24)

Umugore aramubwira ati: "Nzi ko Mesiya, uwo bita Kristo agiye kuza. Naza azatubwira byose." (Yohani 4:25).

Hanyuma mu buryo bukomeye kandi butangaje, Yezu aramubwira ati: "Ni jye tuvugana." (Yohani 4:26).

Igihe cyo gusenga by'ukuri cyarageze! Ariko se kuki Yesu yahishuye ubumana Bwe kuri *uyu mugore* muri ubu *buryo*?

Data yashakaga abaramyi b'ukuri bamusenga mu kuri no mu mwuka. Byasabaga ubusabane, aho kuba amategeko. Bihereye kuri Yesu, yatangiye gukuraho amategeko yashyizweho n'abantu.

Aganira n'Umusamariya.
Abayuda bangaga Abasamariya.

Aganira n'umugore.
Cyaraziraga kuvugisha umugore mu ruhame.

Aganira n'umugore wahukanye kandi wabanaga n'umugabo batasezeranye.[1]
Yesu yakuyeho amategeko yose ashingiye ku muco igihe yavuganaga n'uyu mugore wanzwe kandi wasuzugurwaga.

Ariko inzira z'Imana si zo z'abantu (Ezay. 55:8–9). Mu mpuhwe nyinshi no kutwubaha, Yesu yigishize uyu mugore–natwe–ko ntawe atabona cyangwa atumva. Abo twaba turi bo, icyubahiro twaba dufite cyose, twaba turi abagabo cyangwa abagore, ubwoko bwacu

---

[1] Amakuru nyakuri ku mibereho y'uyu Musamariyakazi ntazwi. Ariko muri icyo gihe, abagabo bari bemerewe kwahukana n'abagore babo ku mpamvu zose zitumvikana. Umugore ntiyari afite ubwo burenganzira. Kuba uyu mugore yaragize abagabo benshi byerekana ko umwanditsi yizera ko uyu mugore yaba yarahukanye kenshi/cyangwa agapfusha abagabo akaba umupfakazi. Iyo aba indaya, ntiyari kwemererwa kongera gushaka, cyangwa ngo abe akiriho (Yohani 8:4–5). Inshoreke ntizemerwaga nk'abashyingiranye mu Bayuda ("kandi n'uwo mubana ubu akaba atari uwawe. " [Yohani 4:18]). Dushingiye ku muco wo mu kinyejana cya mbere, inyigisho zivuga ko uyu mugore yari indaya si ukuri. Uko urushako rwe rwaba rwaragenze kose, uyu mugore yahuye n'ibihe bikomeye kandi bibabaje.

cyangwa akarere dutuyemo, twese twaremewe kuba abaramyi. **Ariko, uko dusenga n'icyo dusenga bivuze byinshi kuri twebwe**. Ni cyo gituma Yesu yaje guhishura Se (Mat. 11:27)—kugira ngo tube abaramyi nyakuri. "Amaraso ye ni yo azaduhumanura, adukize ibikorwa bituzanira urupfu turegwa n'imitima yacu, kugira ngo dukorere Imana nzima." (Heb. 9:14).

Mu byumweru bitaha, tuzaganira uko gusenga bikorwa turebe n'igisobanuro cyo gusenga mu kuri no mu mwuka. Kano kanya, reka tubanze tumenye abo turi bo nk'abaramyi b'ukuri.

Gusenga bikorerwa mu mutima. Twese turasenga, kandi buri gihe. Dusenga ibitegeka imitima yacu byose. Nubwo tuvuga ko dusenga Imana, imitima yacu ishobora kuba ikunda imana y'ikinyoma, cyangwa ikigirwamana ari cyo twebwe ubwacu. Icyaha cya mbere cyaturutse ku cyifuzo cyo "kumera nk'Imana" (Intang. 3:5). Iyo dushatse gutegeka ubuzima bwacu mu buryo butandukanye n'uko Imana ishaka, tuba twiramya. Iyo twitaye ku byo abandi badutekerezaho, turamya imyitwarire yacu. Iyo duhangayitse, turamya ubwoba. Na Satani yari umuramyi, ariko amaze kwigomeka ku Mana, yatangiye kwiramya.

> **Kuramya:**
> Guha ikintu agaciro. Yesu yavuze ko abaramyi nyakuri "basenga Imana mu kuri bayobowe n'Umwuka" (Yohani 4:24). Ibi bisobanuye ko kuramya bibera mu mutima w'umuntu— wicishije bugufi, kandi utunganye.

Isuzume umenye uwo uramya cyangwa icyo uramya:

- *Ni iki mpa agaciro cyane?*

- *Ni iki kigira uruhare runini mu byemezo mfata?*

- Ni *nde nsaba ubufasha mu gihe cy'ibibazo?*

- Ni *nde/ni iki nitangira?*

Akenshi ibintu byiza bihinduka ibigirwamana. Ndetse ibyo bintu bishobora kubamo umuryango, akazi, uburanga, ubuzima, cyangwa akazi k'ubukorerabushake. Niwifuza ibi bintu byiza cyane ukabirutisha Imana, uzahangayika. Nta na kimwe cyanyura intego y'ubuzima bwacu cyaruta kunezeza no kuramya Imana. Iyo turetse ikintu kigateka imitima yacu mu cyimbo cy'Imana, kwishimira Imana biratugora. Ndetse biratugora kwishimira ibintu byiza Imana iduha. Ariko iyo Yesu abaye ishingiro ry'ubuzima bwawe—iyo **Kristo ahindutse ubuzima bwawe** (Kol. 3:4)—ibintu byose bigusunukira kuba mu busabane bwihariye na We. Ubasha kumwishimira kandi ukishimira ibyiza aguha. Ni cyo gituma bidatangaje kuba Amategeko Icumi ashingira ku kuramya:

"Ndi Uhoraho Imana yawe, nagukuye mu Misiri aho wari inkoreragahato. "Ntugasenge izindi mana, ahubwo ujye unsenga jyenyine. "Ntukiremere ikigirwamana cyangwa ishusho isengwa y'ibiri mu ijuru, cyangwa ku butaka, cyangwa mu mazi. Ntukabipfukamire kandi ntukabiyoboke. Jyewe Uhoraho Imana yawe ndi Imana ifuha, mpana abanyanga. (Kuv. 20:2-5)

Imana ntishaka igice cy'ubuzima bwawe, nubwo cyaba ari igice kiruta ibindi bice byawe byose. **Yifuza *kuba* ubuzima bwawe**. Mwembi, Imana nawe mubana mu bintu byose bikubaho. Mu buzima bwawe bwa buri munsi, Imana ikorera muri wowe kandi ikagukoresha. Muri ubu busabane bwihariye, gusenga bihinduka ubuzima busanzwe bugaragaza urukundo, kubaha Imana no kuyiramya. Twegurira Imana byose—umutima, ubugingo, ubwenge, n'imbaraga—kuko ibikwiriye byose (Mariko 12:29-30). Ibyo dukora byose—keretse icyaha—bishobora gukorwa kugira ngo binezeze Imana mu gikorwa cyo kuramya.

Ikibazo ni uko twese dufite imitima ihindagurika. Dukeneye gahunda yatuma dukomeza kwiyegurira Imana. Bibiliya itubwira uko: Tugira ibitekerezo bivuguruye (Rom. 12:2)—ibinyoma tukabisimbuza ukuri—dukoresheje Ijambo ry'Imana. Ibitekerezo byacu birakomeye bitangaje. **Ibyo dutekerezaho biraguka**. Uko dutekereza ku Mana cyane, ni ko turushaho kuyiramya. Ariko umwanzi n'isi biraturangaza. Tugomba "kunesha imigambi yose yo kugomera Kristo" (2 Kor. 10:5).

Nk'uko ubizi, abacakara ntibishimira gukomeza kuba abacakara. Nuko rero, tugomba guhitamo gutekereza "iby'ukuri n'ibikwiye icyubahiro, ibitunganye n'ibiboneye, ibikundwa n'ibivugwa neza… ingeso nziza n'igikwiye gushimwa cyose" (Filip. 4:8). Ibuka kuyungurura ibitekerezo byawe byose *n'amagambo* ukoresheje Abanyafilipi 4:8. Nubikora gutyo, uzagira imitekerereze mizima ituma ukora ibyubahisha Imana, ari na bwo bundi buryo bushya bwo kuramya Imana. "Ikintu cyose mukora, mujye mugikorera guhesha Imana ikuzo" (1 Kor. 10:31). N'umurimo muto cyane uhinduka uwera iyo ukozwe wubahisha Imana. Ramya Imana uko uri kose *n'* ibyo ukora byose.

Turamya Imana kuko tuyikunda, atari ku bw'itegeko cyangwa izindi nyungu tuyikeneyeho. Ntituramya Imana kugira ngo twemerwe na Yo cyangwa ngo tuyihatire kuduha umugisha. Imana ntikinishwa. Ibona ko twihisha mu idini, kandi ko tuvuga amagambo y'ubusa: "Nyagasani aravuze ati: "Aba bantu bampoza ku rurimi, banyubahisha iminwa gusa, ariko imitima yabo imba kure. Barushywa n'ubusa bansenga, inyigisho bigisha ni amategeko y'abantu gusa." (Ezay. 29:13). Imana ishaka umutima wawe, ntishaka amagambo yawe. Niba wumva ko usenga ubihatiwe, saba Imana kukwihishurira. Yisabe kuzuza umutima wawe ibitangaza. **Iyibutse Imana iyo ari yo n'ibyo yakoze**.

Igihe Umusamariyakazi yamenyaga uwo baganiraga, yarizeye. Yasize ibintu byose ku birenge bya Yesu maze yiruka ajya kubwira abantu bose ko Mesiya yaje (Yohani 4:28–29). Yaramije Imana bivuye mu mutima maze abantu benshi bo mu mujyi we barizera (Yohani 4:39). Ntibyamusabye kuba mu mahugurwa adasanzwe cyangwa kwiga amashuri y'iyobokamana y'ikirenga. Ahubwo byamusabye guhura na Yesu gusa. Kandi ibyo byari bihagije kugira ngo ubuzima bwe buhinduke. Ndetse n'ubuzima bw'abantu bamwumvise. Yabaye umuramyi nyakuri. Nawe wamuba. Itegereze Umuremyi *umurebeye mu byo* yaremye. Ishimire ko agira neza, ari uwo gukundwa, afite ubwenge, atunganye, ari mwiza, umunyembaraga, kandi ariho by'ukuri. "Ni we udutera kwishima" (Zab. 33:21).

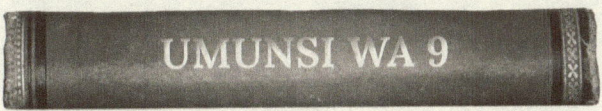

Reka Bibiliya Ivuge:
Ibyahishuwe 5 (Wasoma na: Zaburi 145)

Reka Ubwenge Bwawe Butekereze:
1. Uyu munsi wize ko ibyo utekerezaho cyane bigira ingaruka ku mibereho yawe yose. Gutekereza ku Mana cyane uyiramya bihindura gute imyitwarire n'ibikorwa byawe?

2. Ni ibihe bintu byiza bikurangaza bikakuvana ku Mana?

3. Utekereza ko gusenga Imana "mu kuri no mu mwuka" bisobanuye iki?

Reka Ubugingo Bwawe Busenge:
Mwami, ni wowe wenyine ukwiriye gusengwa. Abayoboke bawe bose nibakwishimire bisesuye (Zab. 40:16). Tegeka ubuzima bwan-jye bwose—ibyifuzo byanjye, amarangamutima yanjye, ibiketerezo n'ibikorwa byanjye. Nunyobora, nzayoboka. Mfasha kubona buri kin-tu cyose nk'amahirwe yo kukuramya... Mbisenze mu izina rya Yesu, amina.

Reka Umutima Wawe Wumvire:
(Ni iki Imana ishaka ko umenya, uha agaciro, cyangwa ukora?)

Warababariwe kandi Wahinduwe Mushya

Nyamara nitwemera ko twakoze ibyaha, Imana yo ni indahemuka n'intabera, ku buryo itubabarira ibyaha byacu kandi ikatweza, ikatumaraho ikibi cyose.
1 Yohani 1:9

Amarira yatembye mu maso ya wa mugore wikubise ku birenge bya Yesu. Yababajwe no kumenya ko ntacyo ari cyo imbere ya Yesu ukwiriye kubahwa. Ibyaha bye byari impumuro mbi kuri we no mu cyumba bari barimo. Buri muntu wese yaramusuzuguraga. Keretse Yesu wenyine. Yamennye icupa rye ryari ryuzuye umubavu w'igiciro awusuka ku birenge bya Yesu. Icyumba kimaze kuzura impumuro y'uwo mubavu, Yesu yamenye ibyo abantu batekereza kuri uwo mugore ko: bamugaye kandi bamusuzuguye. Ariko Yesu yamugiriye ubuntu. Yarebye Simoni maze aramubwira ngo:

"Tuvuge ko abantu babiri bārimo umwenda w'uwabagurije. Umwe yari amurimo ungana n'igihembo cy'imibyizi magana atanu, naho undi ay'imibyizi mirongo itanu. Abonye ko nta wari ufite icyo yamwishyura, bombi abarekera imyenda yabo. None se ni uwuhe muri abo uzarushaho kumukunda?" Simoni aramusubiza ati: "Ndatekereza ko ari uwo yarekeye umwenda munini." Yezu aramubwira ati: "Ubivuze uko biri." Nuko akebuka wa mugore maze abaza Simoni ati: "Urabona uyu mugore? Ninjiye iwawe ntiwampa amazi yo koga ibirenge, ariko we yansutseho amarira ku birenge maze abihanaguza umusatsi we. Ntiwandamukije unsoma, ariko we kuva aho ngereye aha ntiyahwemye kunsoma ibirenge. Ntiwansize amavuta mu mutwe, ariko we yansize amarashi ku birenge. Ni yo mpamvu nkubwira ko amaze kubabarirwa ibyaha bye byinshi, urukundo rwe rwinshi ni rwo rubigaragaza. Naho ubabariwe bike, urukundo rwe ruba ruke." Yezu ni ko kubwira uwo mugore ati: "Ibyaha byawe urabibabariwe." Abatumirwa bari kumwe ku meza batangira kwibaza bati: "Uyu ni muntu ki ugeza n'aho kubabarira ibyaha?" Ariko Yezu abwira uwo mugore ati: "Ukwizera kwawe kuragukijije, genda amahoro." (Luka 7:41–50)

Kubabarirwa biduhindura mu buryo bwuzuye.

Iyo tugarukiye Imana tugasabana na Yo, tuba tumeze nk'abavuye mu rupfu babonye ubugingo. "Mwari mwarapfuye muzize ibyaha byanyu... maze Imana ibazurana na Kristo. Yatubabariye ibicumuro byacu byose," (Kol. 2:13). Ntidushobora kugura imbabazi; kuko ni impano itagereranywa twahawe na Yesu Kristo. Muri Kristo, Imana yaguhinduye icyaremwe gishya mu buryo bwuzuye.

Kwizera Yesu Kristo *ntibitugira beza*. Ntituri abantu beza. **Twahinduwe bashya** (Umunsi wa 5). Iyo Imana ikubabariye, ntikugira mushya gusa ahubwo ikunga na Yo (2 Kor. 5:18)—ikongera gusabana nawe byuzuye kandi ikakwakira mu bwiza Bwayo.

Kera namwe mwahoze kure y'Imana muri abanzi bayo, kubera ibyo mwatekerezaga n'ibibi mwakoraga. Ariko ubu Imana yiyunze namwe ikoresheje urupfu rw'Umwana wayo, watanze umubiri we ho igitambo kugira ngo ibaheshe guhagarara imbere yayo mudafite inenge, nta n'amakemwa cyangwa umugayo. (Kol. 1:21-22)

Tekereza kuba waragaruwe mu bwiza bw'Imana. Uhagaze imbere ye udafite inenge. Ikindi, **Iyo Imana ikurebye, ibona gukiranuka kwa Yesu**. Imana ntiyakuyeho urwandiko rw'ibyaha rwaturegaga gusa, ahubwo yakubazeho gukiranuka gutunganye kwa Kristo (2 Kor. 5:21). Ibyo byitwa **gutsindishirizwa**, ubundi buryo bwo kubabarirwa butangaje. "Imana izatubara nk'intungane... kubera ko twizeye" (Rom. 4:24). Nshuti yanjye, "ubwo ukwemera Kristo kwatugize intungane imbere y'Imana, tubana amahoro na yo tubikesha Yesu Kristo Umwami wacu." (Rom. 5:1). Mbega ukuntu twagiriwe neza tutabikwiriye! Mbega ubuntu butangaje! "Ndanezerewe cyane ku bw'Uhoraho, nsābwe n'ibyishimo ku bw'Imana yanjye. Yanyambitse umwambaro w'agakiza, yanyambitse ikanzu y'ubutungane" (Ezay. 61:10). Waratsindishirijwe kandi wambikwa gukiranuka kwa Kristo kugira ngo ubane amahoro n'Imana.

Tekereza ku magambo meza y'ikigereranyo Bibiliya ikoresha yerekana uko twababariwe:

- "Ibicumuro byanyu bitukura nk'indubaruba, nyamara muzera nk'inyange. Naho byaba bitukura cyane muzera de." (Ezay. 1:18). Iyo Imana ikubabariye, ntiguhanaguraho ibyaha gusa, ahubwo igukuraho n'ikizinga cy'ibyaha byawe.
- "Nk'uko iburasirazuba ari kure y'iburengerazuba, ni ko atubabarira ibyaha akabishyira kure yacu." (Zab. 103:12). Iyo Imana ikubabariye, igutandukanya n'ibyaha byari byaragutandukanyije na Yo.
- "Ibicumuro byacu uzabitsembaho, ibyaha byacu uzabiroha ikuzimu mu nyanja!" (Mik. 7:19). Iyo Imana ikubabariye, itsembaho ibyaha byacu ikabijugunya burundu.

Na Yesu atwereka urugero rwo kubabarira mu nkuru y'umwana w' **ikarara**. Uyu mwana w'umusore yigometse kuri se kandi amubwira nabi amusaba kumuha umugabane we hataragera ko awuhabwa. Yafashe amafaranga ajya mu gihugu cya kure maze yose ayakoresha yiberaho ubuzima bw'icyaha. Inzara yarateye maze wa muhungu ajya gushaka akazi ko kuragira ingurube. Yishwe n'inzara, aba mu mwanda mwinshi, kandi ariheba cyane. Yatekereje ko se akimurakariye,

Umwana w'ikirara: Kwangiza amafaranga cyangwa ubutunzi.

ariko ahitamo gusubira mu rugo kugira ngo byibura asabe akazi k'ubugaragu. Uwo muhungu yahise yerekeza mu rugo.

Ariko akiri kure, se yaramubonye amugirira impuhwe nyinshi; yirukanse gusanganira umuhungu we, aramuhobera maze aramusoma. Uwo muhungu yabwiye se ati, "Data, nacumuye ku Mana nawe ngucumuraho. Singikwiye kwitwa umwana wawe." Ariko se abwira abagaragu be ati: "Nimubangukane ikanzu irusha izindi ubwiza muyimwambike.

Mumwambike n'impeta ku rutoki n'inkweto mu birenge. Muzane cya kimasa cy'umushishe mukibage, maze turye tunezerwe! Uyu mwana wanjye yari yarapfuye none yazutse, yari yarabuze none yabonetse." Nuko batangira ibirori. (Luka 15:20–24)

Uko ni ko Imana itubabarira natwe. **Iyo uyigarukiye, igusanganira aho uri muri ako kanya. Ikakubabarira, ikakwakira, kandi ikishimana nawe. Mu by'ukuri, imbabazi z'Imana ni** ubuntu **butangaje butazigera bushira.**

Ubuntu:
Kugirirwa neza utabikwiriye; gukundwa utabikwiriye.

Kuko nk'abigishwa ba Yesu, dukenera kubabarirwa kenshi. Kandi Imana ihora yiteguye kutubabarira buri gihe. "Ntitukiba mu buja bw'ibyaha," ariko dukomeza gucumura (Rom. 6:6). "Niba tuvuga ko nta cyaha dufite tuba twishuka kandi nta kuri tuba dufite. Nyamara nitwemera ko twakoze ibyaha, Imana yo ni indahemuka n'intabera, ku buryo itubabarira ibyaha byacu kandi ikatweza, ikatumaraho ikibi cyose." (1 Yohani 1:8–9). **Saba Imana kukwereka ibyaha byawe.** Senga uti, "Mana, ungenzure umenye ibyo ntekereza, usesengure ibyanjye umenye ko mpagaritse umutima. Urebe niba hari imigenzereze mibi mfite, unyobore inzira igeza ku bugingo buhoraho" (Zab. 139:23–24).

Kugendera mu mucyo–kwemera ibyaha twakoze–bituma turushaho kuba hafi y'Imana no hafi ya bagenzi bacu: "Ariko niba tugendera mu mucyo nk'uko na yo iba mu mucyo, tuba dufitanye ubumwe kandi amaraso ya Yezu Umwana wayo akatweza akatumaraho icyaha cyose." (1 Yohani 1:7). Tubasha kuba mu mucyo–atari uko turi abanyabyaha, ari ukubera ko twababariwe.

Twakira urukundo n'imbabazi by'Imana gute?

Dukunda kandi tubabarira abandi. **Urukundo n'imbabazi ntibishingira ku marangamutima; tugomba guhitamo gukunda no kubabarira.** Rimwe na rimwe biragoye kandi bifata igihe. Ni cyo gituma Yesu yabonye kwizera kwa wa mugore wamusutseho amavuta ku birenge Bye akibutsa Simoni–hamwe natwe–ko kugira ngo dukunde cyane biterwa n'uko twibuka ko natwe twababariwe cyane (Luka 7:47).

Fata umwanya utekereze ku mbabazi z'Imana mu buzima bwawe. Wacumuye kangahe kandi wasabye imbabazi kangahe? Imbabazi ni impano twese dukenera guhabwa, ariko biratugora kuyitanga. Mu by'ukuri kwanga kubabarira abandi natwe biratubabaza. Kubabazwa n'ibintu bito ukarakara byica ubusabane. Imbuto zisharira zishibuka ku mizi mibi kandi zikangiza byinshi (Heb. 12:15). Iyo dushaririye, dushaka kubabaza abandi ariko bikarangira ari twe twibabaje; tugahinduka imbata z'icyaha (Ibyakozwe n'intumwa 8:23). Ni cyo gituma Imana idusaba kwiyambura gusharira kose no "kubabarirana nk'uko Nyagasani yatubabariye" (Kol. 3:13).

Uwiteka akubabarira vuba kandi akakugirira ubuntu.

Kubabarira ntibisobanura ko wibagiwe cyangwa wirengagije ibibi abandi bagukoreye. Ntugomba kuguma ahantu hari akaga. Bisobanura gusa ko **iyo ubabariye abandi, uharira abagucumuyeho kandi ukizera ko Imana ari yo izakemura ibyaha bakoze, ibikoranye ubuntu Bwayo nk'uko yakemuye ibyaha byawe**. Muri icyo gihe, Imana izagukura mu bubata bwo kutababarira kuko uzaba wayeguriye umubabaro wawe. Ushobora kumva bigoye kubabarira, ariko Umwuka Wera uri muri wowe azagufasha. Nk'uko tubizi, iyo ubabariye urushaho gusa na Yesu.

Petero, umwe mu bigishwa babaga hafi ya Yesu cyane, yahakanye ko aziranye na Yesu inshuro eshatu. Yesu yari yaburiye Petero ko azamwihakana, ariko Petero ashimangira ko bitazaba. Ariko byarabaye maze Petero arirana ishavu ryinshi (Mat. 26). Kubera ubuntu butangaje, Yesu yababariye Petero kandi amwongera imbaraga mu murimo w'ivugabutumwa (Yohani 21:15–19). Uyu Yesu wababariye uwamwihakanye azagufasha nawe kubabarira abandi. Azi imibabaro yawe kuko na We yababaye, ariko itegeko Rye riracyavuga ngo: "Mukunde n'abanzi banyu kandi musabire ababatoteza" (Mat. 5:44).

Niba bikugora kubabarira abandi bakugiriye nabi, reka Imana ikorere muri wowe (Fil. 2:13). Usabwa kubabarira umuntu kenshi igihe cyose wibutse ko yakugiriye nabi. Mubabarire kandi umuharire Imana buri gihe. Umunsi ukurikiyeho ubigenze gutyo... ubisubire n'undi munsi... wongere nanone kugeza aho uzamubabarira burundu. "Ndetse naho yagucumuraho karindwi ku munsi, maze akakugarukira karindwi agira ati: 'Ndihannye', uzamubabarire." (Luka 17:4). **Imana ntiyigeze ishyiraho inshuro tugomba kubabarira, natwe ntidukwiye kuzishyiraho.**

Nk'uko Yesu yabwiye wa mugore, arakubwira nawe ngo: "ukwizera kwawe kuragukijije, genda amahoro." (Luka 7:50). Warababariwe kandi wahinduwe mushya.

Reka Bibiliya Ivuge:
Matayo 18:15–35 (Wasoma na: Zaburi 32; Luka 15:11–32)

Reka Ubwenge Bwawe Butekereze:
1.   Wiyumva gute iyo utekereje uburyo Imana yakubabariye?

2.   Tugomba kubabarira abandi nk'uko twababariwe (Ef. 4:32).
     Ni nde ukwiye kubabarira? Babarira uyu munsi. Uko utinda
     kubabarira, ni ko utinda gukira. Birekere Imana. Wabishobora-
     mu mbaraga z' *Imana.*

3.   Tekereza kuri Matayo 18:21-35. Umaze kubabarira umuntu
     ukumva umutima wawe utangiye kwinangira, ongera
     umubabarire, wibuke ko Imana itubabarira kenshi.

Reka Ubugingo Bwawe Busenge:
*Data, Ijambo Ryawe rivuga ko mu ijuru bishima iyo umunyabyaha
umwe asubiye mu nzira y'Imana (Luka 15:7). Mfasha kubyibuka igihe
nshatse kukwihisha kubera ibyaha byanjye. Nshoboza kukwegera
ntatinya no kugendera mu mucyo, nzirikana ko wihutira kubabarira.
Nyakira nk'umwana wawe. Mfasha kubabarira abandi nk'uko wam-
babariye... Mu izina rya Yesu, amina.*

Reka Umutima Wawe Wumvire:
(Ni iki Imana ishaka ko umenya, uha agaciro, cyangwa ukora?)

Uri Umwana w'Imana

Imana yohereje Umwana wayo… kugira ngo itwemere nk'abana bayo. Kandi kuko turi abana bayo, Imana yohereje Umwuka w'Umwana wayo mu mitima yacu utuma tuvuga ngo, "Aba!" ni ukuvuga ngo: "Data!." Ubu uri… Umwana w'Imana. Kandi kuko uri umwana wayo, Imana yakugize umuragwa wayo.

Abanyagalati 4:4–7

Rahabu yari umuntu udakwiriye kuba mu Nkuru y'Imana, ndetse n'umuryango we ntiwari ubikwiriye. Indaya Rahabu wo mu mujyi w'i Kanani yumvise uko Abisirayeli bavuye mu Misiri. Yamenye ko Imana imwe rukumbi kandi nyakuri ari yo yabakijije ikabarwanirira mu rugendo rwabo rwerekezaga i Kanani. Icyo gihe Abisirayeli bari hafi y'umujyi we. Igihe Imana yayoboraga abatasi ku rugo *rwe*, yerekanye ubutwari bukomeye. Ku bwo kwizera, yahishe abo batasi umwami wabo, ashyira ubuzima bwe mu kaga arengera ubwoko bw'Imana. "Nzi ko Uhoraho yabagabije iki gihugu," Niko yabwiye abatasi. "Koko Uhoraho Imana yanyu ni Imana igenga ijuru n'isi!" (Yoz. 2:9, 11). Rahabu yahishe abatasi b'Abisirayeli, kandi babasha no gutoroka ababahigaga. Nuko Imana ibaha kunesha umujyi wa Yeriko mu buryo bukomeye, inkuta zawo zose zirasenyuka. Ariko yarokoye Rahabu n'umuryango we ndetse ibagira abayo.[1]

Mu Nkuru y'Imana, tubona uburyo umujyi wa Yeriko waneshejwe mu buryo bworoshye. Imana yasenye inkike z'i Yeriko mu buryo butangaje *hatabayeho uruhare rw'umuntu n'umwe*. None se, abatasi bari bakenewe koko? Kuki Imana yemeye ko bashyira ubuzima bwabo mu kaga? Nuko se habaga Rahabu? Rahabu yari akwiye kurokoka.

---

1 Soma inkuru ya Rahabu iboneka muri Yosuwa 2 na 6.

Tubona nyuma ko Rahabu atarokotse mu buryo bw'umubiri gusa, ahubwo no mu buryo bw'umwuka. Rahabu yagombaga kuzaba nyirakuruza w'umwami Dawidi, ikirenze kuri ibyo yagombaga kuba mu bisekuruza bya Yesu (Mat. 1:5). Hatitawe ku mateka ye mabi no kuba yari akomokaga mu banyabyaha. Nubwo yaturukaga mu bwoko bubi butizera Imana. Yitandukanyije n'Abanyakanani maze yegurira Uwiteka ubuzima bwe. N'uyu munsi, Rahabu aracyari urugero rwiza rw'abantu bagaragaje kwizera kandi bakagushyira mu bikorwa: "Mbese Rahabu w'indaya we Imana ntiyamugize intungane bitewe n'ibikorwa bye, igihe yacumbikiraga ba batasi batumwe na Yozuwe akabacikisha abanyujije mu yindi nzira?" (Yakobo 2:25). Imana yaramwakiriye kandi imugirira ubuntu budasanzwe (Heb. 11:31). Yarababariwe, ahindurwa mushya, kandi aba umwana w'Imana yinjira mu muryango w'Imana burundu. Mbega ubuntu butangaje!

Mu bitangaza byose bigendana no kwakira agakiza, kimwe mu biduhumuriza, bikatubeshaho, kandi bikadukomeza ni ukumenya ko twahindutse abana b'Imana. Nka Rahabu, tubasha kubona urukundo rwa Data no kumenya ko yatwemeye, ndetse ko turi umuryango mushya haba hano ku isi no mu ijuru–tutitaye ku mateka yacu, ubwenegihugu bwacu, cyangwa ibyaha twakoze. Guhinduka abana b'Imana ni ukwinjira mu busabane nyakuri, bw'urukundo hamwe n'Imana, kandi ni urufatiro rw'ubutumwa bwiza.

Imana ishaka ko tuba abana bo muryango Wayo burundu–tubyarwa ubwa kabiri tugahinduka abana Bayo (Yohani 3:7). Kandi idutoranya *mbere* ikatugira abayo tubiheshejwe na Yesu Kristo (Ef. 1:5). Ibi bisobanura iki? **Imana iragushaka kandi iragukunda cyane**. "Nimurebe ukuntu Imana Data yadukunze bihebuje, ikaduha kwitwa abana bayo, kandi koko turi bo!" (1 Yohani 3:1).

Muri Kristo, dufite "ubushobozi bwo kuba abana b'Imana." (Yohani 1:12). Imana ishaka kuba So, ukayimenya kandi ukayizera. "dutakambira Imana tuti: "Aba." ni ukuvuga ngo: "Data." Nk'uko Yesu yabikoze (Rom. 8:15). Ibyaha byawe ntibibuza Imana kwifuza kukugira umwana Wayo. Ntitewe isoni nawe. Ititaye ku makosa yose waba warakoze cyangwa wakorewe, **Aba** bisobanura So ahora yifuza kukwakira no kukwemera aho waba uri hose.

Tekereza kuri so wo mu isi. Yakubereye mwiza cyangwa mubi? Yabanaga nawe muri byose cyangwa waramuburaga? Nubwo waba waragiranye umubano mwiza na so wo mu isi, umubano wawe na so wo mu ijuru ni mwiza kuruta uwo. Yesu yifuza ko twishimira ubusabane dufitanye na Data wo mu ijuru. Aratubwira ngo,

"Ntimukagire uwo mwita ngo 'data' kuri iyi si, kuko So ari umwe kandi akaba mu ijuru." (Mat. 23:9). Yesu ntashaka ko twihakana ababyeyi bacu b'umubiri, ahubwo ashaka ko turushaho guha agaciro ubusabane bwacu na Data wo mu ijuru. Tubigenza gute? Dutangira twiga byinshi bishoboka kuri uyu Mubyeyi wacu utunganye.

Ubwa mbere, tugomba gusobanukirwa uburyo Data atwitaho cyane. Atwemera nk'impinja ze mu buryo bw'umwuka kandi akadufasha

> **Aba:**
> Mu rurimi rw'Icyaramaya rwavugwaga mu gihe cya Yesu, ijambo *aba* risobanura data kandi ryakoreshwaga cyane mu muryango no mu masengesho.
>
> Isōko y'amakuru: Robert H. Mounce, Romans, vol. 27, *The New American Commentary* (Nashville: Broadman & Holman Publishers, 1995).

"tuzakura ku buryo bwose... twunzwe ubumwe na Kristo" (Ef. 4:15). "Nk'uko uruhinja rukenera konka, \abe ari ko [natwe] twifuza amata adafunguye ari yo Jambo ry'Imana, kugira ngo atume dukura" (1 Pet. 2:2). Uko dukura dusa na Yesu, twumva ijwi rya Data kandi tukamwigana. Twigana ibikorwa Bye (Ef. 5:1). Ndetse na Yesu yakoze gusa ibyo yabonye Se akora (Yohani 5:19) kandi akora ibyo yumvise Se avuga (Yohani 8:28). Ntiyigeze akora ibyo tumutegetse cyangwa agira icyifuzo kibi agamije kwemerwa. Kumvira kwa Yesu Kristo kwaturukaga mu busabane bwiza yari asangiye na Se. Iyo ukunda umuntu by'ukuri, wishimira KUBIMWEREKA–umwubaha, kandi umwumvira.

Imana iradukunda bihagije ku buryo yiteguye no kuduhana. Nk'abana Bayo, rimwe na rimwe dukeneye guhanwa na Yo mu rukundo. Nta n'umwe muri twe wishimira guhanwa, ariko twese turabikenera. Bitewe n'uko idukunda, Imana iradukosora iyo twagiye kure y'ubushake Bwayo haba mu byo dutekereza, mu myitwarire yacu, cyangwa mu byo dukora: "Koko rero Uhoraho acyaha uwo akunda, nk'uko umubyeyi acyaha umwana akunda" (Imig. 3:12). Imana iradukunda, kandi "uguhana kw'Imana Data bidufitiye akamaro ko kugira ngo tugire uruhare ku buziranenge bwayo." (Heb. 12:10). Imana idukosora kugira ngo iturinde ingaruka mbi z'icyaha. Nk'uko umubyeyi yishimira gukura k'umwana we, ni ko n'Imana yishimira kubona duharanira kugera ku cyo yaduteganyirije (Ef. 2:10).

Data ni we uduha ibyo dukenera byose mu buryo butunganye. "Azi icyo mukeneye mutarakimusaba" (Mat. 6:8). Nuko rero "ntimugaharanire ibyo murya n'ibyo munywa, ngo mube ari byo muhozaho umutima. Ibyo byose abanyamahanga batazi Imana ni byo baharanira, naho mwe So azi ko mubikeneye" (Luka 12:29–30). Mutuze kandi mumenye ko "Imana itazabura kubahundazaho ibyo kubakenura byose" (Fil. 4:19). Niba ababyeyi beza bamenya uko baha abana babo impano nziza, So wo mu ijuru ntazarushaho guha ibyiza ababimusabye (Mat. 7:9–11)?

Imana izi ko dukeneye umuryango–aho kubarizwa. Imana yakira umuntu wese Yesu yakijije nk'umwana Wayo, nuko rero dufite abavandimwe benshi mu muryango wacu w'abizeye (Rom. 8:29). Ni byiza kumenya ko "mu rugo rwa Data harimo amazu menshi" (Yohani 14:2). Ariko nta mwanya uhari wo guhangana mu bavandimwe kuko abana b'Imana bose bangana (Mat. 23:8; Gal. 3:28). Imana ntirobanura ku butoni mu muryango Wayo (1 Pet. 1:17). Ntiduhangana n'abavandimwe bacu cyangwa ngo tugire ivangura; tubitaho. Duha agaciro umwanya bafite mu Nkuru y'Imana (1 Kor. 12). "Ahasigaye mwese muhuze ibitekerezo, muhuze n'umutima, mukundane bya kivandimwe, mugirirane impuhwe kandi mwicishe bugufi" (1 Pet. 3:8). Dushishikarizwa kwitangira bene Data muri Kristo nk'uko Yesu yatanze ubuzima Bwe ku bwacu (1 Yohani 3:16). Iyo dukunda bene Data, tuba tubakunda urukundo rwa Data. **Urukundo ruhebuje ni rwo rukwiye kuranga umuryango**.

Nk'uko imiryango yo mu isi yita ku hazaza h'abana babo, ni ko **Data aha umurage abana Bayo, "abaragwa"** (Rom. 8:17). "Dufite ibyo twiringira bihamye, tubikesha izuka rya Yezu Kristo mu bapfuye. Bityo (dutegereje) umunani twabikiwe mu ijuru utabora, utandura ntunacuyuke." (1 Pet. 1:3–4). Mu ijuru, tuzishimira icyubahiro cy'Imana iteka ryose, ineza Yayo, n'urukundo Rwayo. Ikiruta byose, tuzanezererwa ubwiza Bwayo birenze uko tubyumva (Zab. 16:11). "Umunani wampaye ni nk'ahantu harumbuka!" (Zab. 16:6).

Reka Bibiliya Ivuge:
Yohani 14 (Wasoma no mu: Abaroma 8:15–17)

Reka Ubwenge Bwawe Butekereze:
1. Nshuti yanjye, uri umwana w'Imana ukundwa. Iteka ryose. Umwanya ufite mu muryango w'Imana uratekanye (Yohani 10:29). Hari ikintu kikubuza kumva ko utekanye kandi ukundwa n'Imana?

2. Guhinduka umwana w'Imana—no gutoranywa nka Rahabu—bikubwira iki ku rukundo Imana igukunda?

3. Kubona abandi bizeye bagize umuryango w'Imana bakundwa kimwe kandi bahabwa agaciro kimwe bihindura iki ku mibanire yawe y'iki gihe n'iy'ahazaza (Gal. 3:28–29)? Ni gute watera intege mwene So uyu munsi?

Reka Ubugingo Bwawe Busenge:
Mwami, ndagushimiye ko wangize umwana Wawe. Ijambo Ryawe rivuga ngo, "Nk'uko se w'abana abagirira impuhwe, ni ko Uhoraho azigirira abamwubaha." (Zaburi 103:13). Mfasha kukubona nka Data ugira impuhwe. Mfasha gukura nka Yesu, kandi unshoboze gutuza no kumenya ko uzampa ibyo nkeneye byose. Kandi unshoboze gutera intege umuryango wanjye w'iteka ryose... Mu izina rya Yesu, amina.

Reka Umutima Wawe Wumvire:
(Ni iki Imana ishaka ko umenya, uha agaciro, cyangwa ukora?)

Ntuzigera Uba Wenyine

Unkikije impande zose, ububasha bwawe ni bwo undindisha.
Ukuntu unzi birantangaza, simbasha kubisobanukirwa birandenze!
Mbese aho najya utagera ni he? Ntaho
nabona nkwihisha kuko uba hose!
Nzamutse mu ijuru nagusangayo. Manutse
nkaryama ikuzimu na ho waba uri yo.
N'iyo namera amababa nkaguruka nkajya iburasirazuba,
n'iyo najya gutura iburengerazuba,
aho na ho wanyoboza ukuboko kwawe,
wanyoboza ukuboko kwawe kw'indyo.
Zaburi 139:5–10

Umuriro wamanutse uvuye mu ijuru, utwika abahanuzi b'abanzi ba
Eliya. Igicu cya mbere cy'imvura nyuma y'igihe kirekire cy'amapfa
cyagaragaye mu kirere. Igihugu cya Isirayeli cyahindutse mu buryo
bufatika n'uburyo bw'umwuka, kirihana (1 Abami 18). Eliya yari umuntu
ushakishwa; abantu baramushakishaga kugira ngo bamwice. Nubwo
Eliya yamaze igihe kinini ahamiriza igihugu kigometse ku Mana ko
Imana ari Yo ibeshaho, irinda, kandi igahamya n'ububasha Bwayo,
yari arushye. Yari yananiwe—ndetse yabwiye Imana ngo:

"Uhoraho ndarambiwe," uko ni ko yavuze. "Akira ubugingo bwanjye...
UHORAHO Mana Nyiringabo, nagize ishyaka ryo kugukorera ku buryo
ntabashije kwihanganira ibyo Abisiraheli bagukoreye: bateshutse ku
Isezerano ryawe, bashenye intambiro zawe, bishe n'abahanuzi bawe
nsigara jyenyine, none barampiga kugira ngo banyice." (1 Abami 19:4, 14)

Ariko Eliya ntiyari wenyine. Imana yari kumwe na we. Si we muntu wizeraga Imana wari usigaye wenyine kuko Imana yari yararinze abizeye ibihumbi birindwi batigeze bapfukamira ibigirwamana (1 Abami 19:18). Icyo Eliya yari akeneye ni ugutuza, kuruhuka, no kwibuka. Imana yamuhaye ibyokurya bitunga umubiri we kandi iturisha ubugingo bwe. Hanyuma igihe kigeze, Imana yahaye Eliya ayandi mabwiriza agomba kubahiriza.[1]

Rimwe na rimwe nk'uwizeye Imana ishobora kugukoresha mu buryo bukomeye, hanyuma umwanzi akagerageza kukwihimuraho. Akaguteza gushidikanya, gucika intege, cyangwa kwiheba. Ushobora kumva uri wenyine, ukizera ikinyoma cy'umwanzi kikubwira ko Imana yagutaye cyangwa itagikeneye kugukoresha. Nka Eliya, ukeneye kongererwa imbaraga. Ukeneye "ikiruhuko cya Eliya". Dore ibyo ukwiye kumenya:

Nturi wenyine. Imana—Data, Umwana, n'Umwuka Wera—bahora bari kumwe nawe. Buri munsi na buri munota Imana ihora ishaka kuba hafi yawe. Ni yo mpamvu yakuremye kugira ngo ikwiteho. Ni cyo gituma yohereje Umuhuza kugira ngo arimbure icyaha cyagutandukanyije na Yo. Ni yo mpamvu yohereje Umwuka Wayo ngo ature muri wowe. Ntazigera agusiga wenyine kugira ngo utumva ko yagutaye.

Iyo dushatse abandi kugira ngo badufashe tukababura, twumva turi twenyine. Ariko ku Mana si uko. Imana *ihora* iri kumwe natwe (Zab. 46:1; 139:7–10). *Nturi wenyine.*

Yesu ni Imana iri *kumwe* nawe. Ndetse yitwa *Emanweli*, "Imana iri kumwe natwe" (Mat. 1:23), kuko yabayeho nk'umuntu kandi abana natwe. Yakuze kimwe nk'abandi, arasonza kandi arananirwa. Yarageragejwe. Abantu bamufashe nabi kandi bamurega ibinyoma. Yaragambaniwe, arakubitwa, kandi aricwa. Kubera iyo mpamvu, ibibi twanyuramo byose, Yesu abasha kumenya imibabaro yacu: "Umutambyi mukuru dufite ntananirwa kubabarana natwe mu ntege nke zacu, ndetse yageragejwe ku buryo bwose nkatwe" (Heb. 4:15). Yesu yababajwe nkatwe—ndetse ababazwa birenze—nuko rero azi uburyo adusengera, kandi ahora adusengera buri gihe (Heb. 7:25). Yesu nk'Umutambyi wacu Mukuru ahagarara mu bwiza bw'Imana mu cyimbo cyacu (Heb. 9:24). Ntitugikeneye urusengero i Yerusalemu cyangwa umutambyi wihariye uduhagararira imbere

---

1 Soma inkuru ya Eliya ari hejuru ku musozi iboneka mu 1 Abami 18 na 19.

y'Imana.[1] Nanone, Yesu yasezeranye ko azabana natwe "iminsi yose kugeza ku mperuka y'isi" (Mat. 28:20). *Nturi wenyine.*

Umwuka Wera ni Imana iba *muri* wowe. Yesu avuga ngo, "nanjye nzasaba Data kubaha undi Mujyanama kugira ngo agumane namwe iteka. Uwo ni we Mwuka w'ukuri... Naho mwebweho muramuzi kuko ari kumwe namwe kandi azaba muri mwe" (Yohani 14:16-17). Ari *kumwe* nawe kandi ari *muri* wowe...

- **mu gihe usoma kandi ugatekereza ku Ijambo ry'Imana:** "Umwuka Wera...azabigisha byose kandi azabibutsa ibyo nababwiye byose" (Yohani 14:26).
- **mu gihe usenga:** "Bityo Mwuka adusanga dufite intege nke akatwunganira... Koko ntituzi gusenga nk'uko bikwiye, ariko Mwuka ubwe adusabira ku Mana na we aniha" (Rom. 8:26).
- **mu gihe ugeragejwe:** "[nitugeragezwa] izadushoboza kubyihanganira, iducire n'akanzu ngo tubone uko tubyivanamo." (1 Kor. 10:13).
- **mu gihe ubabaye:** Imana ntizigera *iguha* ihumure n'imbaraga mu gihe cy'ibibazo–ahubwo, *izakwiyereka* kuko ari yo sōko y'ihumure n'imbaraga. Kubana nawe bituma ibasha gukiza umutima wawe ubabaye. "Uhoraho agoboka abafite intimba ku mutima, ahoza abashenguwe n'agahinda." (Zab. 34:19). Ni we mufasha wacu kandi ni na we humure ryacu iteka ryose (Yohani 14:16-17).

Nturi wenyine.

Ntuzigera uba wenyine kuko Imana yaguhaye aho ukwiye kuba: itorero. (Reba "Uko Wabona Itorero Ryiza" kuri paji ikurikira.) Twese tugize umuryango w'Imana w'iteka ryose, kandi Imana itwubaka mu muryango utuyemo Umwuka Wayo (Ef. 2:19-22). "Umuryango wacu w'abizeye" (1 Pet. 2:17) wunze ubumwe ku buryo Imana itwita umubiri wa Kristo (1 Kor. 12:27). Ushobora kuba ari wowe wenyine wizeye mu muryango wawe cyangwa mu mujyi wanyu, ariko muri Kristo uri umwe mu bagize umuryango mugari w'abizeye bo hirya no hino ku isi. Nk'uko Imana yarinze abayizeraga mu gihe cya Eliya,

---

1 Wayne Grudem, *Systematic Theology: An Introduction to Biblical Doctrine* (Grand Rapids, MI: Zondervan, 1994), 626-627.

ni ko irinda abayizera uyu munsi. "Umubiri w'umuntu ni umwe, ariko ukagirwa n'ingingo nyinshi nubwo ari nyinshi, izo ngingo zose zikaba zigize umubiri umwe. Ni ko bimeze no kuri Kristo... kugira ngo ingingo z'umubiri zitiremamo ibice, ahubwo kugira ngo zose ziterane inkunga. Iyo urugingo rumwe rubabaye zose zibabarana na rwo, naho iyo rumwe ruhawe icyubahiro, izindi na zo zirishima" (1 Kor. 12:12, 25–26). Nturi wenyine mu mibabaro yawe. Si Yesu uzi imibabaro yawe gusa, ahubwo "ku isi yose hari abavandimwe banyu muhuje imibabaro" (1 Pet. 5:9). Imana ifata inkuru yawe n'iy'abizera Yesu bose ikabihuriza hamwe mu nkuru Yayo bwite. *Nturi wenyine.*

Kuko utari wenyine, ntukwiye kugira ubwoba –icyo sicyo Imana idushakaho. "None rero ntugatinye kandi ntugakuke umutima, kuko jyewe Uhoraho Imana yawe nzaba ndi kumwe nawe aho uzajya hose" (Yoz. 1:9). Ariko iyo tugize ubwoba, Imana iraduhumuriza nk'uko yahumurije Eliya. Ibyago twahura na byo byose, "Imana ni yo buhungiro bwacu, ni yo itwongerera imbaraga, ni umutabazi uduhora hafi ngo atuvane mu makuba. Ni cyo gituma tutagira icyo dutinya" (Zab. 46:1–2). Imana yari kumwe natwe ejo hashize. Iri kumwe natwe uyu munsi, kandi izabana natwe ejo hazaza. *Ntituri twenyine.*

Uko Wabona Itorero Ryiza

Niba uri umwigishwa wa Kristo ukaba wabona itorero usengeramo, kwifatanya n'umuryango w'abizeye ni ikintu cya mbere ukwiye gusengera, aho ubasha kwigana n'abandi Bibiliya, gusabana, gusangira, n'ibindi byinshi. Niba nta torero riri hafi yanyu, mushobora guteranira mu rugo (byinshi kuri iyi ngingo tuzabivuga nyuma). Ijambo ry'Imana ridusaba kutirengagiza guteranira hamwe (Heb. 10:25). Dukeneye kuba mu muryango w'itorero, kandi dore ibyo wareberaho kugira ngo umenye itorero ryiza:

1. **Umushumba Ukorera Abandi:** Wahamagawe n'Imana, umushumba ufite umutima wita ku bandi, wigisha Bibiliya kandi uyumvira. Ntakwiye kuba umunyagitugu cyangwa umushumba unezeza imitima y'abantu. Akwiye kuba umushumba ushyira hejuru Yesu, aho gushyira hejuru umuntu.

2. **Gukura mu Mwuka:** Itorero rigufasha gukura mu mwuka, rikwigisha uko waba umwigishwa uguma muri Yesu kandi uhindura abandi kuba abigishwa ba Yesu.

3. **Itorero risangira byose:** Abagize itorero bakwiye gukundana

no kwitanaho. Ku buryo bumva ko bagize umuryango wunze ubumwe.

4. **Gufasha abari hanze y'itorero:** Itorero ntiryibanda cyane ku bari mu itorero ahubwo rigera ku bari hanze yaryo aho rikorera ndetse no ku isi yose ribagezaho urukundo rw'Imana mu magambo no mu bikorwa.

Nta torero ritunganye ribaho (Yesu ni we utunganye wenyine). Nubona itorero ryiza, uzabe umwizerwa muri uwo muryango w'abizeye. Ube umwizerwa mu kubahiriza igihe, kwitabira amateraniro ya buri munsi, no gusohoza inshingano zawe neza. Ube umwizerwa mu mpano zawe, ukorane umwete utarebera ku bandi. Ube umwizerwa mu gutanga, wirinde kuba umugugu. Ujye ufata iya mbere mu gusanga abantu no kubakorera ufite umwete. Imana izaguha umugisha.

Reka Bibiliya Ivuge:

Ezayi 41:10–20 (Wasoma no mu: Ivugururamategeko 31:6)

Reka Ubwenge Bwawe Butekereze:

1. Ni gute wakwiyibutsa ko Imana iri kumwe nawe no mu gihe wumva uri wenyine cyangwa ufite ubwoba?

2. Ni gute kumva ko uri kumwe n'Imana bigukomeza kandi bikaguha ibyishimo (Ivug. 31:6)?

3. Hari umuntu uzi wiyumva ko ari wenyine? Mube inshuti. Mwereke ko atari wenyine. Mwereke ko ari kumwe n'Imana uyu munsi.

Reka Ubugingo Bwawe Busenge:

Mana, ndagushimiye ko uhora uri kumwe nanjye, no mu gihe numva ndi jyenyine. Wasezeranyije ko utazigera unsiga cyangwa ngo unyibagirwe (Heb. 13:5). Mfasha kurushaho kumenya ko uri kumwe nanjye. Ndasaba ngo ubwiza bwawe butume ndushaho kugwiza imbaraga n'ibyishimo. Nyereka abantu bumva ko bari bonyine bakeneye kubona ubwiza bwawe n'ineza yawe binyuze kuri njye... Mu izina rya Yesu, amina.

Reka Umutima Wawe Wumvire:

(Ni iki Imana ishaka ko umenya, uha agaciro, cyangwa ukora?)

Uri Uwera

Mube abaziranenge kuko nanjye Uhoraho ndi umuziranenge,
ni cyo cyatumye mbatandukanya n'andi mahanga.
Abalevi 20:26

Muri aka kanya usoma aya magambo yo kuri iyi paji, mu ijuru bariho bararamya Imana mu buryo bukomeye. Umuhanuzi Ezayi yeretswe ibi ngibi, kandi abitwandikira muri Ezayi 6. Muri uko kubona Imana yicaye ku ntebe Yayo, yabonye n'abamarayika bavuga mu majwi arenga bagira bati, "Umuziranenge, Umuziranenge, Umuziranenge, ni Uhoraho Nyiringabo. Isi yose yuzuye ikuzo rye" (Ezay. 6:3).[1] Nyuma y'imyaka irenga magana inani, intumwa Yohana yanditse ibisa nk'ibyo avuga ngo: "Ijoro n'amanywa ntibituza kuririmba biti: "Umuziranenge, Umuziranenge, Umuziranenge, ni Nyagasani Imana Ishoborabyose. Ni yo yahozeho kandi iriho, kandi igiye kuza" (Ibyah. 4:8). "Nyagasani, ni nde utagutinya? Ni nde utagusingiza? Ni wowe Muziranenge wenyine." (Ibyah. 15:4). Bashoboraga kuvuga Imana ko ari "Urukundo, urukundo, urukundo" cyangwa "Ubuntu, ubuntu, ubuntu," ariko, bavuze basubiramo bati, "Umuziranenge, umuziranenge, umuziranenge." Kuvuga ko Imana ari umuziranenge ntibihagije. Ntibinahagije kuvuga ko Imana ari umuziranenge, umuziranenge. Oya...

Imana ni *umuziranenge, umuziranenge, umuziranenge*.

Iyo ijambo risubiwemo kenshi muri Bibiliya, biba bivuze ko rifite agaciro n'ubusobanuro bukomeye. Imana ni *umuziranenge, umuziranenge, umuziranenge*. None se **umuziranenge** bisobanuye iki?

---

1 Soma inkuru yo gutumwa kwa Ezayi muri Ezayi 6.

Nusoma ijambo ry'ingenzi ariko utazi muri Bibiliya, ujye ureba aho ryavuzwe bwa mbere mu Byanditswe.[1] Ugomba gushaka ubusobanuro bwaryo ushingiye ku bivugwa. Ijambo *umuziranenge* riboneka bwa mbere mu Intangiriro aho rivuga umunsi Imana yashyizeho w'ikiruhuko. "Imana iha umugisha umunsi wa karindwi, irawiyegurira [iraweza] kuko ari wo yaruhutseho umurimo yari yakoze wo kurema." (Intang. 2:3). Kuba *umuziranenge* bisobanura kwegurirwa Imana. Iby'Imana byose ni ibiziranenge kandi biratunganye: urukundo Rwayo, imbabazi Zayo, ubutabera Bwayo–ndetse n'umujinya Wayo. Nta na kimwe mu byaremwe byose gihwanye n'ubuziranenge bw'Imana, ubutungane Bwayo, no kuba ari Imana itagira itangiriro n'iherezo. Imana itandukanye n'ibindi bintu byose bifite icyaha (1 Yohani 1:5).

> **Umuziranenge:** Uwatandukanijwe cyangwa weguriwe Imana agatunganywa kugira ngo akore ibihesha Imana icyubahiro.

Ni abantu bake muri Bibiliya babonye ubuziranenge bw'Imana, kandi bose bakimara kububona bagize ubwoba. Mose yahishe mu maso he (Kuv. 3:6). Ezekiyeli yubitse amaso ye hasi afite ubwoba (Ezek. 1:28). Yohani yikubise hasi amera "nk'upfuye" (Ibyah. 1:17). Ezayi yatatse cyane avuga ngo, "ngushije ishyano, ndapfuye. Koko imvugo yanjye irandavuye kandi nkomoka mu bwoko bw'imvugo yandavuye. None mbonye Umwami, Uhoraho Nyiringabo" (Ezay. 6:5).

Kuko turi abanyabyaha, ubutungane bw'Imana buraturenga. Imana ivuga ngo, "Ariko ntushobora kumbona mu maso, kuko umuntu ahabonye yapfa" (Kuv. 33:20). Ubuziranenge bw'Imana ntibushobora kwihanganira icyaha (Hab. 1:13). "Ni nde uzemererwa kuzamuka umusozi w'Uhoraho? Ni nde uzemererwa guhagarara mu Ngoro ye nziranenge iwubatseho? Ni ufite ibikorwa bitagira amakemwa, akagira umutima uboneye" (Zab. 24:3-4). Utunganye ni we ushobora kureba ubuziranenge bw'Imana gusa akabaho (Mat. 5:8). Icyo ni cyo kibazo dufite kuko twese turi abanyabyaha; nta wukiranuka n'umwe (Zab. 143:2; Rom. 3:23).

Ariko Yesu yadukijije igihano cy'urupfu atugira abaziranenge. Kugira ngo turebe Uwiteka, tugomba kuba abaziranenge. Imana

---

1 Inkoranyamagambo ya Bibiliya irimo amagambo yose y'ingenzi aboneka muri Bibiliya. Rimwe na rimwe, Bibiliya igira inkoranyamagambo nk'imfashanyigisho. Niba Bibiliya yawe itagira inkoranyamagambo, ushobora gushaka izindi mfashanyigisho za Bibiliya ku mbuga za interineti zitandukanye, zirimo urwitwa Bible Gateway (biblegateway.com), Bible Study Tools (biblestudytools.com), Bible Hub (biblehub.com), n'urwitwa Blue Letter Bible (blueletterbible.org).

"yabagize kuba intore zayo [abera] mubikesha kuba muri Yezu Kristo" (1 Kor. 1:2). Mu kudukuraho igihano, "Kristo Yezu, atubera ubwenge buva ku Mana ni we utubera ubwenge buva ku Mana n'ubutungane n'ubuziranenge n'ugucungurwa" (1 Kor. 1:30).

> Kristo yakunze Umuryango we arawupfira. Kwari ukugira ngo awiyegurire, aweze awuhagije amazi akoresheje Ijambo rye, uwo Muryango ari wo Mugeni we, awishyingire ufite ikuzo, nta kizinga, nta munkanyari, cyangwa ikindi cyose gisa gityo, ahubwo uboneye udafite inenge. (Ef. 5:25–27)

Ni Yesu wabashije gukora ibyo wenyine kuko ni we "utagira inenge cyangwa amakemwa cyangwa umugayo." (Heb. 7:26). Igihe mwizeraga Kristo, "mwaruhagijwe, mugirwa intore z'Imana, muba n'intungane" (1 Kor. 6:11). "kugira ngo ibaheshe guhagarara imbere yayo mudafite inenge, nta n'amakemwa cyangwa umugayo." (Kol. 1:22). Tubasha kumvira amategeko y'Imana kubera Kristo gusa: "mube abaziranenge kuko nanjye Uhoraho ndi umuziranenge" (Lev. 20:26). Tubasha kwinjira mu bwiza bw'Imana tukabaho kubera Kristo gusa.

Imana ni umuziranenge, ni uko rero uri umuziranenge kubera Kristo. Kugira ngo tube abaziranenge ni uko Imana iba *muri* twebwe. Nyuma yo gukizwa hakurikiraho ubuzima bwo kwezwa—ni urugendo rwo kuba umuziranenge. (Tuziga byinshi ku kwezwa mu Cyumweru cya 7.) Nk'uko umwigisha w'umukristo yabisobanuye agira ati, "Twitwa abakiranutsi iyo twizeye by'ukuri, ariko gukiranuka kwacu—gusa nka Kristo—ni urugendo rwo gukura duharanira gushaka iby'Imana."[1] Imana idutegeka kuba "abaziranenge" muri Bibiliya kugira ngo ishimangire cyane akamaro ko kuba umuziranenge.

Ariko se ubuzima bwo kwera ni ubumeze gute? Ubuziranenge bwacu tubwerekanira inyuma "tutiyandavuza, ahubwo tuba abaziranenge" (1 Tes. 4:7). Bibiliya ivuga kenshi ibyo kwambara umwambaro nk'ikimenyetso cy'inyuma cyerekana ubuzima bw'imbere. Urugero, abageni bambara imyenda myiza, ariko umwambaro wabo si wo *ubagira* abageni; ahubwo *werekana* gusa ko *ari* abageni. Ni muri ubwo buryo twambara ubuziranenge

---

1 Francis & Lisa Chan, *You and Me Forever: Marriage in Light of Eternity* (San Francisco: Claire Love Publishing, 2014), 34.

bwacu. Ubuziranenge bugaragarira inyuma si bwo buhamya ko turi abaziranenge koko, ariko bwereka abandi ko tweguriwe Kristo. "Naho mwebwe abo Imana yitoranyirije ikabagira abantu bayo b'inkoramutima, mwambare impuhwe no kugira neza, kwicisha bugufi no kugwa neza no kwihangana." (Kol. 3:12). Tugomba kwambara iyi mico ya Kristo buri munsi, kandi "tukiyambura kamere yacu ya kera yagengaga imigenzereze twari dufite, kuko iyo kamere igenda itwonona kubera ibyifuzo byayo bishukana. Ahubwo duhindurwe bashya mu bugingo no mu bitekerezo. Twambare kamere nshya tumere nk'uko Imana ishaka, iyo kamere irangwa n'ubutungane n'ubuziranenge bikomoka ku kuri." (Ef. 4:22–24).

Iyo utekereje ku kubaho ubuzima butagira inenge wumva biguteye ubwoba? Wumva bidashoboka cyangwa ari ugukurikiza amategeko? Abantu benshi iyo batekereje ku buziranenge, bumva ari ukugira imico itagira amakemwa no kubahiriza imigenzo y'idini. Ubuziranenge si amategeko n'imigenzo. Ni ugusuzuma umutima wawe neza maze ukemerera Imana gutunganya imico n'ibikorwa byawe. Ni ukubaho ubuzima butagengwa n'icyaha. Imana yaduhishurira icyaha, tukabasha kucyatura vuba no kwihana, tukakireka maze tugaharanira gukora ibitunganiye Imana kugira ngo tubeho uko ishaka.

Umwuka Wera azatuma ubuzima bwawe butagira inenge buri munsi. Numara ibyumweru, amezi, n'imyaka myinshi wizera Imana kandi ukora ibyo ivuga, uzabona ko wakuze usigaye ufite imico n'ibikorwa bitagira inenge. Urugero, amahitamo y'ibitabo usoma, indirimbo wumva, filime ureba bizahinduka kuko Umwuka Wera azakwereka uko warinda umutima wawe (Imig. 4:23). Ibikorwa byawe, amagambo yawe, n'ibitekerezo byawe bizahinduka uko azarushaho kukwigisha kubaha Imana mu buzima bwawe (Kol. 3:17). Umwuka Wera azatunganya ikintu cyose kigize ubuzima bwawe. Ibyaha byakwizingiragaho bizacika intege. Uzarushaho kwera imbuto z'Umwuka ari zo–urukundo, ibyishimo, amahoro, n'izindi nyinshi (Gal. 5:22-23). Izi mpinduka zibaho igihe turushaho kuba abaziranenge buri munsi.

Rimwe na rimwe dushobora guhura n'ibigeragezo n'ibitubabaza bituma tunanirwa kuba abaziranenge, tukumva tumeze nk'aburira umusozi muremure, tutabasha kugera ku gasongero kawo. Nitugera muri ibyo bihe bigoye–kandi bizabaho–tugomba guhitamo gutera intambwe tugendana na Yesu nk'umuyobozi wacu. Igihe kimwe, ntituzasabwa guharanira kuba abaziranenge kuko Imana Ubwayo izatwambika ubuziranenge buhoraho kandi butunganye. Mu ijuru, Imana izaduha "umwenda mwiza unoze, ukenkemuye kandi urabagirana. Uwo mwenda unoze ushushanya ibikorwa bitunganiye Imana by'intore zayo" (Ibyah. 19:8).

Yego, nshuti yanjye *muri Kristo* uri umuziranenge. Ntiwaba umuziranenge mu mbaraga zawe. Imana yagutoranyije isi itararemwa irakwiyegurira ku bw'umugambi Wayo (Ef. 1:4). Wambare ubuziranenge kugira ngo ube "igikoresho kigenewe imirimo y'icyubahiro, cyeguriwe nyira cyo kikamugirira akamaro, kandi gikwiranye n'ibikorwa byiza byose." (2 Tim. 2:21). Imana ishaka ko uba umuziranenge kugira ngo ugirane ubusabane na Yo, ibashe kuganza muri wowe, kandi wegurirwe imirimo myiza yose nk'uko biri mu migambi yaguteguriye. Mu cyumweru gitaha, tuziga byinshi kuri iyo migambi Imana yaguteganyirije.

Reka Bibiliya Ivuge:
1 Petero 1:13–25 (Wasoma na: 1 Peter 2:1–11)

Reka Ubwenge Bwawe Butekereze:
1. Gutekereza ku buziranenge bw'Imana bihindura gute imyifatire yawe mu gihe usenga?

2. Ni iki mu buzima bwawe kiteguriwe Imana?

3. Ni gute waba umuziranenge buri munsi?

Reka Ubugingo Bwawe Busenge:
Mana, uri umuziranenge. Ndagushimiye ko wangize umuziranenge binyuze muri Kristo. Ijambo ryawe rivuga ko wadukijije kandi waduhamagariye kuba abaziranenge—atari uko tubikwiriye, ari ukubera umugambi Wawe kugira ngo utwereke ubuntu Bwawe binyuze muri Yesu (2 Tim 1:9). Ndagushimiye ko wampamagaye. Mfasha kuba umuziranenge buri munsi... Mu izina rya Yesu, amina.

Reka Umutima Wawe Wumvire:
(Ni iki Imana ishaka ko umenya, uha agaciro, cyangwa ukora?)

Uri uw'Imana

*Imigambi yose yo kugomera Kristo turayinesha,
maze ba nyirayo tukabamugandurira.*
2 Abanyakorinti 10:5

Uri nde?

Mbere y'iki cyumweru, ushobora kuba warasubije ikibazo kibaza ku muryango wawe, akazi kawe, ubwenegihugu bwawe, n'ibindi byinshi. Ibyo bisubizo bishobora kuba ari ukuri, ariko si byo byerekana kamere yawe nshya. Iyo ubaye umwigishwa wa Yesu, ibyo bihinduka ibintu bisanzwe mu nkuru yawe nshya.

Inkuru yawe nyakuri ishingira ku uwo uri we muri Yesu Kristo, nuko rero rinda neza kamere yawe nshya. Reka twibukiranye ibikuranga ubu:

- Waremewe kuramya Imana.
- Warababariwe kandi wahinduwe mushya.
- Waratoranyijwe kandi wahindutse umwana mu muryango w'Imana w'iteka ryose.
- Nturi wenyine, ntuzigera uba wenyine.
- Uri umuziranenge kandi weguriwe Imana ku bw'imigambi igufitiye.

Ubugingo bwawe bushya bufite igisobanuro n'intego—kandi ibyo bituma umwanzi akwibasira. Satani azi ko uri umwana w'Imana, kandi ntiyakuvana mu kuboko kw'Imana (Yohani 10:28–29). Ariko azakora ibishoboka byose kugira ngo akubuze kwishimira gusabana n'Imana no kubwiriza ubutumwa abandi. Satani (witwa nanone "umurezi" mu

Byanditswe) azarwanya kamere ufite muri Yesu akubwira ibitekerezo bibi cyangwa ateza amakimbirane mu bandi kugira ngo barwanye uwo uri we. Waba umaze guhura n'ibi mvuze?

- Twaremewe kuramya Imana, ariko umwanzi atubwira ko tugomba kwiramya cyangwa kuramya ibigirwamana.
- Twarababariwe, ariko umwanzi akomeza kutubwira ko turi abanyabyaha.
- Twaratoranyijwe kandi turi abana b'Imana, ariko umwanzi atubwira ko tutari abo kwifuzwa.
- Ntituri twenyine, ariko umwanzi atubwira ko twatereranywe.
- Turi abaziranenge, ariko umwanzi atubwira ko tudafite agaciro.

Niba warigeze kumva ibi binyoma bivuguruza Ijambo ry'Imana, ukwiye kureka kubitega amatwi ukibuka uwo uri we. Cecekesha ibishuko by'umwanzi bikubuza gusingira imigambi myiza Imana igufitiye wiyibutsa ukuri ko mu Ijambo ry'Imana. Fata mu mutwe umurongo woroshye utangiza isomo ry'uyu munsi: "Imigambi yose yo kugomera Kristo turayinesha, maze ba nyirayo tukabamugandurira." (2 Kor. 10:5). **Umwanzi ashaka ko dushidikanya ku rukundo rw'Imana. Nitubikora, tuzumva ubusabane bwacu n'Imana butagifite agaciro kandi kumvira Imana bitubere umutwaro.** Twe kwemera ko umwanzi adushuka! Nta na kimwe cyadutandukanya n'urukundo rw'Imana (Rom. 8:38-39). Tuziga byinshi byerekeye intambara y'umwuka nyuma. Nonaha, zirikana ko umwanzi arwanya cyane kamere yawe nk'umwana w'Imana ikunda cyane. "Murwanye Satani na we azabahunga." (Yakobo 4:7).

Niwumva udatekanye, uzasome Abanyaroma 8. Muri iki gice, uzabona ko abari muri Kristo *batazacirwaho iteka*. **Kumva udatekanye ubifate nk'amahirwe yo gusaba Imana kuguha amahoro *wibuka iyo ari Yo n'ibyo yagukoreye*.** Kuko ibyo dutekereza bigira ingaruka ku byo dukora. Reka turinde ibitekerezo byacu neza. Zirikana, Imana ntiyadukijije ngo *idukure* mu byaha gusa; ahubwo yanadukijije ku bw'imigambi Yayo. "Imana ni yo yaduhanze ituremera muri Kristo Yezu, kugira ngo dukore ibyiza yaduteganyirije kera ngo tujye tugenza dutyo." (Ef. 2:10). **Yego, uri umurimo w'intoki z'Imana, uri**

igihangano Cyayo. Yaragutoranyije kandi yanditse inkuru nziza y'ubuzima bwawe–idafitwe n'undi muntu wese. Ibuka uwo uri we muri Kristo.

Komeza na bene so muri Kristo. **Twaremwe *twese* mu ishusho y'Imana**. Mu muryango w'Imana ntihabamo urwikekwe cyangwa kurobanura ku butoni. "Nuko rero nta tandukaniro riba riri hagati y'Umuyahudi n'utari Umuyahudi, hagati y'inkoreragahato n'uwishyira akizana, no hagati y'umugabo n'umugore, kuko muri Kristo Yezu mwese muri umwe" (Gal. 3:28). Ntukemere ko uburyo ubona abantu cyangwa ubafata bishingira ku bwoko bwabo, umuco, imyaka bafite, amashuri bize, kuba ari abagabo cyangwa abagore, n'urwego rw'ubuzima bafite. "Imana ifata abantu bose kimwe," natwe ni ko dukwiye kubigenza (Rom. 2:11). **Ukunde bene so nk'uko Imana ibakunda. Ubabone nk'uko Imana ibabona–bose ni ibihangano by'Imana.**

Haracyari byinshi byo kwiga kuri kamere nshya dufite muri Yesu. Haracyari ubutunzi bwinshi tutaracukumbura. Ariko byose twabivuga mu ncamake no mu nteruro ngufi tutakwibagirwa ivuga ngo: **Ndi *uwo ndi we* kuko ndi umuntu *ukomeye***.

Igihe Imana yibwiraga Mose, yaravuze ngo, "Ndi uwo ndi we. Kandi uzabwire Abisirayeli uti: Uwitwa Ndiho yabantumyeho" (Kuv. 3:14). Mu Butumwa bwiza bwa Yohana, Yesu avuga ngo: "ndababwira nkomeje ko mbere y'uko Aburahamu abaho, jye Ndiho !" (Yohani 8:58).

"Ndi ho" ni ijambo ryerekana ko Imana yihagije muri byose, isumba byose, ifite ubutware bwose. Imana iriho, yahozeho, kandi izahoraho iteka ryose. Ntacyatumye ibaho.[1] Izi byose, ibera hose icyarimwe, ishobora byose. Ni Ndihoukomeye! **turiho bitewe n'icyo Imana *iri cyo*!**

- Watoranyijwe kuko Imana yagukunze urukundo ruhebuje kandi yakuremye nk'uko yabishatse.
- Uri umuramyi nyakuri kuko Imana ikwiriye kuramywa kandi yaguhaye Umwuka Wayo kugira ngo aguhishurire ukuri.
- Warababariwe uhindurwa mushya kuko Imana yakubabariye kandi ikaguha ubugingo bushya kandi bw'iteka ryose.

---

1 Norman L. Geisler, *Systematic Theology: In One Volume* (Minneapolis, MN: Bethany House Publishers, 2011), 25.

- Uri umwana w'Imana kuko Imana ari So kandi yagutoranyije kuba umwana Wayo.
- Nturi wenyine kuko Imana ihorana nawe.
- Uri umuziranenge kuko Imana ari umuziranenge.

Tekereza ibyo wize muri iki cyumweru bivuga ko uri uwa gaciro, ukwiriye, no kuri kamere yawe. Uri ibyo byose hamwe n'ibindi byinshi bitewe n'icyo Imana iri cyo. Ujye wiyibutsa ibi buri munsi:

Ndi uwo ndi we kuko ndi umuntu ukomeye!

Muri iki cyumweru, twize abo *turi bo*. Mu cyumweru gitaha, tuziga ibyo *dukora*.

Reka Bibiliya Ivuge:

Abanyaroma 8 (Wasoma no mu: Abenyefezi 2:1–10)

Reka Ubwenge Bwawe Butekereze:

1. Ni irihe tandukaniro riri hagati ya "uwo ndi we" n' "uwo ndi we muri Kristo"?

2. Subiza Ibibazo Byo Kuganiraho by'Icyumweru cya 2.

Reka Ubugingo Bwawe Busenge:

Data, ndagushimiye ku bwa kamere nshya mfite muri Kristo. Mfasha kuyirinda. Umurezi narwanya kamere mfite muri wowe, uzanyibutse ko natoranyijwe, ndi umuramyi, nababariwe, ndi umwana w'Imana, wakiriwe, kandi w'umuziranenge. Ndagushimiye ko unkunda ubu n'iteka ryose... Mu izina rya Yesu, amina.

Reka Umutima Wawe Wumvire:

(Ni iki Imana ishaka ko umenya, uha agaciro, cyangwa ukora?)

IBIBAZO BYO KUGANIRAHO
MU CYUMWERU CYA 2:

Subiramo amasomo y'iki cyumweru maze usubize
ibibazo biri hano hasi. Sangiza inshuti zawe ibisubizo
byawe nimuterana muri iki cyumweru.

1. Muri iki cyumweru, twize ibice bigize kamere ufite muri
   Kristo. Waratoranyijwe (1), (2) waremewe kuramya Imana,
   (3) warababariwe kandi uhindurwa mushya (4) uri umwana
   w'Imana, (5) nturi wenyine, kandi uri (6) umuziranenge. Ni ibihe
   muri ibi bigutera intege cyane? Kubera iki?

2. Muri iyi mico ni iyihe ikugora kwemera? Kubera iki? Ni gute
   Ijambo ry'Imana cyangwa inshuti zawe bigufasha kwakira icyo
   gice kigize kamere ufite muri Kristo?

3. Twaremewe kuramya Imana. Kuba twarababariwe, turi abana
   b'Imana, kandi turi abaziranenge muri Kristo bihindura iki ku
   misengere yacu?

4. Abaramyi mu ijuru bavuga mu ijwi rirenga bati "umuziranenge,
   umuziranenge, umuziranenge." Iyi ni yo kamere y'Imana
   yonyine ivugwa kenshi muri Bibiliya. Kuki ubuziranenge
   bw'Imana bufite agaciro cyane?

5. Satani, umurezi arwanya ibice byose bigize kamere dufite muri
   Kristo. Ni gute ibinyoma by'umwanzi byakomeje kukubuza
   umudendezo n'amahoro Kristo ashaka kuguha? Ni ukuhe
   kuri ko mu Ijambo ry'Imana kugufasha gucecekesha ibirego
   by'ibinyoma by'umwanzi?

ICYUMWERU CYA GATATU

INKURU YAWE, INTEGO YEWE

Akira Intego Yawe Nshya

Imana ni yo yaduhanze ituremera muri Kristo Yezu, kugira ngo dukore ibyiza yaduteganyirije kera ngo tujye tugenza dutyo.
Abanyefezi 2:10

Nakumenye ntarakurema mu nda ya nyoko (Yer. 1:5). Yakuremye mu buryo bwihariye ku bw'intego ugomba gusohoza mu gihe *cyose* cy'ubuzima bwawe. Icyumweru gishize wamenye icyo Imana yakuremeye kuba. Muri iki cyumweru, uzamenya icyo Imana yakuremye gukora. Hari intego Imana yakuremeye, kandi ntugomba kwicara gusa ngo utegereze ijuru. Imana igufitiye umurimo ugomba gukorana *na Yo hano*—intego yawe ifitanye isano n'ijuru kandi itanga ibyishimo n'intsinzi nyakuri.

Rimwe na rimwe tubeshya abantu ko twageze ku ntego yacu.[1] Dushobora kugera ku ntego z'akazi dukora cyangwa z'ibidushimisha ariko tutarasohoza intego yacu nyakuri. Nanone kugera ku ntsinzi si ugusohoza ibyo dushoboye gukora byose. Yesu ntiyasohoje ibyo yari ashoboye gukora byose ku isi. Nyamara, yari Umwami w'ijuru kandi yemeye kwicisha bugufi, aba umuntu woroheje (Fil. 2:5-8). Ariko yasohoje intego Ye (Yohani 17:4). Iyo ni yo ntego yacu: gusohoza intego Imana ifite ku buzima bwacu. Ku iherezo ry'ubuzima bwawe, uzaharanire ko bakuvugaho amagambo yavuzwe ku mwami Dawidi avuga ngo: "Dawidi we yakoze ibyo Imana ishaka mu gihe cye, maze arasaza" (Ibyakozwe n'intumwa 13:36).

---

[1] Kwigira ku mwami Salomo, umunyabwenge ukomeye wabayeho. Yanditse byinshi birebana n'ubuzima bwe n'ibyo yagezeho mu gitabo cy'Isezerano rya Kera cyitwa Umubwiriza.

Ushobora kwibaza ngo, *Intego yanjye ni iyihe, kandi nayisohoza gute?* ibisigaye muri uru rugendo ni ukugufasha kumenya ibyo. Nonaha, reka tumenye gusa ko **intego yacu ya mbere ari uguhesha Imana icyubahiro no kwishimira ubusabane bwacu na Yo iteka ryose.**[1] buri munsi duharanira gushyira mu bikorwa iyi ntego mu buryo butatu:

1. **Gukunda no Kumvira Imana.**
2. **Gukunda buri wese.**
3. **Guhindura abantu abigishwa.**

Twese dusangiye iyi ntego, ariko tuyisohoza mu buryo butandukanye. Imana yahaye buri wese muri twe imibanire itandukanye, ubuhanga n'ubushobozi bitandukanye kandi tuba n'ahantu hatandukanye, nuko rero gusohoza iyo ntego biba bitandukanye mu buzima bwa buri wese muri twe, nk'uko yabigenje kuri **basekuruza** uhereye kuri Aburahamu ukagera kuri Musa.

Mu cyumweru cyacu cya mbere, twize ibyerekeye Inkuru y'Imana muri rusange. Uyu munsi, tugiye gusuzuma neza intangiriro y'umugambi w'Imana wo gukiza abantu. Ibivugwa mu Intangiriro 1–11 hashize igihe kinini byarabaye kandi biba mu bisekuruza by'abantu benshi, ariko mu Intangiriro 12, tubona inkuru igenda buhoro

> **Sekuruza:**
> Data mu buryo bw'umwuka cyangwa umugabo ukuriye umuryango.

kandi ikibanda kuri basekuruza bacu bo kwizera barimo: Aburahamu, Izaki, na Yakobo. Uku kugenda buhoro kw'inkuru bidufasha kumenya akamaro k'umubano wihariye Imana igirana na buri muntu. Uko dusobanukirwa inkuru zabo, tubasha kumenya uko Imana isabana n'ubwoko Bwayo:

• Imana iradukunda kandi iduha intego.
• Twereka Imana ko tuyikunda dusohoza intego yaduhaye.
• Iyo dusohoje intego yacu, Imana iha umugisha abandi ibinyujije muri twe.

---

1 Westminster Assembly (1643–1652). *The Assembly's Shorter Catechism, with the Scripture Proofs in Reference: with an Appendix on the Systematick Attention of the Young to Scriptural Knowledge* by Hervey Wilbur (Newburyport, MA: Wm. B. Allen & Co., 1816).

Reka dutangire. Turatangirira aho twasoreje ku Munsi wa 3 igihe Imana yirukanaga Adamu na Eva mu busitani bwa Edeni . . .

Bamaze kuva muri Edeni, abantu baragwiriye cyane. Si bo bagwiriye gusa, ahubwo n'icyaha cyaragwiriye. Uko abantu barushagaho gukora ibibi bitakwihanganirwa, Imana yarababaye cyane maze iteza isi umwuzure kugira ngo irimbure abantu babi itangire isi bundi bushya. Harokotse umuryango umwe gusa: umuryango wa Nowa. Imana yashyize Nowa, umuryango we, n'inyamaswa nke ikigabo n'ikigore byo mu moko yose mu nkuge (ubwato bunini) nk'uko Imana yari yamutegetse kuyubaka (Intang. 5–9). Igihe urubyaro rwa Nowa rwakomezaga kugwira mu isi itarangwamo umwuzure, n'icyaha cyongeye kugwira. Imana yatandukanyije indimi abantu bavugaga kugira ngo batishyira hamwe bakayigomekaho (Intang. 10–11).

Imana yatoranyije umuntu umwe–Aburahamu[1]–gutangira umugambi wo gukiza (Intang. 12:1–3). Dushobora kwibwira ko Aburahamu yari umukiranutsi ukwiriye gukoreshwa n'Imana. Igitangaje ni uko atakiranukaga. Yakuze asenga ibigirwamana (Yoz. 24:2). Kimwe nkatwe, ntiyari akwiriye gutoranywa. Imana yabwiye Aburahamu ngo:

> "Va mu gihugu cyanyu, usige bene wanyu n'inzu ya so, ujye mu gihugu nzakwereka. Abagukomokaho nzabagira ubwoko bukomeye, nawe nzaguha umugisha . . . Amahanga yose azaguherwamo umugisha." (Intang. 12:1–3)

Aburahamu yamenye ko agomba kujya i Kanani, ariko ntiyabwiye aho we n'umuryango we bagomba gutura. Imana yamusabye kuyizera buri gihe. Aburahamu ntiyari afite igisubizo cy'ibyo yibazaga byose, ariko yumviye Imana bikomeye. Muri ubwo busabane bwo kwizera Imana, Imana yahaye umugisha ndetse natwe twese. Kumvira kwa Aburahamu kwatumye Umukiza wacu avuka (Mat. 1:1).

Imana yasezeranye kohereza Umukiza binyuze mu muryango wa Aburahamu, ariko umugore mukuru wa Aburahamu witwaga Sara yari ingumba. Nubwo biri uko, Aburahamu yahisemo kwizera Imana

---

1 Icyo gihe, Aburahamu (nk'uko tumwita) yari acyitwa Aburamu. Nyuma Imana yahinduye izina rye imwita "Aburahamu", nk'igihamya cy'umuhamagaro w'Imana ku buzima bwa Aburahamu: "Ntabwo uzongera kwitwa Aburamu, ahubwo uzitwa Aburahamu kuko nzaguha gukomokwaho n'amahanga menshi." (Intang. 17:5).

no kwiringira isezerano Ryayo. Ntibyari byoroshye, kandi kumvira iryo sezerano byari bikomeye. Ibyiringiro Aburahamu yari asigaranye gusa byari ukwemera ibyo Imana yavuze. Amaherezo, Sara yasamye inda maze abyara umwana w'umuhungu amwita Izaki (Intang. 21).

Nuko umuryango wa Aburahamu utangira kugwira, nk'uko Imana yasezeranye. Izaki yarakuze na we abyara abuhungu babiri b'impanga: Yakobo na Ezawu (Intang. 25). Aba bavandimwe babiri bagiranye amakimbirane. Mu by'ukuri, abo mu miryango yabo bose baracumuye kandi bagira intege nke. Bibiliya ntihisha amakosa bakoze. Ibuka, iyi ni Inkuru y'Imana Nyakuri igaragaza ubudahemuka bw'Imana ku bw'icyubahiro Cyayo. Isohoza amasezerano Yayo nubwo twe tutayasohoza.

Noneho haburaga ibisekuruza bike kugira ngo Umukiza avuke, ariko umuryango yagombaga gukomokamo wongeye kugira ibibazo. Yakobo umwuzukuru wa Aburahamu waje kwitwa Isirayeli, yabyaye abahungu cumi na babiri babaye basekuruza b'imiryango cumi n'ibiri ya Isirayeli. Icyaha cya Yakobo cyo gukunda umuhungu umwe, Yozefu akamurutisha bene se cyazanye ishyari mu bandi bahungu ba Yakobo. Uko kubabara n'uwo mujinya byatumye bagurisha mwene wabo Yozefu mu Misiri ajya kuba umucakara. Yozefu yababariye mu Misiri cyane ndetse afungwa azira icyaha atakoze (Intang. 37; 39–40). Ariko Imana ntiyigeze ihagarika umugambi Wayo, nuko iha Yozefu ubwenge butangaje bwatumye Misiri irokoka inzara ikomeye (Intang. 41). Farawo, umwami wa Misiri yamenye ubusabane bwiza Yozefu yari afitanye n'Imana bituma amuzamura mu ntera, amukura muri gereza amugira minisitiri w'intebe wa Misiri.

Muri ibyo byose, **Imana yahinduye ibihe Yozefu yaciyemo kugira ngo ihindure umutima we**. Hashize igihe, bene se ba Yozefu baje mu Misiri gushaka ibyokurya. Aya yabaye amahirwe ya Yozefu yo kwihorera, ariko aho kugira ngo akoreshe ububasha yari afite arwanya bene se, Yozefu *yarababababariye*. Mu mvugo yerekana kwizera n'imbabazi bikomeye, Yozefu yababwiranye ubwenge bwinshi ngo: "Mwari mwagize imigambi yo kungirira nabi, ariko Imana iyihinduramo ibyiza kugira ngo ikize abantu benshi nk'uko namwe mubyirebera." (Intang. 50:20). Kwizera kwa Yozefu ntikwafashije umuryango we gusa, wari usagaye witwa Abisirayeli, ahubwo kwafashije natwe. Ashobora kutubera urugero rwiza. Nshuti yanjye, **Imana ihora ari nziza**, kandi ifatanyiriza hamwe ibihe byacu byose–nubwo byaba bikomeye–kutuzanira ibyiza ku bw'icyubahiro Cyayo (Rom. 8:28-29).

Kubera inzara n'ubutumire bwa Yozefu, Abisirayeli bagiye mu Misiri. Umuryango wa Aburahamu waragwiriye uhinduka ishyanga mu Misiri. Babaye benshi cyane ku buryo undi Farawo–utarigeze kumenya Yozefu–yagize ubwoba. Yatinye uko kwiyongera kw'Abisirayeli maze abagira abacakara. Icyo gihe ubwoko bw'Imana babaye abaretwa kandi bamara imyaka magana ane batakira Imana ngo ibatabare.

Mu gihe gikwiriye, **Imana yatoranyije umuntu–Musa–kugira ngo akomeze umugambi w'agakiza**. Musa yabanje kwanga ubutumire bw'Imana kuko yumvaga adashoboye. (Musa ntiyari azi ko umuntu ku giti cye adashobora gusohoza umugambi w'Imana. Imana yonyine ni yo ibikora.) Musa yagize ubwoba ariko yizera Imana maze ahangara kubwira Farawo ngo: "Reka ubwoko bwanjye bujye kundamya" (Kuv. 9:1). Nk'uko Imana yabikoze kuri Aburahamu, Izaki, Yakobo, na Yozefu, ni ko yahinduye umutima wa Musa iramugerageza.

Inshuro nyinshi, Farawo yarekuraga Abisirayeli ariko akongera akabagira abacakara. Ibyo byatumye Imana yerekana ububasha n'ubutware Byayo ubwo yatezaga ibyago bikomeye Abanyamisiri igakoza isoni ibigirwamana byabo. Amaherezo, Farawo yarekuye ubwoko bw'Imana buragenda. Igihe Farawo yongeraga kwinangira akabakurikira. Imana yacunguye Abisirayeli mu buryo butangaje ibaciriye inzira mu nyanja Itukura bambuka bagana mu mudendezo (Kuv. 1–15).

Aba bantu bo kwizera–Aburahamu, Izaki, Yakobo, Yozefu, na Musa–buri wese yari afite umurimo Imana yamuhaye gukora. Basohoje intego yabo bari *kumwe* n'Imana. Kumvira kwabo kwavuye mu busabane bwo kwizera, kandi muri uko kumvira havamo imigisha myinshi–imigisha yabagezeho ku giti cyabo ariko igera no ku bandi benshi. Imana yakijije inzara abo mu Misiri bose binyuze muri Yozefu. Imana yakijije ubwoko Bwayo uburetwa binyuze muri Musa. Binyuze mu rubyaro rwa Aburahamu–ari rwo Yesu Kristo–Imana idukiza ibyaha twese.

Imana yahamagaye basekuruza bacu bo kwizera ni na yo iguhamagara. Uritaba ubutumire Bwayo n'umugambi ifite ku buzima bwawe?

Imana yaragutoranyije kandi igushyira aho uri ku bw'impamvu

no kugira ngo usohoze umugambi mwiza igufitiye. Basogokuruza bari abanyantege nke, bari babi nkatwe. Intumwa Pawulo yaranditse ngo, "Bavandimwe, nimwibaze uko mumeze mwebwe abo Imana yahamagaye. Ukurikije uko abantu babibona si benshi muri mwe b'abanyabwenge, si benshi bakomeye, si benshi b'imfura. Ahubwo Imana yatoranyije ibyo abantu bita ubupfu kugira ngo ikoze isoni abanyabwenge, yatoranyije ibyo abantu bita ibinyantege nke kugira ngo ikoze isoni abakomeye" (1 Kor. 1:26–27). Ntidukeneye amafaranga menshi, amashuri, igihe kinini, cyangwa kumenyekana kugira ngo twitabe umuhamagaro w'Imana. Nitwizera kandi tukumvira gusa, Imana izasohoza umugambi muri twe. Ushobora gutangira nonaha. **Kunda kandi wumvire Imana, ukunde abandi, kandi ubahindure abigishwa (uhereye mu kubabwira Inkuru y'Imana) aho uri hose, nk'aho ari *wowe* wabibasha wenyine.**

Reka Bibiliya Ivuge:
Ezayi 43:1–21 (Wasoma mu: Intangiriro 12:1–7)

Reka Ubwenge Bwawe Butekereze:
1. Utekereza ko Imana iri kukuyobora he uyu munsi? Urifuza
    gukurikira Imana nk'uko Aburahamu yabikoze? Imana ishobora
    kukohereza gukora umurimo hirya no hino ku isi, cyangwa
    ikagutuma hakurya y'umuhanda kubwiriza umuturanyi. Uzagenda?

2. Wakwizera Imana ko ifatanyiriza hamwe ibintu byose—
    harimo n'ibibi—kugira ngo ikuzanire ibyiza? Wigeze ubona
    Imana ihindura ikibi ikakigira cyiza mu buzima bwawe nk'uko
    byagenze kuri Yozefu?

3. Wifuza kwizera Imana no mu ntege nke zawe nk'uko Musa
    yabikoze? Kuki wumva ko imbaraga z'Imana zikora neza mu
    ntege nke zawe (2 Kor. 12:9)?

Reka Ubugingo Bwawe Busenge:
*Data, mfasha gusohoza intego Yawe mu gisekuru cyanjye
(Ibyakozwe n'intumwa 13:36). Mfasha kuguhesha icyubahiro
ndangiza umurimo wampaye gukora (Yohani 17:4). Ubwoba bwanjye
ubusimbuze imbaraga. Gushidikanya kwanjye ugusimbuze kwizera.
Guhungabana kwanjye ubisumbuze kukwiringira. Ubushake Bwawe
bube kandi izina Ryawe rihabwe icyubahiro mu buzima bwanjye . . .
Mu izina rya Yesu, amina.*

Reka Umutima Wawe Wumvire:
(Ni iki Imana ishaka ko umenya, uha agaciro, cyangwa ukora?)

Hagararira Yesu Kristo nk'Intumwa Ye

Koko turi intumwa za Kristo, ndetse Imana ubwayo
ni yo ibahamagara ari twe ikoresheje. Turabinginga
mu izina rya Kristo, "nimwiyunge n'Imana!"
2 Abanyakorinti 5:20

Hari umutego tugomba kwirinda mu rugendo rwacu rwo kwizera–
umwobo w'akaga w'ibinyoma. Umwanzi azakubwira ko ibyo ukora ari
byo bikugira uwo uri we cyangwa ko hari ibyo usabwa gukora kugira
ngo Imana igukunde. Ayo magambo ni ikinyoma. Iyo wizeye Kristo,
uhinduka umwe na Kristo, kugira ngo usohoze intego waremewe
uri kumwe na We. Ukora umurimo nk'uwamaze kwemerwa aho
kuwukora kugira ngo wemerwe. Kamere yawe muri Yesu nk'umwana
w'Imana wababariwe irashinganye (Yohani 10:28). Kandi iyo wakiriye
ukuri kuvuga ko ubuntu bw'Imana buguhagije (2 Kor. 12:9), wifuza
ko n'abandi bamenya urwo rukundo rw'Imana
rutagira icyo rushingiraho: **Kamere yawe
nshya muri Yesu igusunikira kumenyekanisha
kamere y'Imana mu isi**.

> **Umwigishwa:**
> Uwizeye cyangwa
> umuyoboke
> wihatira kwiga
> kandi womatana
> n'umwigisha we
> mu nyigisho no
> mu myitwarire
> y'ubuzima.

   Mbere y'uko Yesu asubira mu ijuru, yahaye
twebwe–**abigishwa** Be umurimo tugomba
gukora–wo guhindura abantu benshi abigishwa.
Uyu murimo witwa **Inshingano Nkuru**,
urakomeye cyane ku buryo uvugwa inshuro

eshanu mu bitabo bitanu bitandukanye bya Bibiliya.[1] Mu by'ukuri, ufitanye isano na kamere yacu nshya:

> Erega iyo umuntu ari muri Kristo aba icyaremwe gishya, ibya kera biba bishize byose bikaba bihindutse bishya. Ibyo byose Imana ni yo yabikoze. Yiyunze na twe ikoresheje Kristo, nyuma idushinga umurimo wo kubwira abantu ngo biyunge na yo. Koko rero Imana yari muri Kristo igihe yiyungaga n'abantu bo ku isi yose, bityo ntiyaba ikibabaraho ibicumuro byabo. Natwe idushinga kubwira abantu ngo biyunge na yo. Koko turi intumwa za Kristo, ndetse Imana ubwayo ni yo ibahamagara ari twe ikoresheje. Turabinginga mu izina rya Kristo, nimwiyunge n'Imana. (2 Kor. 5:17–20)

Utitaye ku byo wakoze cyangwa wakorewe, uri icyaremwe gishya muri Kristo kandi hari umurimo watumwe gukora mu isi. Uri umuturage wo mu ijuru (Fil. 3:20), kandi uri intumwa y'ubwami bw'Imana hano ku isi. Uhagarariye Imana mu gihugu cy'abanyamahanga nka Yozefu na Musa.

Kugira ngo duhagararire ubwami neza, dusabwa kubumenya neza kugira ngo tubuhagarariye tudahemuka. Dukwiye kubanza kumenya icyo ubwami bw'Imana atari cyo; si ubwami bwo mu isi (Yohani 18:36) cyangwa ubwami mu buryo bwa politike (Mariko 12:13–17) bugamije gusimbura ubutegetsi bw'iki gihe. Tugomba gukomeza kumvira amategeko y'abatuyobora igihe cyose yaba adatandukanye n'amategeko y'Imana (Rom. 13:1). Yesu yabwiye abigishwa Be ko bagomba kwishyura imisoro (Mat. 22:21). Ntiyigeze ashaka ubutegetsi bwa politike. Ibiri amambu–yahunze abantu igihe bashakaga kumwimika ku mbaraga ngo ababere umwami (Yohani 6:15). Ariko Yesu yagaragaje ko yari afite imbaraga mu

Inshingano Nkuru

Yezu arabegera arababwira ati: "Nahawe ubushobozi kuri byose mu ijuru no ku isi. Nuko rero nimugende muhindure abo mu mahanga yose babe abigishwa banjye, mubabatize mu izina rya Data n'Umwana we na Mwuka Muziranenge, mubigishe gukurikiza ibyo nabategetse byose, kandi dore ndi kumwe namwe iminsi yose kugeza ku mperuka y'isi."

Matayo 28:18–20

---

1 Mat. 28:19–20; Mariko 16:15; Luka 24:47; Yohani 20:21; Ibyakozwe n'intumwa 1:8. Amakuru menshi ku birebana no gusohoza Inshingano Nkuru yatanzwe nyuma.

buryo bw'umwuka. Nk'intumwa za Yesu, **turi imiyoboro y'imbaraga Ze** izana impinduka nziza kandi nziza mu mitima y'abantu mu buryo bw'umwuka. Dushobora kurinda ubuzima bw'abantu ndetse tugateza imbere ubutabera tubifashijwe n'Imana kandi tuyobowe na Yo. Duhagararira Imana neza iyo dukoze byose mu rukundo.

Ibyo tubikora gute? Tubanza kwibuka ko Imana dukorera ari nziza, igira neza, kandi ikomeye mu buryo butangaje. Mu mateka y'isi, abantu benshi bapfuye bazira gukiza abami babo, ariko Umwami wacu yapfuye kugira ngo adukize. Mbere yo kuduhamagarira kumuhagararira, Yabanje kuduhagararira yemera kubabazwa kugira ngo yishyure igihano cyacu cy'urupfu. "Kristo ubwe yatwaye ibyaha byacu mu mubiri we, abibambanwa ku musaraba kugira ngo tube dupfuye ku byerekeye ibyaha, maze tubeho dutunganiye Imana" (1 Pet. 2:24). Turamukunda kuko adukunda kandi twifuza kumuhagararira neza. Nk'intumwa za Yesu, twereka abo mu isi ko mu bwami bw'Imana

- hategeka urukundo (aho kuba urwango);
- hakiza imbabazi (aho kuba kwihorera);
- kandi ko umugisha uva mu kwicisha bugufi (aho kugira ubwibone)
- ndetse ko hategeka ubuntu (aho kuba ibikorwa).

Nk'intumwa za Yesu, twerekana ubwenge Bwe. Ubwenge bw'Imana buratangaje, ndetse abo mu isi babubona nk'ubupfu (1 Kor. 1:20–25). Ariko iyo dukurikiye Imana twizeye, abo mu isi barabubona: "Nyamara ubwenge bw'Imana bugaragazwa n'abagengwa na bwo bose" (Luka 7:35). Rimwe na rimwe n'abatizera bagengwa n'amahame ya Bibiliya batabizi. Ukuri ni ukuri nubwo umuntu yaba yizera Ijambo ry'Imana cyangwa ataryizera. Ijambo ry'Imana riduhamagarira kwereka abantu isōko y'ubwenge bwose no kubabwira ukuri "mu rukundo" (Ef. 4:15). Abafite ubwenge bwinshi ni abashakira ibisubizo by'ibibazo byabo bikomeye mu Ijambo ry'Imana.[1]

Twerekana urukundo rwa Yesu. Mu gukunda no gukorera abandi mu buryo bufatika, tubasha gukwirakwiza urukundo rw'Imana mu isi itagira urukundo. Urukundo rw'Imana rutemba muri twe rukagera ku bandi (Yohani 15:12). Ntidukunda ngo "urukundo rwacu ruhere mu

---

1 Shaka ibisubizo ku bibazo bya Bibiliya byibazwa cyane ku rubuga GotQuestions.org.

magambo ngo rube ku rurimi gusa, ahubwo ruba mu kuri." (1 Yohani 3:18). Ntitwifuriza abababaye kugubwa neza gusa; tubaha n'ibyo bakeneye mu buryo bw'umubiri (Yakobo 2:16). Yesu afata ibikorwa byose by'urukundo nk'ibye ku giti cye. Iyo dukoreye abandi, na We tuba tukimukoreye:

> "Igihe nari nshonje mwaramfunguriye, ngize inyota mumpa icyo kunywa, nje ndi umushyitsi murancumbikira igihe nari mbuze icyo nambara muranyambika, ndwaye murandwaza, ndi imfungwa muza kunsura."
>
> "Nuko izo ntungane zizamusubiza ziti: 'Nyagasani, ni ryari twakubonye ushonje tukagufungurira, cyangwa ufite inyota tukaguha icyo kunywa? Ni ryari twakubonye uri umushyitsi tukagucumbikira, cyangwa ubuze icyo wambara tukakwambika? Ni ryari twakubonye urwaye cyangwa uri imfungwa maze tukaza kugusura?'"
>
> "Nuko Umwami azabasubiza ati: 'Ndababwira nkomeje ko ibyo mwakoreye umwe muri aba bavandimwe banjye boroheje, burya ari jye mwabikoreye!'" (Mat. 25:35–40)

Kugaragaza urukundo rwacu mu bikorwa bituma Imana itaboneka iboneka. "Nta muntu wigeze arabukwa Imana, nyamara niba dukundana Imana iguma muri twe, kandi urukundo rwayo rukaba muri twe rwuzuye." (1 Yohani 4:12). Ubwami bw'Imana bushingiye ku rukundo nyakuri—si ibyiyumvo gusa ahubwo n'ibikorwa. Ubwami bw'Imana bushingiye ku rukundo rwita ku bandi kandi rukanabigaragaza.

Ndetse n'amategeko y'ubwami bw'Imana aturuka mu rukundo ruhebuje Imana idukunda. Muri rya **Tegeko Riruta Ayandi**, Umwami wacu atwigisha ko tugomba gukunda Imana n'ibyacu byose—umutima wacu, ubugingo, ubwenge, n'imbaraga byacu. Kandi tugakunda abandi nk'uko twikunda (Mariko 12:29–31). Amategeko Icumi atuyobora mu buryo bwihariye uko twabigeraho. Amategeko

> **Itegeko Rikomeye:**
> Yezu aramusubiza ati: "Irya mbere ni iri: 'Isiraheli we, tega amatwi! Nyagasani, Nyagasani wenyine ni we Mana yacu. Ukunde Nyagasani Imana yawe n'umutima wawe wose n'ubuzima bwawe bwose, n'ubwenge bwawe bwose n'imbaraga zawe zose.' Irya kabiri ni iri: 'Ujye ukunda mugenzi wawe nk'uko wikunda.' Nta rindi tegeko riruta ayo yombi."
>
> Mariko 12:29–31

ane ya mbere atwereka uko tugomba gukunda Imana (Kuv. 20:1–11), hanyuma amategeko atandatu ya nyuma akatwereka uko tugomba gukunda abandi (Kuv. 20:12–17). (Iyo Imana ivuze ngo, "Ntuga . . ." Iba ivuze ngo, "Ntukibabaze cyangwa ngo ubabaze abandi.") Iyo dutangiriye mu rukundo nyakuri rw'Imana, tubasha no gusakaza urwo rukundo mu mibanire yacu n'abandi. Uko ni ko dutumira abandi kwinjira mu bwami bw'Imana bakamenya urukundo rw'Imana ku *giti cyabo*. "Koko turi intumwa za Kristo, ndetse Imana ubwayo ni yo ibahamagara ari twe ikoresheje. Turabinginga mu izina rya Kristo, nimwiyunge n'Imana!'" (2 Kor. 5:20).

Fasha abandi kumenya imbaraga, ubwenge n'urukundo by'Imana binyuze muri wowe.

Reka Bibiliya Ivuge:
2 Abanyakorinto 5 (Wasoma no mu: Ukuvanwa mu Misiri 20:1–17)

Reka Ubwenge Bwawe Butekereze:

1. Kumenya ko uri intumwa byahinduye gute uburyo ubona ubuzima bwawe?

2. Ongera usome Inshingano Nkuru (Mat. 28:18–20). Andika amategeko ya Yesu. Ni irihe sezerano Yesu yahaye abigishwa?

3. Ni gute wasangiza umuntu urukundo rw'Imana uyu munsi? Mbese wasangira ibyokurya na mugenzi wawe urwaye, wasuhuza umwana wigunze ukamusekera, cyangwa watera intege uwihebye?

Reka Ubugingo Bwawe Busenge:
Yesu, ndagushimiye ku murimo mfite wo kuba intumwa Yawe. Mbega ukuntu ari byiza gusangiza abandi urukundo wansenderejeho! Mfasha kwerekana neza urukundo Rwawe mu isi itarufite. Ijambo Ryawe rivuga ko wadukunze urukundo rudashira (Yer. 31:3). Ndagusabye ngo wiyegereze abantu bayobye mu gihe mbereka urukundo Rwawe . . . Mu izina rya Yesu, amina.

Reka Umutima Wawe Wumvire:
(Ni iki Imana ishaka ko umenya, uha agaciro, cyangwa ukora?)

Reba Hasi kugira ngo Wigishe Ab'Ikindi Gihe

Uhoraho, ababyeyi bazajya babwira abana babo ibyo wakoze
bazajya babatekerereza ibigwi by'ubutwari wagize.
Zaburi 145:4

Reka dusubire ku nkuru ya Musa n'Abisirayeli. Imana imaze kwerekana imbaraga Zayo zikomeye, Farawo yerekuye Abisirayeli bava mu bucakara bwo mu Misiri. Bakimara kugenda, yahinduye ibitekerezo, nuko ingabo z'Abanyamisiri zigendera ku mafarashi zirabakurikira. Bagihagaze ku Nyanja Itukura, Abisirayeli bagera kuri miliyoni ebyiri bagize ubwoba bwinshi. Baketse ko babateze umutego, ariko Imana itandukanya inyanja ibacira inzira yumutse. Nyuma, Imana yongeye gufatanya amazi y'inyanja arengera ingabo zigendera ku mafarashi n'amagare kugira ngo irinde ubwoko Bwayo yitoranyirije (Kuv. 14).

Urugendo rugana mu gihugu Imana yabasezeranyije rwari kumara hafi iminsi cumi n'ine. Ariko, barukoze imyaka mirongo ine. Nyuma y'iminsi mike bamaze kurokoka baritotombye ngo, "Dufite inyota! Turashonje!" Ndetse bifuje no gusubira mu Misiri (Kuv. 15–16). Igihe Imana yakoraga igitangaza ikabaha ibyokurya bivuye mu ijuru bakeneraga buri munsi (byitwaga manu), abantu bakomeje kwitotomba. Bibagiwe Imana iyo ari yo. Bibagiwe urukundo n'ineza Byayo. Bizeye ikinyoma cya Satani cya kera kivuga ko Imana yabimye ibyiza, bituma Satani abayobya baraneshwa (Intang. 3:1–5). Gushidikanya n'ubwoba byarabashegeshe maze banga kujya mu gihugu cy'Isezerano (Ibar. 13–14). Nuko, babura ayo mahirwe bituma bazerera mu butayu imyaka magana ane. **Kwibagirwa ni bibi cyane**. Igihe kigeze ngo abana babo binjire mu Gihugu cy'Isezerano, **Imana yarinze Abisirayeli nubwo bayibagiwe** (Yoz. 3–4). Yongeye gutandukanya amazi, icyo gihe ibikorera ku ruzi rwa Yorodani, rwari rwuzuye cyane. Abisirayeli bamaze kwambuka Yorodani bagendera ku butaka bwumutse, Imana yabategetse kubaka urwibutso rw'amabuye cumi n'abiri bakuye hagati mu ruzi. Yozuwe yasobanuye intego y'ayo mabuye y'urwibutso:

> Maze abwira Abisiraheli ati: "Mu bihe bizaza, abana banyu nibababaza icyo aya mabuye asobanura, muzabatekerereze uko Abisiraheli bambutse Yorodani bagenda ku butaka, n'uko Uhoraho Imana yanyu yakamije Yorodani ngo mwambuke, nk'uko yari yarakamije Inyanja y'Uruseke. Yabigenje atyo kugira ngo amoko yose yo ku isi amenye ko Uhoraho Imana yanyu ari umunyamaboko, kandi ngo namwe muhore mumwumvira." (Yozuwe 4:21–24)

Imana yari izi ko ibihe bikomeye bibategereje imbere yabo kandi ko ubwoko Bwayo bushobora gutakaza ibyiringiro. Igisubizo Cyayo cy'urukundo nticyari ukubacyaha kubera kutizera kwabo ahubwo yabibukije impamvu bagomba kuyizera. Ayo mabuye cumi n'abiri yari igihamya kiboneka cyibutsa abantu bose b'ibihe byose ko Imana ari iyo kwizerwa. Ntakongera kwibagirwa Imana iyo ari yo n'ibyo yakoze. Ntakongera kwibaza ku neza n'urukundo by'Imana, ahubwo bagomba kwibuka ko ari iyo kwizerwa rwose. Mu bundi buryo, ayo mabuye y'urwibutso adufasha gusohoza intego yacu muri iki gihe. Nidusuzuma neza ibyanditswe, tubona ko ayo mabuye yari agenewe amatsinda atatu y'abantu:

1. **Urubyaro rwose rw'ahazaza**.
   "Mu bihe bizaza, abana banyu nibababaza . . . muzababwire" (Yoz. 4:21–22). Buri muntu ahitamo gukunda Imana cyangwa kuyanga (Yoz. 24:15). Kwizera k'umubyeyi ntigukiza abana be. Kwizera ni uk'umuntu ku giti cye, kandi buri wese mu gisekuruza cye agomba kugira ayo mahitamo. Ni yo mpamvu Imana yategetse abizeye kwigisha abana babo ibyo bizeye (Ivug. 6:7). Kandi uburyo bwiza bwo kubikora ni ugutanga urugero rwiza rwo kwizera. Yesu yadutegetse kwigisha abantu kumvira ibyo yategetse byose, atari ukwigisha gusa ibyo yategetse (Mat. 28:20).

2. **Amahanga yose.**

"Yabigenje atyo kugira ngo amoko yose yo ku isi amenye ko Uhoraho *Imana yanyu ari umunyamaboko"* (Yoz. 4:24). Nk'intumwa Ze, dusangiza abantu bose urukundo rw'Imana, baba abari hafi yacu cyangwa abari hirya no hino ku isi (Ibyakozwe n'intumwa 1:8). Imana ntishyira imipaka ku rukundo Rwayo. Nuko rero, natwe ntitugomba gushyira imipaka ku bo tugomba kwereka urukundo Rwayo, uburyo tugomba kubakunda, cyangwa aho tugomba kurwerekanira. Ejo tuziga uburyo tugera ku nshuti n'amahanga.

3. **Abizeye bose.**

". . . kugira ngo muhore mumwumvira" (Yoz. 4:24). Imana ishaka ko tuyikunda by'ukuri kandi tukayubaha ndetse tukayitangarira. Muri ubwo busabane bwiza bwokubaha Imana, "dutinya" kuyirakaza. Tukayiramya ndetse tukayumvira bivuye mu mutima uyishima. Ku Munsi wa 19, tuzamenya byinshi ku byerekeye uburyo duhesha Imana icyubahiro.

No muri iki gihe, aya mabuye y'urwibutso y'Abisirayeli ba kera ashobora kutwereka *uburyo* twashyira mu bikorwa intego yacu dukunda kandi twumvira Imana, dukunda buri wese, kandi duhindura abantu abigishwa. Uburyo bworoshye bwo kwibuka impinduka zabaye *mu* mwanya twari turimo ni uguhindura uburyo *tubona* ibintu: reba hasi, reba hanze, kandi urebe hejuru. *Tureba hasi* kugira ngo twigishe abana bacu, *tureba hanze* kugira ngo tugere ku nshuti zacu n'amahanga, kandi *tukareba hejuru* kugira ngo duhe Imana icyubahiro.

Uyu munsi, reka twige uburyo twatera intambwe tukigisha abana bacu. Kuva mu ntangiriro, Imana yabishyize ku mwanya wa mbere kuko buri muntu wese agira amahitamo yo kuyizera. Yahisemo Aburahamu by'umwihariko kugira ngo yigishe urubyaro ruzamukomokaho (Intang. 18:19). Nubwo waba utarabyaye, Imana izaguha kurera abana mu buryo bw'umwuka. Bigishe kandi ubakunde kugira ngo bahinduke nk'abana bawe bwite. Intumwa Pawulo ntiyagiraga abana mu buryo bw'umubiri, ariko abizeye benshi yigishije (nka Timoteyo na Tito) yabise "abana" be. Pawulo yari asanzwe azi ko abantu batarubaka ingo bagira umudendezo wo kwita ku buzima bwa benshi (1 Kor. 7:32–34).

Abantu benshi batekereza ko kwigisha abandi bigoye, ariko itegereze urugero rw'intumwa. Bigishije abizeye babasura, babandikira inzandiko, kandi babasengera. Uburyo bwiza bwo kwigisha abandi ni ukubaha umwanya wawe. Guhura buri cyumweru kugira ngo ubatere intege no kubereka urukundo ni uburyo bwiza kandi bukomeye–bubasha no kugukuza nawe. (Reba urugero rwo "Guhura buri Cyumweru".)

Ntibisaba kuba impuguke kugira ngo wigishe abandi. Igisabwa gusa ni ugusomera hamwe ibyanditswe maze mugasubiza ibibazo. Sangiza abandi ibyo wamenye, ariko ubikore wicisha bugufi kandi mu bugwa neza (utirata cyangwa ngo wigire umuyobozi uruta abandi). Niba udashoboye gusubiza ikibazo, ntacyo bitwaye kwemera ko utakizi. Reba icyo Cyanditswe maze usabe Umwuka Wera kuguhishurira ubwenge Bwe. Nubwo gusangiza abandi ubwenge ari ingenzi, no kubatera intege na byo ni ingirakamaro. Mwishimane n'abandi mu gihe bagendana n'Imana. Bumwe mu buryo bwiza bwo gufasha umuntu ni ukumubwira ibibazo wahuye na byo. Vuga uburyo Imana yakijije ibyari bihangayikishije umutima wawe n'uko yasubije amasengesho yawe.

Guhura buri Cyumweru

Mwaba muhura kuri telefone, kuri interineti, cyangwa imbona nkubone, guhura buri cyumweru bibafasha gukura mu buryo bw'umwuka. Murebe uko mwakoresha iyi gahunda yoroshye yo guhura kwanyu kwa buri gihe:

1. **Ubushize**—Ni iki wishimira mu cyumweru cyashize? Ufite ikihe kibazo? Buri wese akivuge muri make. Umuntu umwe nasenge kandi asabe Imana kuyobora uko guhura kwanyu. Hanyuma, musuzume intego mwihaye mu cyumweru gishize kugira ngo buri wese abazwe inshingano ze mu rukundo.

2. **Uyu munsi**—Ni iki Imana iri kukwigisha uyu munsi? Musomere hamwe Icyanditswe inshuro ebyiri maze musubize ibibazo bikurikira by'icyo cyanditswe:

   a. Ni iki twakwiga ku Mana?

   b. Ni iki twakwiga ku bantu? Beza? Babi?

   c. Ni iki Imana ishaka ko tumenya, duha agaciro cyangwa dukora?

3. **Ubutaha**—Ni gute twashyira mu bikorwa ibyo twize uyu munsi? Buri muntu yihe intego ze. Musoze n'isengesho.

(Reba Umugereka w'Ibikubiyemo mu Guterana buri Cyumweru)

Mu kubwira abandi inkuru zacu, tugomba kwibuka uburyo Imana yakoze mu buzima bwacu n'uko yadukoresheje. Ariko kwibuka bishobora kutugora. Dukunze kwibagirwa urukundo Imana yadusenderejeho muri Yesu. Ahubwo tukibuka gusa ibyifuzo n'amasengesho byacu bitasubijwe. Imana ihora idusaba kwibuka-nk'uko yabibwiye Abisirayeli. "Nimwibuke ibyabaye kera, ni jye Mana nta yindi ibaho!" (Ezay. 46:9). **Yesu yari azi ko bizatugora kwibuka. Ni yo mpamvu yadutegetse kubahiriza igikorwa cyo–Gusangira, cyitwa nanone Imeza y'Umwami.** Mu gusangira, divayi (cyangwa umutobe) itwibutsa amaraso ya Yesu yamenetse ku bwacu. Umugati utwibutsa umubiri wa Yesu washenjaguwe ku bwacu (Luka 22:17–20; 1 Kor. 11:23–26). Nubwo gusangira ari iby'abizeye gusa (1 Kor. 11:27), iyo abatizeye babonye uwo mugenzo kandi bakatubaza ibyawo, tuba tubonye amahirwe yo gusobanura igitambo Yesu yatanze ku bwabo.

Ushobora kubika ubutunzi bw'umuryango wawe buzaragwa abana bawe ushyiraho "amabuye yawe y'urwibutso." Andika urugendo rwawe rwo kwizera cyangwa ubyerekanishe ibimenyetso ku buryo bizajya bikwibutsa uburyo Imana yabaye iyo kwizerwa mu buzima bwawe. Urwo rwibutso ruzagufasha kugira amasomo wasangiza abana bawe mu biganiro ugirana na bo. Ibyo biganiro bidasaba kwitegura, kandi bya buri munsi–"uri imuhira n'igihe uri mu rugendo, uvuga ugiye kuryama n'igihe ubyutse." (Ivug. 6:7)–bibaho kenshi iyo abantu babwirana ibintu by'ingenzi bahishuriwe mu buryo bw'umwuka. Ibyo twizeye tubihererekanya mu biganiro byacu bya buri munsi kandi tukabishyira mu bikorwa mu mibanire yacu tugirana n'abandi (1 Tes. 2:8). Urubyiruko rukeneye kurushaho kumenya Imana kurusha ikindi cyose twabigisha.

Urwibutso ruhamya imbaraga z'Imana ni uguhinduka k'ubuzima bwawe.

Reka Bibiliya Ivuge:
Ivugururamategeko 6:1–7 (Wasoma na: Zaburi 145)

Reka Ubwenge Bwawe Butekereze:
1. Tugomba kwigisha abandi *kumvira* ibyo Yesu yategetse byose (Mat. 28:20). Ni ibiki by'ingenzi tugomba kuzirikana igihe twigisha?

2. Ni gute Imana yigaragaje mu buzima bwawe? Andika "urwibutso" rw'ibyo Imana yagukoreye cyangwa amasengesho yasubije bikwibutsa ko yabaye iyo kwizerwa mu buzima bwawe.

3. Guterana buri cyumweru ni ingenzi kugira ngo mukure, muterane intege, kandi mubazwe inshingano. Niba udaterana n'abandi buri cyumweru, senga kugira ngo ubone abo mwajya muterana cyangwa utangire itsinda ryo guterana buri cyumweru. Ni nde watoza?

Reka Ubugingo Bwawe Busenge:
Data, uhamagara buri rubyaro (Ezay. 41:4). Ijambo Ryawe rivuga ngo, "Abo mu gihe kizaza bazamukorera, bazabwira abazabakomokaho ibyo Nyagasani yakoze. Abo na bo bazabwira abo bazabyara, bababwire ibitunganye Nyagasani yakoze." (Zab. 22:31–32). Mu gihe ndeba urubyiruko, nyereka abantu natoza. Mfasha kubagezaho ubumenyi nkuziho no kubabera urugero rwiza rwo kwizera . . . Mu izina rya Yesu, amina.

Reka Umutima Wawe Wumvire:
(Ni iki Imana ishaka ko umenya, uha agaciro, cyangwa ukora?)

Reba Hanze kugira ngo Ugere ku Nshuti n'Amahanga

Nuko rero nimugende muhindure abo mu mahanga
yose babe abigishwa banjye, mubabatize mu izina rya
Data n'Umwana we na Mwuka Muziranenge, mubigishe
gukurikiza ibyo nabategetse byose.
Matayo 28:19–20

Imana yari ifite umugambi mugari ku mabuye y'urwibutso uruta uwo kwibutsa Abisirayeli n'abana babo ineza Yayo. Abantu bo mu mahanga yari abegereye bamenye iby'urwo rwibutso na bo. Uwo murundo w'amabuye cumi n'abiri wari urwibutso rubi rubamenyesha ko imana zabo ziciriritse. Imana ya Isirayeli yatandukanyije inyanja Itukura n'uruzi rwa Yorodani, "kugira ngo amoko yose yo ku isi amenye ko Uhoraho' Imana ari umunyamaboko" (Yoz. 4:24). Igihe Imana yumishaga uruzi rwa Yorodani rwari rwuzuye, yasuzuguje iyo mana y'uruzi yasengwaga n'abari baruturiye. Muri icyo gihe, Imana yiyeretse amahanga ivuga ngo, "ni jye Mana nta yindi ibaho, ni jye Mana ntawe twagereranywa" (Ezay. 46:9). "Koko Uhoraho arakomeye, akwiye gusingizwa bihebuje, ni we ukwiye kubahwa kuruta izindi mana zose." (Zab. 96:4). Imana imwe nyakuri yakojeje isoni ibigirwamana byose igihe yabohoraga ubwoko Bwayo.

Nk'intumwa z'Umwami Yesu, duhamya kubohorwa gutangaje: kubohorwa ibyaha (Umunsi wa 3 na 4). Imbaraga z'Imana zatandukanyije amazi ntizigereranywa n'imbaraga Imana "yakoresheje muri Kristo, ubwo yamuzuraga mu bapfuye" (Ef. 1:20).

Guca inzira kugira ngo abantu bambuke uruzi ni igitangaza. Guca inzira kugira ngo abanyabyaha bagarukire Imana ni igitangaza kirengeje urugero. Ariko Imana yabikoze, itabikoreye gusa igihugu kimwe, ahubwo yabikoreye amahanga yose, harimo n'amahanga asenga ibigirwamana. Kuko Imana yatanze Umwana Wayo kugira ngo abe igitambo cy'amahanga yose, tubwira ayo mahanga yose iby'icyo gitambo cy'Umwana Wayo.

Tubwira isi yose kugira ngo hatagira ahantu n'ahamwe hasigara hatumvise (Mat. 24:14). "Imana yakunze cyane abantu bo ku *isi yose* ku buryo yatanze Umwana Wayo w'Ikinege" (Yohani 3:16). **Yesu yaziye isi yose, ntiyaziye Isirayeli gusa. Imana yabwiye Yesu** ngo, "Ntibiguhagije kuzahūra urubyaro rwa Yakobo . . . Ahubwo nkugize n'urumuri rwo kumurikira amahanga, uzageza agakiza kanjye ku mpera z'isi" (Ezay. 49:6). Yesu yaje gukiza abantu bose, nuko rero twese–abagabo n'abagore–tugize abo bantu bose. Ntibishingira ku bwenegihugu bwacu, kuba turi abagabo cyangwa abagore, cyangwa ku byiciro by'imibereho tubarizwamo. Twese dufite ishusho y'Imana, twese turi abanyabyaha bakeneye kugirirwa ubuntu. Urwikekwe, isoni, no kutiyumva neza muri sosiyete ntibigomba kutubuza kubwira abantu Kristo. Tekereza ku bantu bagoye gukunda, abantu mudahuza. Yesu abakunda nk'uko agukunda. Yarabapfiriye kandi yifuza kubakiza. *Nuko rero babwire.* Ni gute? *wumva, wiga,* kandi *ukunda.*

KUMVA

Umva *Umwuka Wera* kugira ngo akuyobore. Ushobora gusenga uti:

- Mwami, mpa amahirwe yo gusangira urukundo Rwawe na. Kingura umutima we. Mpa amagambo nkwiriye kuvuga (Luka 12:12).
- Mwami, haba hari umuntu ugushaka uri hafi yanjye? Mfasha kuduhuza.

Umva *ibyo akeneye.*

- Akenshi impinduka z'ubuzima ni ibihe abantu baba bifuza kuyoborwa kandi biteguye kumva Inkuru Nyakuri y'Imana.
- Mu bigeragezo, akenshi abantu bumva bakeneye Imana. Tega amatwi ibihe bikomeye, imibabaro, kwiheba, imihangayiko, ibyemezo bikomeye, cyangwa amaganya y'umuntu.

KUMENYA

Wumvise, kandi Umwuka Wera yagusabye gusangiza umuntu urukundo rwa Yesu. None ni iki kindi wakora? Baza ibibazo. Menya byinshi byerekeye inkuru ye kandi umusabe uburenganzira bwo kumubwira inkuru yawe.

1. Menya *inkuru ye*, harimo n'ibyo yizera.

Uburyo bwiza bwo kumenya umuntu, cyangwa gutangira kuganira na we iby'umwuka, ni ukubaza ibibazo. Fata umwanya wo kumva ibisubizo yaguhaye. Ntukosore ibyo yavuze igihe yagusubizaga Kumva neza ni uburyo bwo gukunda neza. Baza kimwe cyangwa byinshi muri ibi bibazo bikurikira:

- Ufite imyizerere runaka wemera?
- Wizera Imana?
  ○ Niba ari yego, baza uti, "Imana ni iki kuri wowe?"
  ○ Niba ari oya, baza uti, "hari igihe wigeze gutekereza ko Imana ibaho?" (Nubwo bavuga oya, ushobora kubaza ikindi kibazo kugira ngo ikiganiro cyanyu gikomeze gushingira ku by'umwuka.)
- Utekereza ko Yesu ari nde? Ibisubizo bifatika n'ibidafatika bishobora kwerekana umuntu uko ahagaze mu buryo bw'umwuka ("Yesu ni Umwana w'Imana" bitandukanye na "Yesu ni Imana *yanjye*").
- Hari umuntu waba warakubwiye inkuru nziza ya Yesu?
- Wigeze wifuza kujya mu ijuru? Uzi uburyo wagerayo?

2. Umva ibyo muhuriraho kugira ngo umusabe kumusangiza *inkuru yawe.*

Umva uburyo wahuza inkuru yawe n'inkuru ye. Intego yawe si ukwivuga cyangwa kurema ikiganiro kikwerekeyeho. Intego yawe ni ugushaka uburyo wavuga ngo, "ndakumva" cyangwa uti, "nanjye ni uko nari meze". Hanyuma, uvuge uburyo ubuzima bwawe bwahindutse igihe umuntu yakubwiraga Inkuru y'Imana.

Ushobora kubaza kimwe muri ibi bibazo bikurikira usaba uburenganzira bwo gukomeza:

- Mbese nagusangiza inkuru nziza yahinduye ubuzima bwanjye?
- Nakubwira uburyo natangiye kugira ubusabane bwihariye n'Imana?
- Ku muntu wahuye n'ibibazo, baza uti, "mbese nakubwira ikintu cyankijije ibihe bibi nagize mu buzima bwanjye?"

Niba udahawe uburenganzira bwo gukomeza, ntuhatirize ikiganiro. Ahubwo mutere intege kandi umwereke ko uhari ndetse wifuza ko mwazakomeza kuganira ubutaha. Ntiwananiwe; wakoze icyo Imana yaguhamagariye gukora. Sengera uwo muntu bucece kandi utegereza igihe cyiza azabasha kwemera kuganira nawe. Tuza

---

Vuga Inkuru Yawe mu Masegonda

Uzi uburyo wasangiza abandi Inkuru yawe n'Imana (yitwa nanone ubuhamya)?

Sobanura ubuzima bwawe mbere yo gukurikira Yesu mu magambo abiri, hanyuma usobanure ubuzima bwawe nyuma yo gukurikira Yesu mu magambo abiri cyangwa interuro imwe. Urugero: "Hari igihe mu buzima bwanjye [nagize ubwoba] kandi numva ubuzima bwanjye [budafite ibyiringiro].

Hanyuma Yesu yarambabariye ndetse mpitamo kumukurikira. Ubuzima bwanjye bwarahindutse. None ubu mfite [amahoro] n'[intego] mu buzima bwanjye. Ikiruta byose, mfitanye ubushuti bwiza n'Imana. Ufite inkuru nk'iyo? Isōko y'amakuru: #NoPlaceLeft

---

kandi wibuke ko Imana ari yo ifite inshingano zo kwiyegereza uwo muntu (Yohani 6:44). Inshingano yawe ni ukuba umuhamya Wayo.

GUKUNDA

Kuvuga inkuru yawe byerekeza ku kuvuga Inkuru y'Imana–inkuru y'urukundo ruhebuje. Uburyo busanzwe bwo gukora ibi ni ukuvuga inkuru yawe n'Inkuru y'Imana *icyarimwe*. Imana yaguhaye inkuru yihariye yafasha abandi, nuko rero ntugatinye kuyivuga. Mu nkuru yawe ushobora kuvuga uko wakize ihohoterwa, ibyishimo wagize ubwo wari ubabaye, cyangwa ububyutse wagize kugira ngo usohoze imigambi Imana igufitiye. Mu gihe uvuga inkuru yawe n'inkuru ya Yesu y'agakiza, ibuka gushyiramo ibice by'ingenzi. Ubutumwa bwiza buhura n'ibice bine bigize Inkuru y'Imana twize mu Cyumweru cya 1. Kugira ngo tubyibuke neza, reka tubitekereze mu buryo bw'ibyokurya. **Umugati w'Ubutumwa bwiza** usaba ibice bine kugira ngo ubutumwa bube bwuzuye nk'uko bikwiriye. Reka turebere hamwe buri gice:

1. **Imana iradukunda:** Vuga uburyo twaremwe n'Imana kugira ngo tuyihe icyubahiro kandi twishimire urukundo Rwayo rutunganye. Imana ishaka ko tuyimenya kandi tugasabana na Yo mu buryo bwihariye–ubu n'iteka ryose. "Imana yakunze cyane abantu bo ku isi yose, ku buryo yatanze Umwana wayo w'ikinege kugira ngo umwizera wese adapfa burundu, ahubwo ahabwe ubugingo buhoraho." (Yohani 3:16).

2. **Icyaha kidutandukanya n'Imana:** Vuga buryo icyaha cyangije umubano wacu mwiza n'Imana. Icyaha gisobanura kureka ubushake bw'Imana mu myitwarire yacu cyangwa mu bikorwa byacu. Kubaho uko twishakiye, tutabaho nk'uko Imana ishaka bidutandukanya na Yo kandi bikatuzanira urupfu (Isa. 59:2; Rom. 6:23). Ntawe utagira icyaha. "Koko bose bakoze ibyaha, ntibagera ku kigero cy'ikuzo ry'Imana" (Rom. 3:23).

3. **Yesu aradukiza:** Vuga uburyo Imana idukunda cyane ku buryo itemeye ko dukomeza gutandukana n'urukundo Rwayo. Imana yatanze Umwana Wayo w'Ikinege Yesu, kugira ngo adukize igihano cy'ibyaha kandi aduhe ubugingo bushya ndetse bw'iteka ryose. "Ariko Imana yatweretse ukuntu idukunda, igihe Kristo yadupfiraga tukiri abanyabyaha." (Rom. 5:8). Agakiza tugahabwa ku bw'ubuntu bw'Imana binyuze muri Yesu Kristo, si ku bw'imbaraga zacu cyangwa imirimo myiza (Ef. 2:8-9).

4. **Kwihana no kwizera biraduhindura:** Vuga ko iyo tuvuye mu byaha tukizera Yesu wenyine nk'Umunyembabazi n'Umuyobozi w'ubuzima bwacu, aduhindura bashya (2 Kor. 5:17). Imana yongera kurema ubusabane bwacu na Yo, kandi umunsi umwe tuzabana na We mu ijuru–iwacu heza. "Ngo nubyivugira n'umunwa wawe ko Yezu ari Nyagasani, ukemera mu mutima wawe ko Imana yamuzuye mu bapfuye uzakizwa. 10Koko rero kubyemera mu mutima bituma Imana ikugira intungane, naho kubyivugira n'umunwa bigatuma ukizwa" (Rom. 10:9-10). Kwizera no kwihana biragendana.

Ni kimwe n'ibice bine bigize Inkuru y'Imana twize mu Cyumweru cya 1. Itandukaniro rikomeye ushobora kuba warabonye ni igice cya kane. Kwihana no kwizera ni amahitamo yo kwakira impano ya Yesu y'agakiza kandi y'ubuntu, ari byo bigeza umuntu ku bugingo bushya (iremwa rishya). Nk'umugati udakozwe mu ifarini ni ko n'ubutumwa bwiza butagira ibyo bice bine buba bupfuye. (Tekereza gukuraho ikintu kimwe kugira ngo urebe icyo bihindura ku butumwa.) Umwuka Wera ashobora kukuyobora kwamamaza ubutumwa bwa Yesu mu buryo butandukanye no mu bantu batandukanye bo mu bice bitandukanye. Ariko uko wabuvuga kose, ibuka gushyiramo ibice byose bibugize. (Ibuka amagambo y'ingenzi: *urukundo, icyaha, Yesu, kwihana no kwizera.*)

> **Imfashanyigisho Zagufasha Gusangiza Abandi Kwizera Kwawe**
> Ku mugereka, uzahasanga imfashanyigisho zitwa **Ibiziga 3** n'iyitwa **Kumva, Kumenya, Gukunda, Umwami** byagufasha kugera kuri izi ntambwe. Hariho izindi mfashanyigisho zisa nk'izi zikoreshwa hirya no hino ku isi. (Kurura kopi zo mu buryo bw'ikoranabuhanga kuri allinmin.org.)

Kuvuga ubutumwa bwa Yesu bisaba imbaraga. Iyo ugitangira kuganiriza umuntu ku butumwa bwiza wumva bigoranye, ariko birushaho koroha iyo ufasha abandi kugera kuri Yesu. Niba kuvuga ibyo wizeye bigutera ubwoba, ibuka Abisirayeli. Bakandagiye mu ruzi kugira ngo barwambuke *mbere* y'uko Imana yumutsa ubutaka bagombaga gutambukaho. Imana yashyigikiye intambwe yabo yo kwizera, kandi ni ko izabigukorera. Nuko rero, ntukizere ikinyoma kivuga ko abantu badashaka kumva ibya Yesu. Amadini menshi yo ku isi agengwa n'ubwoba, ariko ubutumwa bw'urukundo rwa Yesu ni inkuru nziza rwose—ni amakuru meza—wabwira isi ibabaye.

Mu ijuru tuzabona "imbaga nyamwinshi y'abantu batabarika. Bari bakomotse mu mahanga yose no mu miryango yose, mu moko yose no mu bavuga indimi izo ari zo zose. Bari bahagaze imbere y'intebe ya cyami y'Imana n'imbere y'Umwana w'intama . . . Nuko barangurura ijwi cyane bati: 'Agakiza kava ku Mana yacu yicaye ku ntebe ya cyami, kava no ku Mwana w'intama!'" (Ibyah. 7:9-10). Reka dutumire abantu benshi bashoboka kugira ngo tuzabane kuri uwo munsi.

Reka Bibiliya Ivuge:

Abanyaroma 10:9–17 (Wasoma na: 1 Petero 3:15)

Reka Ubwenge Bwawe Butekereze:

1. Yesu yaziye abantu bose. Hari umuntu cyangwa itsinda ry'abantu ubona bigoye gukunda? Fata umwanya wo kwatura no kwihana urwo rwikekwe. Ni gute waberka urukundo rw'Imana?

2. Uzuza imfashanyigisho yo Kumva, Kumenya, Gukunda, Umwami iboneka ku mugereka kugira ngo witegure kandi witoze kubwira abandi ibyerekeye Yesu. Subiramo iyi mfashanyigisho mu guhura kwanyu kwa buri cyumweru kugira ngo buri muntu abazwe inshingano ze, mwitoze, kandi musenge.

3. Itoze kubwira inshuti inkuru yawe hamwe n'Inkuru y'Imana inshuro eshatu cyangwa zirenze.

Reka Ubugingo Bwawe Busenge:

Data, uri Umuremyi w'impera zose z'isi. Wifuza gukiza amahanga yose. Ijambo Ryawe rivuga ngo, "Dore imyaka yeze ari myinshi nyamara abasaruzi ni bake, nuko rero nimusabe Nyir'imyaka yohereze abasaruzi mu murima we." (Mat. 9:37–38). Turagusaba kohereza abasaruzi benshi bavuga iby'urukundo Rwawe, uhereye kuri njye. Nyereka aho nkwiye kujya n'icyo kuvuga . . . Mu izina rya Yesu, amina.

Reka Umutima Wawe Wumvire:

(Ni iki Imana ishaka ko umenya, uha agaciro, cyangwa ukora?)

Reba Hejuru kugira ngo Uhe Imana Icyubahiro

Nyagasani Mana yanjye, nzagusingiza mbikuye
ku mutima, nzahora nguhesha ikuzo.
Zaburi 86:12

Uyu munsi turiga intego nyamukuru ya byose, intego nyamukuru y'amabuye y'urwibutso y'Abisirayeli, intego idusunikira kugeza ubutumwa mu rubyiruko, inshuti, n'amahanga,
intego y'iremwa ryose,
intego y'ibyaremwe byose, n'
intego ya Kristo Yesu Wenyine:
Guha Imana icyubahiro.

Nk'uko twabyize mu ntangiriro y'uru rugendo rwo kwizera, **Inkuru y'Imana n'inkuru yawe zose zigamije guhesha Imana icyubahiro**. Kuba Imana ishaka guhabwa icyubahiro byakumvikana nko kwirata, kwikunda cyangwa gutegekesha igitugu—ariko si byo. Imana si kimwe nkatwe; Inzira Zayo zirenze kure izacu, n'ibyo yibwira biruta cyane ibyo twibwira (Ezay. 55:9). Iyo dushaka kubahwa mbere na mbere tuba twirata, ariko iyo Imana ishaka kubahwa iba iri mu kuri. Itandukanye cyane n'umunyagitugu.

- Umunyagitugu arakira, ariko Imana iratanga (Ibyakozwe n'intumwa 17:25).
- Umunyagitugu asaba abantu gukora, ariko Imana itanga ikiruhuko (Mat. 11:28).
- Umunyagitugu agundira ubutegetsi, ariko Imana yaduhaye ububasha Bwayo (Fil. 2:5–11).

- Umunyagitugu yica abanzi be, ariko Imana (mu bumuntu bwa Yesu) yapfuye kugira ngo akize abanzi Bayo (Rom. 5:10).

Imana si umunyagitugu. Icyo ni ikinyoma cy'umwanzi wabeshyeye Imana kuva mu ntangiriro. Avuga ibinyoma bisa n'icyo. Ntukabyemere. Imana ntituyobya, ntidukinisha, ntitwima ibyiza, cyangwa ngo itwungukeho (Ivug. 23:19).

Iyo turebye hejuru kugira ngo duhe Imana icyubahiro, ntidupfukamira umunyagitugu; twishimira Umubyeyi mwiza. Twishimira urukundo Rwayo, tugahagarara twemye mu mbaraga Zayo, kandi tukaruhukira mu mahoro Yayo. Ni nziza kandi ikwiriye guhimbazwa. Reka dufate umwanya muto wo gutekereza byimbitse Imana imwe nyakuri iyo ari yo. **Soma iyi mirongo mu ijwi riranguruye** kugira ngo iyobore ibitekerezo byawe. Munsi yabyo, urahabona umwanya wakongeramo izindi ngingo zisobanura Imana zo muri Bibiliya.

Imana yanjye ni . . .

- *Ndi Alufa na Omega, ni ukuvuga uw'ibanze n'uheruka. Ndi intangiriro n'iherezo. (Ibyah. 22:13).*

- *Uhoraho Imana igira impuhwe n'imbabazi, ntinda kurakara kandi nuje urukundo n'umurava (Kuv. 34:6).*

- *Uhoraho Imana yanyu ni Imana irusha izindi zose gukomera ni Umwami ugenga abami bose, ni Imana ikomeye y'imbaraga nyinshi ifite igitinyiro. (Ivug. 10:17).*

- *Azitwa Umujyanama utangaje. Azitwa Imana Nyirububasha, azitwa Data igihe cyose, azitwa Umwami w'amahoro. (Ezay. 9:6).*

Urumva uciye bugufi? Ushima? Utangaye? Fata umwanya muto utuze maze usenge Imana. Ni Yo yonyine ikwiriye guhimbazwa na bose (Ivug. 10:21). Ni Yo byose byiza, by'igikundiro, by'ubwenge, bitunganye, bihebuje, by'ubutwari kandi by'ukuri. Nk'uko umwanditsi wa Zaburi yavuze ngo, "Ni wowe Mugenga wanjye, ni wowe wenyine amahirwe yanjye aturukaho" (Zab. 16:2).

Kuki duha Imana icyubahiro? Imana yaturemye ku bw'icyubahiro Cyayo gusa (Ezay. 43:7). Ni Yo yonyine dukwiriye guhimbaza (Zab. 145:3).

Ni gute duha Imana icyubahiro? Duha Imana icyubahiro tuyikunda, tuyihimbaza, tuyumvira, kandi *tuyitinya*.

Dushobora kwibaza ubutyo gutinya Imana biyihesha icyubahiro. Ijambo **gutinya** muri Bibiliya risobanura byinshi, ariko kuri iyi ngingo *gutinya* bisobanura kubaha no gutangarira Ubumana, imbaraga, n'umwanya w'icyubahiro Imana ifite. Ni gute twakunda umuntu dutinya cyangwa twatinya umuntu dukunda? Byombi gukunda Imana no kuyitinya biragendana.

Tekereza uko byamera mu gihe twakora kimwe tukirengagiza ikindi. Tekereza uko byagenda dutinya Imana ariko tutayikunda. Twakomeza kubana dutandukanye. Twakora ibyo Imana idusaba, ariko ntitwashaka gusabana na Yo. Iyo twumvise ko Imana ikomeye mu kwera Kwayo n'ibikorwa Byayo bikaba bitangaje (Kuv. 15:11), tugomba kumva ko ntacyo turi cyo. Tuzi ko umwanya Imana ifite uyemerera guhana icyaha, nuko rero dukwiye kudahangayikishwa n'icyo izakora mu gihe dukosheje.

> **Gutinya Imana:** Ubaha kandi utangarire ubumana, imbaraga, n'umwanya w'icyubahiro Imana ifite. Mu gukunda Imana by'ukuri, abizeye "batinya" kuyirakaza.

Tubona mu Byanditswe ko tudaha Imana icyubahiro kuko tuyitinya gusa ahubwo kuko tunayikunda. Umwigisha w'amategeko yabajije Yesu ikibazo gikomeye kuruta ibindi agira ati: "Ni irihe tegeko rikomeye cyane?" Amategeko y'Abayuda yari yarongewemo andi mategeko 613 [1] bayongeye ku Mategeko Icumi bari basanganywe, kandi uyu mwigisha yari aruhijwe no kugerageza kuyubahiriza yose. Yatinyaga Imana, ariko se yarayikundaga? Umva igisubizo cya Yesu:

"Irya mbere ni iri: 'Isiraheli we, tega amatwi! Nyagasani, Nyagasani wenyine ni we Mana yacu. 30Ukunde Nyagasani Imana yawe n'umutima

---

1 "Umubare 613 wabanje gutangwa mu kinyejana cya gatatu CE bikozwe na Rabbi Simlai, wagabanyije ayo mategeko 613 yitwa mitzvot aho amategeko 248 yayise amategeko meza (ibikwiye gukorwa) hanyuma amategeko 365 ayita amategeko mabi (ibidakwiye gukorwa). Kuva iyo mibare yatangazwa, hari benshi bagiye bakora urutonde rw'amategeko 613. Urutonde rwamenyekanye cyane igihe kirekire ni urwo mu kinyejana cya 12 rwakozwe na Maimonides mu Gitabo cye cy'Amategeko." Byakuwe muri "Mitzvot," ReligionFacts.com, June 22, 2017, www.religionfacts.com/mitzvot.

wawe wose n'ubuzima bwawe bwose, n'ubwenge bwawe bwose n'imbaraga zawe zose.'" (Mariko 12:29–30)

Nubwo uyu mwigisha watinyaga Imana yakomeje kubahiriza amategeko, Yesu yamubwiye ko gukunda Imana ari byo bifite akamaro cyane. Yavuze gutyo kuko gutinya bitarimo gukunda byica ubusabane. **Ibuka ko intego yo gukunda no gutinya Imana si ukujya mu ijuru ahubwo ni ugusabana na Data wo mu ijuru**. Ushobora kuba warakurikiye Yesu kubera gutinya kubaho ubuzima bw'iteka ryose utari kumwe n'Imana. Ariko iyo wakiriye Yesu kandi ukamumenya, urushaho kumukunda aho kumutinya. Ntimugitinya Imana kuko urukundo rutunganye rwakuyeho ubwoba (1 Yohani 4:18). Ahubwo kubaha Imana bikurira muri wowe bigatuma ukunda kandi uramya Imana n'ibyawe byose.

Reka dutekereze uko bigenda iyo dukunze Imana ariko ntituyitinye: Dufata Imana mu buryo busanzwe, ntiduhe agaciro kenshi umwanya w'icyubahiro ifite cyangwa amategeko Yayo ndetse tukirengagiza ingaruka z'amahitamo y'icyaha. Dushobora kudaha agaciro Imana. Ibyo tubibona kenshi mu mibanire y'abantu. Akenshi abo dukunda tubafata nabi kuruta uko dufata abanyamahanga.

Ibibisobanura intego ya nyuma y'amabuy e y'urwibutso y'Abisirayeli ko yari ukugira "ngo namwe muhore mwumvira UHORAHO Imana yanyu" (Yoz. 4:24). Imana yashakaga gusabana n'ubwoko Bwayo yatoranyije n'urubyaro rwagombaga kubakomokaho. Abatinya Imana basezeranyijwe imigisha–ubutunzi (Ezay. 33:6) haba kera n'uyu munsi:

- **Gutinya Imana biturinda kunezeza abantu.** Yesu yashishikarije abigishwa Be ko bagomba gutinya Imana kuruta gutinya abantu (Mat. 10:28). Gutinya Imana bishobora kukurinda kugwa mu mutego mubi wo gushaka kwemerwa cyangwa gushimwa n'abantu ahubwo ugaha Imana icyubahiro (Imig. 29:25; Yohani 5:44).
- **Gutinya Imana bituma dukomera.** Ubundi bwoba burashira iyo dutinya Imana by'ukuri (Mat. 10:28; Heb. 13:6).
- **Gutinya Imana bituma tuba abanyabwenge.** "Kubaha UHORAHO ni byo shingiro ry'ubwenge" (Imig. 9:10).
- **Gutinya Imana biturinda gukora icyaha.** Nidutinya Imana,

tuzatinya icyaha kuko gihabanye na kamere Yayo kandi cyangiza ubusabane bwacu na Yo. Iyo dutinya Imana, duhunga icyaha (Imiga. 16:6). Gutinya Imana no guhunga icyaha bizaturinda ingaruka mbi z'icyaha kandi bishobora gutuma turamba (Imig. 10:27).

Ariko gutinya Imana, kuyubaha ntibipfa kwizana. Kamere yacu y'icyaha ituma twirengagiza icyubahiro cy'Imana ahubwo tukihimbaza. None ni izihe ntambwe twakurikiza kugira ngo dutinye Imana ariko tuyikunda?

- **Saba Imana kugufasha**. Yisabe kuyubaha ikwigisha inzira Zayo (Zab. 86:11).
- **Tekereza cyane ku Ijambo ry'Imana**, by'umwihariko imirongo, nk'iyanditswe hejuru ivuga ku mico Yayo. Guhishurirwa Imana mu Ijambo Ryayo byatuma tuyitinya tugahita umushyitsi (Zab. 119:120).
- **Ishimira ubwiza n'imbaraga z'ibyaremwe**. Soma Zaburi 19 maze urebe uko icyubahiro cy'Imana mu byo yaremye gituma imitima yacu itinya Imana.[1]
- **Ibuka imirimo y'Imana ikomeye**. Nk'Abisirayeli, ibuka ibyo Imana yagukoreye byose. Tekereza ku mirimo Yayo ikomeye–mu byo yaremye, mu mateka ya muntu, no mu buzima bwawe–buri munsi (Zab. 77:11–12).

Gukunda no gutinya Imana bifatanyiriza hamwe guha Imana icyubahiro no kuyumvira. Yesu yaravuze ngo, "Uwemera amategeko yanjye, akayakurikiza, uwo ni we unkunda kandi unkunda azakundwa na Data, nanjye nzamukunda kandi nzamwiyereka" (Yohani 14:21). Mu kumvira amategeko y'Imana tugeza urukundo rw'Imana ku rubyiruko, inshuti zacu n'amahanga . . .

Guha Imana icyubahiro bigomba kuba intego yacu,
Guha Imana icyubahiro bigomba kuba ubutumwa bwacu,
Guha Imana icyubahiro bigomba kuba icyerekezo cyacu, kandi
Guha Imana icyubahiro bigomba kuba ishimwe ryacu!

---

1 Mu kwitegereza gukomera kw'Imana mu byo yaremye wicishije bugufi, soma igisubizo Imana yahaye Yobu cyerekana imiterere n'imikorere y'ibyo yaremye (Yob 38–42).

UMUNSI WA 19

Reka Bibiliya Ivuge:
Zaburi 19 (Wasoma na: Zaburi 128)

Reka Ubwenge Bwawe Butekereze:
1. Soma Zaburi 19 maze umenye aho icyubahiro cy'Imana gihishurirwa n'igihe gihishurwa. Gutinya Imana biratunganye (umurongo wa 9) kandi ni igisubizo gikwiye ku bw'icyubahiro Cyayo. Kuki wumva ko Imana ikwiriye icyubahiro?

2. Ni akahe kamaro ko gukunda Imana no kuyitinya?

3. Ni gute gukunda no gutinya Imana bigushishikariza gusohoza intego zawe?

Reka Ubugingo Bwawe Busenge:
Umwami Yesu yatakiye Imana ngo, "Data iheshe ikuzo!" (Yohani 12:28 BIR). Nanjye, ndashaka kuguhesha ikuzo. Nyigisha kugukunda no kukubaha hamwe no gukora umurimo Wawe . . . mu mbaraga Zawe . . . ku bw'icyubahiro Cyawe gusa. "Mana, erekana ugukomera kwawe gusumba ijuru, ikuzo ryawe rimenyekane ku isi yose!" (Zab. 108:6). . . Mu izina rya Yesu, amina.

Reka Umutima Wawe Wumvire:
(Ni iki Imana ishaka ko umenya, uha agaciro, cyangwa ukora?)

Hereza Imana Icyubahiro Uyiramya

Nyagasani, amahanga yose waremye azakugana,
azakwikubita imbere aguheshe ikuzo.
Zaburi 86:9

Niba warigeze kuba mu materaniro yo mu rusengero, birumvikana ko wahamagariwe kuramya Imana. Aho umuntu atangaza ngo, "Mureke turamye Umwami." Muri uko guteranira hamwe kw'abantu benshi, hatangira umuziki, maze buri wese agahaguruka kugira ngo aririmbe afatanyije n'abandi. Mu gihe abantu baramya Imana bacuranga kandi baririmba, habaho ibintu byinshi. Si umwanya wo kwishyushya mbere yo kumva ikibwiriza. Si igihe cyo kwinezeza. Duhuriza hamwe imitima n'amajwi byacu nk'igitambo cyo guhimbaza ku bw'agaciro k'Imana katagira akagero. Ariko kuramya birenze cyane *umuziki*. Birenze kuririmba indirimbo. Iyo turamya Imana, twiyegurira Imana ubwacu. Uko turi kose. Ibyo dukora byose. Duha Imana byose kugira ngo tuyihe icyubahiro.

Ejo hashize twize uburyo gukunda no gutinya Imana bikorera hamwe kugira ngo Imana ihabwe icyubahiro. **Uku gukunda no gutinya Imana–kuyubaha no kuyikunda byimbitse–bigaragarira mu kuramya**. Ku Munsi wa 9, twize uburyo:

- Kuramya ari ugusingiza ikintu cyose gitegeka imitima yacu.
- Kuramya ni ugusingiza icyo Imana iri cyo n'ibyo yakoze.
- Kuramya ni ukwiyegurira Imana. Ibintu byose–kuririmba, kuvuga, gukora, gukina, gukorera abandi, ndetse no

kubabara– bihinduka ibikorwa byo kuramya iyo tubikoze duha Imana icyubahiro.

• Kuramya bihariwe Imana gusa.

Noneho nyuma yo gusobanura kuramya, reka twerekane uko gushyira mu bikorwa kuramya–*bihesha Imana icyubahiro*–bimera. Ni gute duhesha Imana icyubahiro tuyiramya?

Ramya ushishikaye. Kuramya kwacu biva mu busabane bw'urukundo dufitanye n'Imana, tubikora mu Kuri, ibyo tuyiziho, no mu Mwuka–udushoboza kwishimira Imana mu buryo bwuzuye (Yohani 4:23-24). Bibiliya idusaba guhimbaza Imana twishimye kandi dushima. Ariko iyo *Bibiliya ivuze kuramya*, injyana irahinduka. "Nimuze tumuramye tumwikubise imbere, nimucyo dupfukamire UHORAHO Umuremyi wacu. Koko ni we Mana yacu" (Zab. 95:6-7). Akenshi kuramya bigaragarira mu gikorwa cyo gupfukama cyangwa kubika umutwe, nk'inyifato igaragarira inyuma yerekana kwicisha bugufi no kwiyoroshya mu mutima. Twicisha bugufi kuko tuzi uwo turamya–Uwo inyenyeri zitangaza icyabahiro Cye. Imisozi ihinda umushyitsi imbere Ye. Isi itigiswa n'ubwiza Bwe (Nah. 1:5). Niba ibyaremwe byose biramya Umuramye bishishikaye, natwe dukwiye kumuramya dutyo. Kuramya ushishikaye ni ukumenya neza ko Imana ari Umwami ukwiriye w'ubuzima bwacu.

Ramya witonze. Tubasha kuramya Imana twirengangiza cyangwa ducecekesha ibiturangaza maze tukerekeza imitima yacu ku Uwo turamya gusa. Humiriza. Ubika umutwe wawe. Kora ibishoboka byose kugira ngo utekereze ku Mana gusa. Saba Umwuka Wera kuguhishurira ubwiza Bwe. Mu gihe uramya kandi usoma Ijambo ry'Imana, itoze kumenya ibitekerezo Byayo kugira ngo bigenge ibitekerezo byawe. Reka Imana ikwemeze rwose, igutere intege, kandi iguhumurize mu gihe ukurira mu busabane bwawe na Yo. "[Hanga] Yezu amaso we nkomoko y'ukwizera kwacu" (Heb. 12:2) kugira ngo uhe Imana icyubahiro uyiramya.

Ramya utanga. Turamya ikintu cyose gitegeka imitima yacu, ariko dushobora kunezeza ikintu kigenga imitima yacu binyuze mu byo dutunze. "Aho ubukungu bwawe buri ni ho uzahoza umutima." (Mat. 6:21). Gutanga ni amahirwe duhabwa yerekana ko dukunda Umwami kandi ko dushaka guteza imbere ubwami Bwe. "Muzirikane iri jambo: "Ubiba nkeya azasarura nkeya, naho ubiba nyinshi azasarura nyinshi." 7Buri muntu wese akwiriye gutanga icyo yiyemeje, atinuba kandi adahatwa kuko Imana ikunda umuntu utanga anezerewe" (2 Kor. 9:6–7).

Imana ishaka ko twishimira ibyiza iduha, ariko kandi idutegeka gukoresha ubwo butunzi tubufashisha abamamaza Ijambo Ryayo.[1] Nk'uko twabyize ku Munsi wa 16, iyo dufashije abandi kubona ibyo bakeneye, tuba tubikoreye Yesu Ubwe (Mat. 25:40). Koresha amafaranga yawe ukora ibyiza kandi ufasha abakene (2 Kor. 8–9; 1 Tim. 6:17–19). Ariko twabikora bingana iki kandi kangahe? "Ku munsi wa mbere ari ho ku cyumweru, buri muntu wese muri mwe ajye agira icyo azigama akurikije amikoro ye agishyire iruhande" (1 Kor. 16:2). Tanga ku giti cyawe, buri gihe, kandi mu rugero. Zirikana ko Imana ari Yo nyir'ibintu byose (Zab. 24:1; 50:10).[2] **Tugomba kuba ibisonga byiza, tukuzuza inshingano Imana yaduhaye zo gukoresha neza ibyo yaduhaye**. "Mwaherewe ubuntu, mutangire ku buntu!" (Mat. 10:8). Imana izi imibereho yacu kandi yita cyane ku mutima utanga.

Amafaranga si bwo butunzi bwacu gusa. **Dufite n'igihe dushobora gutanga n'impano twakoresha**. "Bajye bakora neza . . . bahore biteguye gutanga ku byabo" (1 Tim. 6:18). Nk'intumwa z'Imana, mukoreshe igihe cyanyu musabana n'abandi. Iyo twitaye ku barwayi, tugahumuriza imitima icitse intege, ndetse tukabwira abandi Yesu, tuba dutanga mu buryo bwubaka ubwami bw'Imana.

Ramya mu kuri. Imana iratuzi neza kurusha uko twiyizi. Irakuzi iyo uguye umwuma, ukumva ntacyo umaze cyangwa ubabaye. Yibwize ukuri kandi uyereke ibyiyumvo byawe mu gihe usenga.

---

1 Mat. 10:10; Luka 10:7; 1 Kor. 9:6–14; na 1 Tim. 5:17–18.
2 Ron Blue, *Never Enough? Three Keys to Financial Contentment* (Nashville: B&H Publishing Group, 2017), 20.

Gutanga ni igikorwa kiba hagati yawe n'Imana. Izi imibereho yawe kandi yita ku mutima utanga. Yesu yashimye gutanga kw'abaramyi babiri: umwe yatanze bike, undi yatanze byinshi, ariko **bombi** batanze bitanze ubwabo. Uwa mbere, yari umupfakazi watanze ibiceri bike, ariko ibyo ni byo yari afite byonyine. Yesu yamenye ibyo atanze kandi ashima iyo mpano yo kwitanga kwe (Luka 21:3–4). Uwa kabiri yari umugore wasutse icupa ryose ry'amavuta ahenze agamije kuramya Umukiza we (Yohani 12:3–9). Bamwe babonye gutanga kwe nko kwangiza, ariko Yesu yashimye umutima we wo kwitanga. **Imana ntiyita ku ngano y'ibyo utanze; Yita cyane ku mutima wawe.**

(Soma igitabo cya Zaburi urebe ingero zo gusuka umutima wawe imbere y'Imana.) Mu rugendo rwacu rwo kwizera, tuba mu bihe bitandukanye by'ubuzima bigira ingaruka ku kuramya kwacu. Tekereza uko waramya Imana mu bihe bitatu byanditse hano hasi:[1]

- **Igihe cy'Ibyishimo: Wishimira mu Mana?** Wishimira Imana kandi ukayinezererwa byuzuye? Yishimire kandi uyinezererwe ku bw'ibyo byishimo ufite. "Nzanezerwa nk'uhaze ibiryo binuriye, ngusingize nkuririmbira indirimbo." (Zab. 63:6). "Sinzabura kwishimira Uhoraho, nzanezezwa n'Imana Umukiza wanjye!" (Hab. 3:18).

- **Igihe cyo gushaka Imana: Mbese urashaka Imana?** Urayifuza ariko ukumva utishimiye kuba mu bwiza Bwayo kubera ibihe bibi uri gucamo? "Nk'uko imparakazi igira inyota igashaka amazi, Mana, ni ko nanjye nkugirira inyota nkagushaka. Mfite inyota yo gushaka Imana, Imana ihoraho" (Zab. 42:2-3). Saba Imana kukuzuza ibyishimo mu bwiza Bwayo (Zab. 16:11) kugira ngo wishimire kuyiramya (Zab. 43:4).

- **Igihe Kibi: Urumva ubabaye?** Urumva utera imbuto mu buryo bw'umwuka, nubwo wihana kenshi? Kwemera ibikugora no gusaba Imana kugufasha ni ukuramya by'ukuri: "Igihe nari mfite ishavu, igihe ishyari ryari rinshenguye umutima, nari meze nk'injiji nta cyo nzi, ndi nk'inka ntagusobanukirwa." (Zab. 73:21-22). Saba Imana kugufasha kongera kuyikunda, kongera gusabana na Yo, no kuyumvira: "Mana yanjye, undememo umutima uboneye, umvugurure ngire umutima ukumvira" (Zab. 51:12).

---

1 Byakuwe mu gitabo cya Dr. Michael Sharp and Dr. Mike Miller, "Worship Leadership" Intensive Class Notes: Three Stages of Worship, New Orleans: New Orleans Baptist Theological Seminary, May 2014.

Icyo dutekerezaho cyane kirakura (Umunsi wa 9).
Rinda ibyo utekerezaho cyane kugira ngo udakoresha nabi igihe cyawe, impano zawe, cyangwa ugakoresha amafaranga yawe ku bintu bidafite agaciro. Ushobora kwisanga uramya ibyo bintu aho kuramya Imana. Icyo uramya uhinduka nka cyo (Zab. 115:8). Nuramya amafaranga, uzaba igisambo. Nuramya uburanga, uzaba umwirasi. Nuko rero irinde ibigirwamana (1 Yohani 5:21). Ntukaramye ibigirwamana (ibintu kimwe n'inyigisho z'ibinyoma).

Ramya ufatanyije n'abandi. Mu gihe turi mu bihe bibi, dushobora gushukwa tukumva twakitandukanya n'abandi. Kuba wenyine no gutuza ni uburyo bwiza bwo kuramya. Ariko kuba wenyine igihe kirekire bidushyira mu byago byo guterwa n'umwanzi. Igisubizo ni ugukora ibitandukanye n'ibyo: ramya ufatanyije n'abandi bizeye. Imana iduha umubiri w'abizeye duteranira hamwe kugira ngo tuyiramye kandi dufashanye. Imana idutegeka "Twite kandi kuri bagenzi bacu, duterane umwete wo gukundana no kugira neza. Twirinde kubura mu materaniro, nk'uko bamwe babigize akamenyero. Ahubwo turusheho gukomezanya" (Heb. 10:24–25). Iyo duteraniye hamwe turamya Imana, twiyegurira Imana tukiyegurira n'abandi. Itorero rya mbere ryerekana urugero rwiza rw'abantu baramya Imana bafatanyije, kandi Umwami yabongereraga abakizwa (Ibyakozwe n'intumwa 2:42–47). Kwitabira ibikorwa by'itorero ni ingenzi mu buzima bwacu bw'umwuka kandi bifite agaciro gakomeye kuri Yesu.[1] "Kristo yakunze Umuryango we arawupfira" (Ef. 5:25). Twaremewe kuramya Imana hamwe nk'umuryango w'Imana—haba hano mu isi no mu ijuru.

Nshuti yanjye, utitaye ku gihe cyo kuramya Imana urimo uyu munsi . . .

ramya ushishikaye, ntacyo wisigarije;
ramya Imana witonze, uhanze amaso Yesu;
ramya Imana utanga, tanga ku byo ufite byose mu murimo Wayo;
ramya Imana mu kuri, werekana ibiri mu mutima wawe;
ramya ufatanyije n'abandi, muterane intege zo gukunda Imana, gukunda abandi, no guhindura abantu abigishwa.

Uko ni ko kuramya bihesha Imana icyubahiro.

---

1 Soma "Uko Wabona Itorero ryiza" ku Munsi wa 12.

Reka Bibiliya Ivuge:
Zaburi 103 (Wasoma na: Zaburi 100)

Reka Ubwenge Bwawe Butekereze:

1. Mbese uramya ushishikaye, witonze, utanga, kandi mu kuri? Ni ikihe muri ibyo kikorohera? Ni ikihe kigukomerera? Tekereza impamvu bikorohera cyangwa bigukomerera.

2. Vuga igihe cyo kuramya urimo kano kanya: Cyo kwishima, cyo Gushaka Imana, cyangwa Cy'umubabaro?

3. Uramya ufatanyije n'abandi bagize itorero? Niba atari byo, saba Imana kukuyobora mu nyigisho za Bibiliya ku itorero (Umunsi wa 12) cyangwa utangire itsinda mwajya muteranira hamwe buri cyumweru (Umunsi wa 17).

Reka Ubugingo Bwawe Busenge:
Data, mu gihe nkuramya, reka ibintu byose—abantu bari hafi yanjye, ibibazo byose mfite—bibure. Mfasha kugira ngo nkomeze kuguhanga amaso, umutima wanjye ukwegukire by'ukuri, kandi nkwegurire ubutunzi bwanjye, ku bw'icyubahiro Cyawe gusa . . . Mu izina rya Yesu, amina.

Reka Umutima Wawe Wumvire:
(Ni iki Imana ishaka ko umenya, uha agaciro, cyangwa ukora?)

Ramya Imana mu Mibabaro

None se kuki numva nihebye? Kuki umutima wanjye
utari hamwe? Reka niringire Imana, nzi ko nzongera
nkayisingiza, koko ni yo Mukiza wanjye. n'Imana yanjye.
Zaburi 42:6–7

Kuramya bishobora gusa n'ibyoroshye igihe ubuzima bugenda
neza, ariko bishobora no gukomera. Iyo tubabaye ntitubasha kumva
kugira neza kw'Imana. Rimwe na rimwe, icyo twumva ni ububabare
gusa. Ariko uwo mubabaro utuma umutima ushima mu mibabaro
utungana kuko ugaragaza ubudahemuka ku Mana—ko uwo mutima
ari indahemuka ku Mana gusa kandi ubwo budahemuka bukaba
budashingira gusa ku byo Imana ishobora kudukorera. Kuramya
Imana mu bihe tutiyumva neza akenshi ntibibamo kwikunda, ndetse
bituma umwanzi ahunga.

Satani arwanya kuramya. Yirukanywe mu ijuru kuko yagerageje
kwiba icyubahiro cy'Imana, kandi rwose ntiyari no kubishobora.
Kuva icyo gihe yagerageje kwihorera (Umunsi wa 3). Akomeza
kurwanya icyubahiro cy'Imana atubuza kuyiramya. Imibabaro
idushyira ku murongo w'imbere w'urwo rugamba rwo kurwanira
icyubahiro; umwanzi agerageza kuturwanya akoresheje intege nke
zacu (1 Pet. 5:8). Atubwira ibinyoma byerekeye Imana kugira ngo
atubuze kuyiramya (Yohani 8:44). Atuma twibaza ku neza y'Imana,
asebya imigambi y'Imana, kandi akirengagiza icyubahiro cy'Imana
(2 Kor. 4:4). "Kandi [Satani] azi uburyo Imana ikunda abantu, nuko
rero ashaka kuburizamo umugambi w'Imana wo guhindura abantu

abaramyi Bayo beza, bakomeye kandi bishimye. Ashaka kuburizamo icyifuzo gikomeye kiri mu mutima w'Imana."[1]

Kuramya bitsinda umwijima. Igihe umwijima ukubundikiye n'ikibi kikababaza umutima wawe, ikintu cya nyuma wakwifuza gukora ni ukuramya. Ariko mu by'ukuri, kuramya Imana ni cyo kintu ukwiriye gukora.

Uba ubwira Imana ko wizera ko imeze nk' uko ivuga ko iri:

Umurinzi wawe (Zab. 91).
Imana iguhumuriza (2 Kor. 1:3-4).
Imana ikubeshaho (Fil. 4:19).
Umukiza wawe (Zab. 103:2-4).
Umucamanza wawe Ukiranuka kandi w'Ukuri (Ibyah. 19:11).
Umushumba wawe Mwiza (Yohani 10:11).
Umwami kandi Imana yawe (Yohani 20:28).

Umwanzi nakubuza amahwemo akagutera guhangayika, ujye uramya Imana uyishimira, uyisabe kugufasha, kandi wiringire ko izabikora. Senga ngo, "Yesu, abe ari wowe uhitamo icyambera cyiza," kandi wegurire Imana imitwaro yawe yose kuko yita kuri wowe (1 Pet. 5:7). "Ntimukagire ikibahagarika umutima, ahubwo igihe cyose, *musenge Imana. Muyimenyesha ibyo mukeneye, muyinginga kandi muyishimira ibyo yakoze byose*" (Fil. 4:6 hari amagambo yongewemo). Uyu murongo urimo igisubizo cyo kunesha guhangayika, no kwiheba—gusenga dushima. Gushima bitwibutsa Imana iyo ari yo n'ibyo yakoze. Umurongo ukurikiraho ukomeza uvuga ngo, "Bityo amahoro y'Imana asumba kure ubwenge bw'umuntu, arindire imitima yanyu n'ibitekerezo byanyu." (umurongo wa 7). Iyo twemeye kuramya Imana, tukayishimira ibikomeye yakoze, ibibazo byacu bigaragara nk'aho ari bito.

Umwanzi nakwihebesha, uramye Imana uyibwira mu ijwi riranguruye. Icyo gihe ntiwongera kwirebaho ahubwo ureba Imana ishobora byose kandi yuzuye urukundo rwinshi. Izere Imana ko yakuvana mu mwijima kandi igahindura "kwiheba" mu cyimbo cy' "umwambaro w'ibyishimo" (Ezay. 61:3). "Yankuye mu rwobo ruteye ubwoba rwuzuye ibyondo by'isayo, ampagarika ku rutare

---

[1] Tim Keller, *Walking with God through Pain and Suffering* (New York: Dutton, Published by the Penguin Group, 2013), 273.

arankomeza." (Zab. 40:2). Mu gihe wumva ucitse intege, soma igitabo cya Zaburi. Shyira akamenyetso ku murongo wose ugufashije urimo amagambo y'ibyiringiro. Imirongo ihindura agahinda gacu mu magambo kandi ikagakingiranira mu rukundo n'ubudahemuka by'Imana. **Kuramya bihamya ineza y'Imana itajegajega, n'intsinzi yamaze kutubonera** (1 Kor. 15:57).

Gushima Imana mu mibabaro ntibisobanura kwirengagiza imibabaro yawe. Gushima mu mibabaro bisobanura guhangana n'imibabaro yawe uyegurira Imana ikuzi, igukunda, kandi ishaka kuba hafi yawe. Akenshi zaburi zibamo amagambo agaragaza ibyiyumvo. Zishobora kuba ari zaburi zivuga ku bibi cyangwa byiza, ariko buri gihe zerekeza ku Mana.

Kubwiza Imana ukuri tuyibwira imibabaro yacu bidufasha no kwirinda umujinya ushaka gushinga imizi mu mitima yacu (Heb. 12:15). Hari itandukaniro rinini hagati y'umujinya ubabaza Imana n'abo tuvuga ko baduteje umubabaro, n'umujinya uturuka ku Mana ugatuma ihimbazwa. Umujinya *udukura* ku Mana; Ni byiza gutakira Imana tukayibwira byose kuruta kuyivaho. Akenshi kuva ku Mana bituma twirebaho cyane kandi tukagira imico mibi; dushaka kwikemurira ikibazo mu mbaraga zacu bigatuma turushaho kurakara. Niba wumva ushobewe kandi ubabaye, ni byiza kubaza Imana ngo, "kuki?" Yesu yarabikoze. Ku musaraba, yaratatse cyane ngo, "Mana yanjye, Mana yanjye, ni iki gitumye unterera na?" (Mat. 27:46).

Yesu yabajije ibibazo, ariko ntiyigeze yibaza ku neza y'Imana. Yari azi ko icyo Imana imushakaho ari cyiza—nubwo umubabaro yari afite ako kanya wari uw'igihe gito—ndetse uko kwizera yari afite ntikwigeze guhungabana. Ari hafi gupfa, yishyize mu biganza by'Imana (Luka 23:46).

Niwumva Imana imeze nk'icecetse, ntibisobanuye ko idahari. Kuramya mu mibabaro bizatuma uhanga amaso Imana kandi urusheho kumva ubwiza Bwayo. Mu mibabaro turushaho kuba inshuti n'Imana. "Uhoraho agoboka abafite intimba ku mutima, ahoza abashenguwe n'agahinda" (Zab. 34:19). Gushima Imana mu mibabaro bitwegereza Imana kandi bikatuzanira imigisha duhabwa gusa muri icyo gihe cy'imibabaro aho kwizera kwacu kuba kuri kugeragezwa. Icyaha n'imibabaro yacyo ntibyari mu mugambi w'Imana wa mbere. Ariko, ku bw'urukundo Rwayo rutunganye, yifuje kuza mu isi kugira ngo asogongere kuri uwo mubabaro ku giti cye—ababare mu cyimbo cyacu kugira ngo abashe gukuraho uwo mubabaro rimwe kandi burundu. Intsinzi ya Kristo ku cyaha n'imibabaro bizuzura neza igihe azaba agarutse. Mu gihe ataraza, Imana iduha imbaraga zo kwihangana—no kwishima (Yakobo 1:2)—mu mibabaro yacu dutegereje uwo munsi ubwo azakuraho imibabaro yacu burundu (Ibyah. 21:4).

Wigeze upfusha? Mu gitabo bivugwa ko cyanditswe kera cyane kuruta ibindi muri Bibiliya, umugabo witwaga Yobu yabuze ibye byose, abana be, n'ubuzima bwe, ariko Yobu yakomeje kwerekana umujinya we ahimbaza Imana: "Yikubita hasi yubamye aramya Imana. Aravuga ati: 'Navuye mu nda ya mama nta cyo mfite, nzajya ikuzimu nta cyo mfite. Uhoraho ni we wabimpaye kandi ni we wabyishubije. Uhoraho nasingizwe.'" (Yobu 1:20–21). Kuramya mu mibabaro byahamije ubudahemuka bwa Yobu ku Mana.

Wigeze ugambanirwa? Umwe mu bigishwa cumi na babiri, witwaga Yuda yagambaniye Yesu amutanga mu maboko yabashakaga kumubamba. Yesu yari azi ko azagambanirwa, ariko yakomeje guhimbaza Imana (Mat. 26:14–30). Igihe inshuti magara yagambaniraga Dawidi, yarasenze abwira Imana ibyiyumvo bye. Dawidi yaranditse ngo, "Iyo ntukwa n'umwanzi wanjye nari kubyihanganira, iyo nishimwa hejuru n'unyanga nari kumwihisha, ariko noneho ni wowe mugenzi wanjye . . . Jyeweho ntakira Imana, Uhoraho arankiza." (Zab. 55:13–14, 17). Kuramya mu gihe cyo kugambanirwa byahamije ko Dawidi yizeraga Imana.

Uri gutotezwa? Intumwa Pawulo yaratotejwe, ariko Pawulo yakomeje guhimbaza Imana. N'igihe yaraboshywe, yaranditse ngo, "Mugumye kwishimira muri Nyagasani. Reka mbisubiremo, nimwishime." (Fil. 4:4). Kuramya mu gihe cyo gutotezwa byahamije ko Pawulo yiringiraga Imana.

Urakennye? Imana yaburiye Habakuki ko ubukene bugiye kwibasira ubwoko bwe, ariko Habakuki yakomeje guhimbaza Imana. "Nubwo imitini itarabya, nubwo imizabibu itakwera, nubwo iminzenze yarumba, nubwo imirima itatanga umusaruro, nubwo intama n'ihene zashira mu biraro, nubwo inka zashira mu bikumba, sinzabura kwishimira Uhoraho, nzanezezwa n'Imana Umukiza wanjye!" (Hab. 3:17–18). Kuramya mu gihe cy'ubukene byahamije ko Habakuki yizeraga Imana.

Nturi wenyine mu gahinda n'imibabaro yawe. Hari benshi

mu bisekuruza byatambutse bahimbaje Imana mu mibabaro
(Heb. 11). Hari n'abandi benshi muri iki gisekuruza bahimbaza Imana
mu mibabaro. Egera abandi bakurikira Yesu. Irinde kuba wenyine;
kwigunga bidushyira mu byago byo gushukwa no gucika intege.
Nubabara, uharanire kugumana n'inshuti zizera mu muryango
w'itorero ryawe (Heb. 10:25). Imana nigukiza, iryo humure yaguhaye
uzarikoreshe uhumuriza n'abandi (2 Kor. 1:3–7).

Ramya Imana mu mibabaro, kandi wizere ko ibasha kugukura
muri ibyo bihe bikomeye. Iba ikora no mu gihe tutabibona cyangwa
tutabyumva. Ukwiriye kuyiramya igihe cyose.

Reka Bibiliya Ivuge:

Zaburi 42 (Wasoma na: Abanyaroma 8:18–39)

Reka Ubwenge Bwawe Butekereze:

1. Uri guca mu bihe by'agahinda cyangwa umubabaro? Niba uri kubicamo, kuramya Imana mu mibabaro bisobanuye iki kuri wowe? Niba utari kubicamo, ni gute imibabaro waciyemo kera itari kuguhangayikisha iyo uramya Imana muri icyo gihe?

2. Subiza Ibibazo byo Kuganiraho by'Icyumweru cya 3.

Reka Ubugingo Bwawe Busenge:

Data, urareba imibabaro yanjye. Ufata amarira yanjye ukayabika mu icupa (Zab. 56:8). Nkuzaniye imibabaro yanjye. Mfasha kukuramya mu gihe cy'imibabaro, menye ko uri Umukiza wanjye, ko ari wowe umpumuriza, kandi ko uri Umucunguzi wanjye. Wagure ubushuti bwanjye n'abandi bizeye kugira ngo dusangire guhumurizwa duhabwa nawe . . . Mu izina rya Yesu, amina.

Reka Umutima Wawe Wumvire:

(Ni iki Imana ishaka ko umenya, uha agaciro, cyangwa ukora?)

IBIBAZO BYO KUGANIRAHO
MU CYUMWERU CYA 3:

**Subiramo amasomo y'iki cyumweru maze usubize
ibibazo biri hano hasi. Sangiza inshuti zawe ibisubizo
byawe nimuterana muri iki cyumweru.**

1. Uri intumwa ya Yesu? Ibyo bisobanuye iki kuri wowe?

2. Basekuruza bacu bo muri Bibiliya bari bafite intego nk'iyacu
   ariko bayisohoje mu buryo butandukanye. Ni izihe mpano,
   ubuhanga, cyangwa ubumenyi karemano Imana yaguhaye? Hari
   umurimo wihariye Imana iguhamagarira gukora cyangwa ikaba
   igusaba kugera ku itsinda runaka ry'abantu? Ni ibiki bindi ugiye
   gukora kugira ngo usohoze intego yawe yihariye?

3. Yesu adutegeka guhindura abantu abigishwa. Subiramo kandi
   ushyire mu bikorwa buri ntambwe yo mu mfashanyigisho yitwa
   Kumva, Kumenya, Gukunda, Umwami iboneka ku mugereka.
   (Niba utarayuzuza, bikore nonaha.) Ni ryari uzabwira Yesu
   abo wanditse ku ikarita y'ubusabane? Saba Imana kuguha ayo
   mahirwe. Itoze uvuga inkuru yawe n'Imana.

4. Soma Matayo 6:19–21. Utekereza ko ari iyihe mpamvu Imana
   itubwira kubika ubutunzi bwacu mu ijuru? Ni gute wareka
   guharanira ibihembo by'isi ahubwo ugaharanira iby'ijuru?

IGICE CYA II:

SHYIRA MU BIKORWA INKURU YAWE N'IMANA

Inkuru nyakuri za Bibiliya ziradufasha mu gihe twiga Inkuru y'Imana. Tubona uburyo umugambi w'Imana w'agakiza washyizwe mu bikorwa binyuze muri basekuruza bacu bo kwizera. Dusoma uburyo Imana yatandukanyije inyanja ikoresheje Musa (Kuv. 14) n'uruzi rwari rwuzuye ikoresheje Yozuwe (Yoz. 3). Tubona uko Imana yabonye Hagari kandi ikamuhamagara mu izina (Intang. 16) n'uko yakijije Daniyeli mu rwobo rw'intare (Dan. 6). Izi ni zimwe mu nkuru zidasanzwe dushobora gusoma dutangaye zigatuma dutekereza ku Mana ikomeye dukorera.

Nubwo izo nkuru zidufasha, hari igihe twibagirwa iminsi isanzwe iba hagati y'ibihe byo kwigaragaza kw'Imana. Akenshi abantu batekereza ko iyo Imana itigaragaje mu buryo budasanzwe buri munsi, cyangwa buri cyumweru, cyangwa byibura rimwe mu kwezi, haba hari ikitagenda neza.

None se ni iki dukora muri iyo minsi *isanzwe* ihinduka amezi asanzwe ikongera ikaba n'imyaka isanzwe? Ni iki abagabo n'abagore bavugwa muri Bibiliya bakoze? Ujya wibaza uko ubuzima bwa buri munsi bwa Musa bwari bumeze mu gihe cy'imyaka mirongo ine yamaze ari umushumba i Midiyani mbere y'uko Imana imuhamagarira gusubira mu Misiri?[1] Ubuzima bwa buri munsi bwa mushiki wa Musa, ari we Miriyamu bwari bumeze gute igihe yamaraga imyaka myinshi asaba Imana gukura ubwoko bwe mu bucakara? Musa na Miriyamu bashyiraga mu bikorwa inkuru yabo n'Imana–buri munsi. Babayeho batagereza igihe cy'Imana–kandi bayizera. Uko ni ko natwe dukwiye kubaho. Gukongoka kw'ibihuru no gucikamo kabiri kw'inyanja si byo bikwiye kuzura ubuzima bwacu gusa, ahubwo **imibereho yacu ya buri munsi ishobora guhesha**

---

1 Ibyakozwe n'intumwa 7:23-30.

icyubahiro Imana yacu idasanzwe mu gihe tuyizera. Umwami Dawidi ni urugero rwiza rw'ibyo.

Dawidi yari umwungeri Imana yatoranyije akiri muto kugira ngo azabe umwami w'Abisirayeli. Tekereza ibihe bisubiye inyuma maze ukaganira n'uwo musore muto wimitswe ataraba umwami. Icyo kiganiro cyaba kimeze nka gutya:[1]

"*Uri gukora iki Dawidi?*"

"*Ndagiye intama.*"

"*Yego, ndabibona.*"

"*Ababyeyi ni bo bampaye gukora uyu murimo. Ni wo murimo mubi mu rugo. Mu bisanzwe abacakara ni bo baragira intama, ariko ni njye muto mu bana benshi tuvukana, birashoboka ko ari yo mpamvu mpora hano buri munsi ndagira amatungo.*"

"*Ni iki ukora kugira ngo igihe gihite vuba?*"

"*Nganira n'Imana kenshi. Nta wundi twaganira hano. Ikindi nkunda gucuranga inanga, rero maze igihe ncuranga indirimbo zimwe z'amasengesho.*"

"*Indirimo z'amasengesho?*"

"*Yego, nganira n'Imana binyuze mu muziki. Maze igihe nzandika kuko ari indirimbo zidasanzwe. Ni nk'aho ari Imana impa amagambo yo kuyibwira.*"

"*Ni byo?*"

"*Yego, ariko si ibyo gusa. Ngomba no kuba maso kuko hano haba inyamaswa nyinshi z'inkazi ziba zishaka kurya zimwe muri izi ntama. Maze igihe nitoza kurasisha umuhumetso. Buri munsi ndushaho kurasa ku gipimo cyiza.*"

"*Noneho, uririmba uri no kwitoza kurasisha umuhumetso wicaye hafi y'intama zawe?*"

"*Yego. Ubwo ni bwo buzima bwanjye. Ni ubuzima busanzwe, ariko sinzakomeza kuba umwungeri. Ndi umwami nyawe.*"

"*Uri umwami? Ni byo?*"

"*Yego, nasizwe amavuta yo kuzaba umwami w'Abisirayeli w'ahazaza.*"

"*Ikanzu yawe iri he? N'abagaragu bawe? N'intebe yawe ya cyami?*"

"*Sindahabwa uburenganzira bwo kuba umwami.*"

---

1 Byakuwe mu rugero rw'ikibwirizwa cya James MacDonald on Walk in the Word Radio, AM 550, Jacksonville, FL, 2009.

"Uzabuhabwa ryari, kandi uzabuhererwa he?"
"Simbizi."
"Ntubizi?"
"Oya."
"None hagati aho ugiye gukora iki?"
"Nzaba ndirimba indirimbo z'amasengesho, nitoza kurasisha umuhumetso, kandi ndagira intama."

Utekereza ko Dawidi yari azi ko igihe kimwe ubuhanga bwe bwo kurasisha umuhumetso bwari kumufasha kunesha igihangange cyitwaga Goliyati (1 Sam. 17)? Wibwira ko yari azi y'uko indirimbo ze z'amasengesho (inyinshi ziri mu gitabo cya Zaburi) zari gufasha abantu benshi bo mu myaka myinshi? N'umwami Dawidi wiswe "umuntu unogeye [Imana]" (1 Sam. 13:14), iminsi myinshi yo kubaho kwe yari isanzwe.

Ushobora kutaba umwami hano ku isi, ariko mu Mwami Yesu ubarizwa mu muryango w'Imana. **Ishaka gukora ibintu bidasanzwe ibikoreye muri wowe mu gihe wayegurira iminsi yawe isanzwe.**

Ariko ni gute duha Imana icyubahiro, buri munsi, kandi mu buryo buhoraho?

Dutangira twitoza imico idufasha gukura mu busabane bwacu n'Imana kandi ituma tudakura amaso ku migambi Yayo. Tugomba kwiga kumva Imana buri munsi nka Dawidi no kwizera ko Umwuka Wera azadufasha kumuhanga amaso. Kumvira Imana mu buzima bwa buri munsi, n'ibihe byose bituma dukora ibidasanzwe.

Mu Cyumweru cya 4–7, uziga imyitwarire y'umwuka ya buri munsi izagufasha kugumana n'Umwanditsi Mukuru w'inkuru yawe nyakuri. Mu byumweru bike bikurikira, uzasobanukirwa icyo gushyira mu bikorwa inkuru yawe n'Imana bisobanuye, mu mbaraga Zayo kandi ubikora ku bw'icyubahiro Cyayo buri munsi.

Kumenya *ibyerekeye* Imana ntibihagije kuri twebwe. Tugomba no kuyimenya ku *giti cyacu*. Amasomo yo mu byumweru bitaha azakwigisha uko warushaho kwegera Imana binyuze mu kuguma kuri Yo no gushaka umwanya wihariye wo gusabana na Yo. Uziga kandi witoze ibivugwa muri Bibiliya ndetse uganire n'Imana binyuze mu isengesho. Uzamenya kandi ibijyanye n'ubusabane ufitanye na Mwuka Wera n'uburyo aguha ibyo ukeneye byose kugira ngo ukorere abandi kandi ubasangize urukundo rwa Yesu. Umusozo

Imyitwarire y'umwuka: Ibikorwa by'umuntu ku giti cye n'ibikorwa byo gushyikirana n'abandi byatanzwe n'Imana muri Bibiliya nk'uburyo bwo gusabana na Yesu, kumwiyegurira no gusa na We.

w'uru rugendo uzaba intangiriro y'urundi kuko uzasohoka hanze, mu gace utuyemo, ndetse no hakurya y'ako kugira ngo urarikire abantu kumenya Inkuru Nyakuri y'Imana.

Nk'umwigishwa wa Yesu, ntugomba kwitoza iyo myitwarire kugira ngo ukiranuke mu mbaraga zawe. Ibuka ko gukiranuka kwawe imbere y'Imana ubiheshwa n'agakiza ubonera muri Yesu Kristo *wenyine*. Ntacyo wakongeraho kuri uwo murimo Yesu yarangije ku musaraba.

Nta nubwo ugomba gushyira mu bikorwa iyo mico kugira ngo ukundwe n'Imana. *Isanzwe* igukunda n'ubundi. Mu by'ukuri, na kano kanya Imana iragukunda. Ntiyagukunda birenze uko ibikora.

Ahubwo, iyo myitwarire y'umwuka ukwiye kumva ko ari iyo kugufasha kugendana n'Imana buri munsi mu gihe ikorera muri wowe kandi igukoresha. **Si yo kwihatira kugeraho; ahubwo n'iyo kugufasha kuguma muri Kristo.** Yitoze kugira ngo igufashe kurushaho gukura mu busabane bwawe n'Imana. Koresha iyo myitwarire y'umwuka kugira ngo umenye ijwi ry'Imana, uyikurikire aho ikujyana hose, uyizere mu bigeragezo, kandi uyishimire mu gihe ushyira mu bikorwa inkuru yawe mu mbaraga Zayo.

Reka dutere indi ntambwe hamwe muri uru rugendo rwacu rwo kwizera . . .

ICYUMWETU CYA KANE

KUGUMA KU MANA— GUKOMEZA KUBANA N'IMANA

Menya Imana nk'Inshuti Yawe

Nta wagira urukundo ruruta urw'umuntu upfira incuti ze. Mwe muri incuti zanjye niba mukora ibyo mbategeka. Sinkibita abagaragu kuko umugaragu atamenya ibyo shebuja akora. Ahubwo nabise incuti kuko nabamenyesheje ibyo Data yambwiye byose.
Yohani 15:13–15

Yesu yari azi ko asigaranye igihe gito cyo kwihererana n'abigishwa Be mbere y'uko afatwa. Ubuhanuzi bukomeye bwo kugambanirwa no kwicwa kwe bwari bugiye kumusohoraho. Yari azi ko abigishwa be n'inshuti ze bari hafi kumubona ashinjwa ibyaha, akubitwa, kandi akamanikwa ku musaraba agapfa. Ndetse ko ntacyo yari gukora ngo abihagarike. Yagerageje kubategura kwakira ibyari bigiye kumubaho (Luka 22:31–37). Yibukije abigishwa ko hari umurimo batoranyirijwe, kandi ko Imana Data azasubiza amasengesho yabo kugira ngo basohoze uwo murimo (Yohani 15:7–8). Ariko bari bagikeneye byinshi. Hagombaga kubaho impinduka mu busabane bwabo na Yesu. Bagombaga kuba inshuti aho kuba abayoboke. Bahereye mu kumvira amategeko Ye no gusobanukirwa intego Ye nyamukuru n'uruhare rwabo muri iyo ntego. Yesu yabasobanuriye uko ubwo bumwe bwabo na We bwagombaga kuba *uburyo bwiza bwonyine bwo kumukorera–no kubaho*. Uko igihe yari asigaranye cyo kubana n'abigishwa be cyashiraga, Yesu yabategetse inshuro nyinshi ko bagomba **kuguma muri We**.

Muri iki cyumweru tuziga icyo kuguma muri Kristo bisobanuye. Muri kano kanya, wumve ko kuguma ari nko kuba hamwe na Yesu cyangwa kuba umwe na We. Bivuze kuba muri We no kugumana na We mu buzima bwose. Dufite ibitekerezo, amarangamutima, intego, n'ububasha nk'ibya Yesu.[1]

Nk'uko habayeho impinduka mu busabane bw'abigishwa na Yesu, ni ko hakwiye kubaho impinduka mu busabane *bwawe* na We. Mu Cyumweru cya 1, twize Inkuru y'Imana kandi ko dufite n'amahitamo yo kuba muri iyo nkuru. Mu Cyumweru cya 2 na 3, twize kuri kamere nshya n'intego nshya dufite muri Kristo. Noneho kuko tuzi *impamvu* Imana yaturemye, harageze ngo twige uko twabaho mu buryo butandukanye kugira ngo *dusohoze* intego yacu. Bitangirira mu gukuza *ubushuti* n'Imana.

Inkuru yawe n'Imana ni inkuru y'ubushuti. Hagarara gato maze ubitekerezeho. Imana yarakuremye ngo ube inshuti na Yo. Igihe Yesu yahamagaraga abigishwa Be "inshuti" (Yohani 15:15), bishobora kuba byarabatunguye.[2] Urugero rumwe gusa rwo mu Byanditswe rw'umuntu wiswe inshuti y'Imana ni Aburahamu.[3] Ariko Yesu yari azi ibyari bigiye kuba ku munsi ukurikiye no mu byumweru n'imyaka byari kuzakurikiraho, nuko abasaba–hamwe natwe–kumwegera.

Yego, Imana nyir'ijuru n'isi, yavuze inyenyeri zikabaho, irashaka kuba inshuti yawe. Nta rindi dini rivuga Imana nk'inshuti.

Ubushuti n'Imana ni ubushuti budasanzwe. Ntidufata Yesu nk'umuntu usanzwe tungana. Isezerano Rishya ritwibutsa ko Yesu ari Uwiteka, Imana, Umukiza, n'Umwami. Twumvira Yesu. Si We utwumvira. Icyo Yesu adusaba ni ukugirana ubushuti–kumumenya, kumenya ibyo atwifuzaho, intego Ye, no gusabana na We. Abagaragu basabwa kumvira batababajije. Ariko Yesu atwita inshuti; Avuga ngo, "nabamenyesheje ibyo Data yambwiye byose." (Yohani 15:15).

Yesu ntatubwira ibyo azi n'ibyo ashaka gusa ahubwo atubwira ibye byose. Avuga ngo, "nta wagira urukundo ruruta urw'umuntu upfira incuti ze. Mwe muri incuti zanjye niba mukora ibyo mbategeka." (Yohani 15:13-14). Kumvira amategeko Ye bihamya ko turi inshuti n'Imana, kandi ibyo bihera mu kuguma muri Yo.

---

1 Rodney A. Whitacre, *John*, vol. 4, The IVP New Testament Commentary Series (Westmont, IL: IVP Academic, 1999), 376.

2 Kenneth O. Gangel, *John*, vol. 4, *Holman New Testament Commentary* (Nashville, TN: Broadman & Holman Publishers, 2000), 285.

3 2 Amat. 20:7; Ezay. 41:8; Yakobo 2:23.

Ibanga ry'ubwo bushuti ni ukumarana igihe—uko tumarana igihe na Yesu, ni ko turushaho kumumenya, kumenya inzira Ze, n'ibyo atekereza. Nk'uko igihe abantu bamarana gituma barushaho gusabana, ni ko no kumarana igihe n'Imana bikuza ubusabane bwawe na Yo. Gira umwanya wo kuba imbere Yayo buri munsi, nk'uko Yesu yabikoze.

Akenshi Yesu yahagarikaga ibyamuhuzaga kugira ngo amarane igihe na Se bonyine, yakundaga kubikora mu gitondo butaracya (Mariko 1:35). Dushobora gukurikiza urugero rwa Yesu. Nk'uko abacuranzi barega imirya y'ibicurangisho byabo mbere y'igitaramo, ni ko natwe dukwiye guhora dutunganya—umutima, ubugingo, n'imbaraga byacu—tukayoborwa na Mwuka kandi Yesu akaba ishingiro rya byose mbere yo gutangira ibikorwa byacu bya buri munsi.

Uzabona ko numarana igihe kinini na Yesu bizatuma ushaka kugumana na We umwanya munini. **Kugira umwanya wo gusenga buri munsi, bisaba gutegura gahunda yabyo.** Hitamo igihe (bikore kare niba bishoboka) n'ahantu (hatuje niba bishoboka). Niba kuzinduka bikugora, gerageza kuryama kare, cyangwa ushake umwanya mu gitondo mbere y'akazi cyangwa nyuma y'aho. Tangirira ku minota cumi n'itanu ushobora kugenda wongera. Dore inama wakwifashisha kugira ngo ubone umwanya wo kubana na Yesu:

1. **Iherere.** Bibiliya icyita igihe cyo gutereza Uwiteka cy'ihumure no kuruhuka (Zab. 62:1, 5). Saba Imana kubana na we no kuyobora umwanya mumarana nk'uko ibishaka. "Umpumure amaso kugira ngo ndebe, ndebe ibitangaza biboneka mu Mategeko yawe" (Zab. 119:18). Mu gihe uri kumwe n'Imana, yisabe kuguha kumenya ijwi Ryayo birushijeho.

2. **Umva Ijambo ry'Imana.** Soma imirongo ya Bibiliya buhoro kugira ngo wumve ibyo usoma. Gerageza uburyo bwa 10-1-1. Tangira usoma *imirongo icumi*, maze wite cyane ku cyo Imana ikubwira muri iyo mirongo. Genda gahoro ariko ukomeze gusoma kugeza ubwo *umurongo umwe cyangwa interuro imwe* ugushishikaza. Ita ku *ijambo rimwe* muri uwo murongo ugomba kuzirikana uwo munsi. Uko ni ko ikiganiro cyawe n'Imana gitangira. Izahishura ubushake Bwayo mu Ijambo Ryayo. (Ni gake Imana ivuga mu ijwi ryumvikana, akenshi

ivugana n'umutima w'umuntu binyuze mu Ijambo Ryayo.) ibyo usoma bishobora kukwibutsa ibihe runaka wigeze kubamo cyangwa ubushuti runaka wigeze kugira. Ushobora guhita wifuza kumvira iryo tegeko ryo muri Bibiliya. Igihe Imana ivuze, tega amatwi kandi ugire icyo ukora. Reka umurongo w'ingenzi cyangwa ijambo ry'ingenzi ribe ifunguro ry'umwuka ry'umunsi wawe. Ritekerezeho uwo munsi wose. Buri jambo ryo muri Bibiliya Imana yararihumetse cyangwa se "ryahumetswe n'Imana" (2 Tim. 3:16). Ndetse n'ibisekuruza hamwe n'amateka bivugwamo bifite ubusobanuro twacukumbura tukamenyeramo ibyerekeye Imana, ubushake Bwayo, n'imigambi Yayo.

Ufite Bibiliya wakwiyigishirizamo?

Niba Bibiliya yawe ifite ubusobanuro bw'amagambo (reba paji. 70–71) cyangwa ubusobanuro bw'ingingo zivugwamo, reba ijambo rivuga ku miterere y'Imana rifitanye isano n'ibyo ukeneye cyangwa ijambo ry'ingenzi rifitanye isano n'ibiguhangayishije mu buzima. Soma uwo murongo buhoro. Niba ubonye ijambo cyangwa interuro yakugirira akamaro, yandike. Niba Bibiliya yawe igaragaza indi mirongo ifitanye isano n'uwo wasomye, soma iyo mirongo baguhaye. Andika ibyo wize. Kurikirana ya mirongo baguhaye gusoma muri Bibiliya icukumbura igitekerezo kiri muri wa murongo w'ingenzi. Sengera amasomo wize kandi wihatire kumva icyo Imana ikubwira Umwuka Wera ntazigera agusaba gukora ikintu gitandukanye n'Ijambo ry'Imana.

3. **Senga.** Subiza Imana binyuze mu isengesho. Yibwire ibyo wasomye mu Ijambo Ryayo maze wumve ibyo itekereza mu bitekerezo byawe. Mu byo wasomye, baza Imana ngo:

• Ni iki ushaka ko menya *kuri Wowe* uyu munsi?

• Ni iki ushaka ko *dukorera* hamwe uyu munsi?

Ibi bibazo bizagufasha kumva no gushyira mu bikorwa ibyo usoma. Mu gihe ugitekereza ku bisubizo byawe, ushobora gusengera mu Ijambo ry'Imana (usubiramo ijambo cyangwa interuro by'ingenzi). Iyo uvuze ijambo ry'Imana mu isengesho, ubwenge bwawe buhinduka bushya bugasa nk'ubw'Imana. Mu gihe usenga, yishimire, kandi uyisabe kugufasha.

4. **Andika mu ikayi.** Andika imirongo y'ingenzi ya Bibiliya, amasengesho, n'ibindi Imana iguhishuriye. Kwandika ibyo wize bizagufasha kwibuka

ibyo Imana yavuze kugira ngo ubishyire mu bikorwa kandi ubisangize abandi. Nihagira ikirangaza ibitekerezo byawe (urugero, nutekereza ku kintu ugomba gukora nyuma y'uwo munsi), cyandike ariko ucyirengagize kugira ngo ukomeze kwita ku kiganiro ugirana n'Imana.

Igihe cyawe cyo gusenga (igihe gituje) gikuza ubushuti bwawe n'Imana. Nk'inshuti yawe magara wakwisunga, Imana ihora iri hafi yawe. Yishimana nawe iyo wishimye, kandi ikaguhumuriza iyo ubabaye. Yesu yabaye muri iy'isi nk'umuntu "wahoranaga umubabaro n'agahinda," ni cyo gituma yifatanya nawe mu mibabaro ugira (Ezay. 53:3). Wishimira ibyishimo biva ku Mana n'igihe ubuzima bukomeye, kuko utazigera uba wenyine.

Reka Bibiliya Ivuge:

Yohani 10:11–18 na Zaburi 23 (Wasoma na: Zaburi 27)

Reka Ubwenge Bwawe Butekereze:

1. Imibanire yose ikenera igihe kugira ngo ikure, kandi ibyo bihe by'ubusabane duha agaciro cyane turabirinda. Ni izihe ntambwe ukeneye gutera kugira ngo ugire igihe cyihariye cyo kubana n'Imana?

2. Yesu yiyise Umwungeri wacu Mwiza, natwe tukaba intama Ze zumva ijwi Rye (Yohani 10). Ugitekereza ibi, **soma Zaburi 23 buhoro**. Wamwisunga gute kugira ngo akuyobore uyu munsi?

3. Ni gute kumvira amategeko ya Yesu bigaragaza ubushuti ufitanye na We (Yohani 14:21)?

Reka Ubugingo Bwawe Busenge:

Mana, ndagushimiye ko wampamagaye ngo mbe inshuti Yawe. Wagure ubushuti bwanjye nawe mu gihe niga kuguma muri Wowe. Mfasha kumenya ibitekerezo Byawe mu bitekerezo byanjye, kugira ngo mbashe kumvira amategeko yawe. Ndagusaba kumpa igihe cyiza cyo kubana nawe buri munsi kugira ngo umutima wanjye uhemburwe . . . Mu izina rya Yesu, amina.

Reka Umutima Wawe Wumvire:

(Ni iki Imana ishaka ko umenya, uha agaciro, cyangwa ukora?)

Ruhukira mu Mana, Yisunge, Yiharire Byose

Ni jye muzabibu namwe muri amashami. Uguma kuri jye nanjye nkaguma muri we, uwo ni we wera imbuto nyinshi kuko ari nta cyo mubasha gukora mudafashe kuri jye.
Yohani 15:5

Tekereza kujya muri tagisi itarimo abantu itwawe na Yesu. Wakwicara aho ushatse hose. Ushobora kwicara imbere hafi ya Yesu ugasabana na We mu gihe ayoboye ubuzima bwawe. Cyangwa, ukitarura Yesu wicara inyuma muri tagisi. Inyuma, ntiwumva neza umunyenga kandi ntuba ureba neza aho werekeza. Ntushobora kubona neza ibyo Yesu ari gukora, cyangwa ngo wumve neza ijwi Rye wicaye inyuma. Ukinjira muri tagisi, utitaye aho ushaka kwicara, Yesu azakujyana aho ashaka. Icyo usabwa guhitamo ubwoko bw'ubusabane wifuza kugirana na We muri urwo rugendo. Mbese uzahitamo kugumana muri We cyangwa kwicara inyuma utari kumwe n'Umushoferi?

Ejo twize uburyo twakuza ubushuti bwacu na Yesu tugira umwanya wo gusenga buri munsi. Ariko ni gute twaguma muri Kristo no mu yandi masaha agize umunsi wacu?

Kuguma muri Yesu birenze kumarana igihe na We. **Kuguma muri Yesu ni ukwemera kuyoborwa na We no gukomeza gushyikirana na We kugira ngo uruhuke kandi wakire**. Nk'umugenzi uri muri tagisi, si twe twiyobora. Ariko kuguma muri Kristo bisobanuye ko tutari twenyine–turi kumwe na Yesu. Ijambo *kuguma* risobanura "gusigara ahantu," "gukomeza kuba," "kubaho," cyangwa "gutura."[1] Kuguma muri

---

1 William Arndt et al., *A Greek-English Lexicon of the New Testament and Other Early Christian Literature* (Chicago: University of Chicago Press, 2000), 630.

Yesu bikubiyemo kwizera, kumvira, kwiringira, kuruhuka, ubuntu, no kubaho uyoborwa n'Umwuka. Ubu bumwe-gushyikirana–na Yesu ni ubumwe budasanzwe tugirana n'Imana kandi ni bwo buryo bwonyine tuboneramo ubugingo busendereye (Yohani 10:10).

> **Kuguma** bisobanura kandi "gusigara ahantu" cyangwa "gutura." Muri iyi nyigisho, kuguma muri Yesu bisobanura
>
> • kuruhukira mu Mana;
> • kwisunga Imana;
> • guharira Imana byose;
> • kwakira ibyo dukeneye byose tubihawe n'Imana.

Yesu avuga ngo, "nimugume kuri jye nanjye ngume muri mwe" (Yohani 15:4). Atanga urugero rw'umuzabibu avuga ngo: "ni jye muzabibu namwe muri amashami" (Yohani 15:5). Yesu ni Umuzabibu, isōko y'ubuzima busendereye, watewe mu butaka kandi ni na We ubeshaho umuzabibu wose. Turi amashami adakomeye, afashe ku giti, atabasha kwera imbuto ari yonyine. Ariko uko twakira ubuntu bwinshi budutungira muri wa Muzabibu, abasha gukuza muri twe imbuto zihindura ubuzima.

Tekereza uburyo ishami rito kandi ridakomeye ryishingikiriza ku muzabibu kugira ngo ribone ibyo rikeneye byose birifasha kubaho no gukura. Ni yo mpamvu Yesu yavuze ngo, "ububasha bwanjye bugwira ahiganje intege nke" (2 Kor. 12:9). **Intege nke zacu zidufasha kumenya ko dukeneye kwishingikiriza ku Mana.** Iyo ni yo ntego. Ni cyo gituma Pawulo yanditse ngo, "Noneho rero nzajya nishimira cyane kwiratana intege nke zanjye, kugira ngo ububasha bwa Kristo bugume kuri jye" (2 Kor. 12:9). Nuko rero tuguma kuba ku Muzabibu–twizera Yesu, tumwiringira, kandi tumenya ko ibyo dufite n'ibyo dukeneye byose bituruka kuri We. Nituguma kuri We, Umwuka Wera azatemba nk'amazi muri twe, kandi Imana izeza imbuto nyinshi mu buzima bwacu.[1] Yesu avuga muri Yohani 15:5 ngo, "uguma kuri jye nanjye nkaguma muri we, uwo ni we wera imbuto ". Iyo ni inkuru nziza. Ariko igice cya kabiri cy'uwo murongo cyerekana ingaruka zo gutakaza ubwo bumwe: "nta cyo mubasha gukora mudafashe kuri jye."

Niba kuguma muri Yesu bisobanura kwera imbuto nziza, ubwo kutaguma kuri Yesu ni ikinyuranyo ari cyo: **kutera imbuto n'imwe.** Kutera ikintu na kimwe gifite akamaro k'iteka ryose. Nta

---

1 R. Kent Hughes, *John: That You May Believe*, Preaching the Word (Wheaton, IL: Crossway Books, 1999), 357.

murimo mwiza wakorerwa hanze y'Imana ngo witwe "imbuto" nziza Yesu avuga muri uwo murongo. Aduhamagarira umurimo We ngo tuwusohoze—mu rukundo—nk'uko yabigambiriye (Yohani 15:9; Ef. 2:10). Imirimo tudakorana urukundo, tugamije kwinezeza, kumenyekana, no kwigaragaza ntizagira agaciro gahoraho (1 Kor. 13:1–3).

Dusabwa kuba amashami akomeye atembamo ubugingo buva ku Mana. Ni ubuzima buva ku Mana, butava kuri twe. Ni yo mpamvu **Yesu atadutegeka kwera imbuto; adutegeka *kuguma* muri We. Kwera imbuto ni umurimo wa Mwuka Wera**, nuko rero nitwishingirikiza kuri Yesu, we Muzabibu, akaba n'isōko tuvomamo ibidutunga, imbuto z'Imana *zizakura*, kandi zitume duha Imana icyubahiro (Yohani 15:8). Ariko nitwerekeza imitima yacu ku by'isi twibwira ko ari byo byaduha ubuzima, duhinduka ubusa n'imburamumaro nk'igiti cyumye (Yohani 15:6).

Imana ntishaka ko twuma ngo ntitwere imbuto cyangwa ngo tube imburamumaro bitewe n'uko twavuye kuri Yesu, we sōko y'ubuzima bwacu. Ni we Nyir'umurima utwitaho (Yohani 15:1). Ubwa mbere, aradutunganya maze akaduhuza n'Umuzabibu. Muri Kristo turatungana kandi tukabasha kwera imbuto (Yohani 15:3). Ariko dukenera rimwe na rimwe gukaragirwa, nk'uko bimera ku giti cyose cyera imbuto nziza. Urugero, ibyaha birimo amazimwe, kutababarira, kwitotomba, kwikunda, no kubatwa n'ibisindisha bimeze nk'igiti cyumye. Bituma ubuzima bwa Yesu budutunga budatemba muri

Abakristo bagengwa n'isi

Kuguma mu Mana byerekana itandukaniro hagati y'abakristo bagengwa n'isi n'abayoborwa n'Umwuka, ari bo bigishwa ba Yesu bamweguriye byose. Abakristo bagengwa n'isi batekereza kandi bagakora nk'ab'isi. Intumwa Pawulo yise abizeye b'i Korinto "ab'isi" cyangwa "ab'umubiri" (1 Kor. 3:1–4 BIR na BY).

Abakristo bagengwa n'isi bakomeza kubabaza Umwuka Wera badakora icyo Bibiliya ivuga. Bababazwa n'ubusa, bahora bahangayitse, barakaye, batababarira, ntibasenga, bagira umujinya vuba, barikunda, kandi bagahangayikishwa n'ibyo abandi babatekerezaho. Ntibarwanya icyaha bashishikaye, bemera ko kamere yabo ya kera igenga ubuzima bwabo kuruta Mwuka Wera (Rom. 8:5–8, 13). Kubera kudakomera mu kwizera no kudakura mu mwuka, bayoborwa cyane n'ibyifuzo byabo kandi bagatekereza ku by'isi aho kugengwa n'ubushake bw'Imana no gutekereza ku kuri kwa Bibiliya.

Niba ibi ari byo bikuranga, atura intege nke zawe kandi wemerere Yesu kuganza ubuzima bwawe.

twe. Bitumara imbaraga kandi bikatubuza kwera imbuto, hanyuma Nyir'umurima akabitema (Yohani 15:2). Ashaka ko tugira ubuzima bwiza, twera imbuto, kandi tukaguma ku Muzabibu, ariko dukorera hamwe. **Ni gute tuguma mu Mana?** *turuhukira* mu Mana. *Twisunga* **Imana.** *Twegurira* **Imana byose. Mu gukora dutyo** *twakira* **ibyo dukeneye byose biva ku Mana**.

1. **Ruhukira mu Mana**. Izere Imana, ariko kandi *wizere* kuruhukira muri Yo (Heb. 4:9–11). Izere icyo iri cyo, ibyo yakoze, n'icyo uri cyo muri Yo.

- Ruhukira mu rukundo Yesu agukunda. Yesu avuga ngo, "uko Data yankunze, ni ko nanjye nabakunze, nimugume mu rukundo rwanjye." (Yohani 15:9).
- Ruhukira muri Yesu kugira ngo akubesheho. Imana izi neza ibyo ukeneye, ibiguhangayikisha, n'ibikubabaza. "Imana yanjye ntizabura kubahundazaho ibyo kubakenura byose, nk'uko umutungo wayo uhebuje uri muri Kristo Yesu ungana." (Fil. 4:19).
- Ruhukira mu byo Imana yagukoreye muri Kristo. Ntuhangayikishwe n'ibyo wakorera Imana. Ahubwo yikorere kuko uyikunda nta gahato. Ntukongere gukorera Imana kugira ngo igukunde. Ntukongere kwemera ko ibihe bisobanura uwo uri we. Ntukongere kwifuza gutegeka. Akira ihumure Rye. Waruhukira muri Yesu?

2. **Isunge Imana**. Izere Imana ko ikubwira ukuri. Isunge Ijambo Ryayo kandi wishingikirize kuri Mwuka Wera Wayo. Ikibazo si ukumenya niba Umuzabibu uzaduha ibyo twifuza byose ahubwo ni ukumenya niba tuzawubonamo ibyo twifuza. Mbese ibigutunga uzabishakira mu isi wange ibyo Imana ishaka kugutungisha? We kwanga ibyo Imana igutungisha. Akira ibyo Umuzabibu ushaka kuguha buri munsi. Izere Yesu kandi umwegurire ubuzima bwawe bwose kugira ngo atembe muri wowe. Akwiriye kwizerwa kandi ahora yiteguye kutubeshaho buri gihe. Wakwisunga Yesu?

3. **Harira Imana byose**. Izere ko Imana ari yo igufasha kugira ibyo dukora n'ibyo tugeraho byose. Yegurire ibihe byawe byahise, iby'ubu,

n'iby'ahazaza. Iyo umuhariye ibyawe byose ubona umudendezo, gukira, no gutunganirwa. Kuko Imana ihindura imitima n'imibereho– *atari twebwe*. Nuko rero, yegurire ibyifuzo, amarangamutima, n'ibibazo byawe, kandi wemerere ubuntu gusendera mu buzima bwawe. Egurira ubuzima bwawe abandi nk'uko Yesu yabikoze (Yohani 15:12-13), kandi wegurire Imana imigambi yawe. Imana ntizigera igusaba kuyikurikira ngo ireke kukugirira ubuntu mu ntambwe zawe zose. Yesu asezeranya ngo, "nimukurikiza amategeko yanjye muzaguma mu rukundo rwanjye" (Yohani 15:10). Kuguma muri Yesu bisaba kwicisha bugufi no kumvira. Wakwemera kwegurira byose Yesu?

Kuruhukira muri Yesu, kumwisunga no kumwegurira byose bisa nk'aho ari intambwe ikomeye yo kwizera. Ariko reba imigisha twasezeranijwe kuzahabwa nituguma muri Yesu. Muri Yohani 15 Yesu yavuze ko nimuguma muri We n'amagambo Ye akaguma muri mwe . . .

- muzera imbuto nyinshi (umurongo wa 5),
- amasengesho yanyu azasubizwa (umurongo wa 7, 16),
- muzamwumvira (umurongo wa 10, 14),
- muzamenya urukundo Rwe (umurongo wa 9-10),
- muzamenya ibyishimo Bye (umurongo wa 11),
- muzerekana ko uri umwigishwa We (umurongo wa 8), kandi
- muzaba inshuti Ze (umurongo wa 14).

Ibi bisa n'ibirimo ukuri kwinshi, ariko ni ukuri rwose. Kandi ni amahitamo ugomba kugira buri munsi na buri gihe. Nshuti yanjye, wakwemera kubaho wishingikirije kuri Yesu?

Reka Bibiliya Ivuge:
Yohani 15:1–17 (Wasoma na: 1 Yohani 3:11–24)

Reka Ubwenge Bwawe Butekereze:
1. Ni gute urugero rwa tagisi cyangwa rw'umuzabibu byahinduye uburyo ubona ubusabane bwawe n'Imana?

2. Ongera usome igisobanuro cy'umukristo ugengwa n'isi. Ni ibiki mu buzima bwawe bigengwa n'isi aho kugengwa n'Imana? Fata umwanya usabe Imana kugufasha muri ibyo bintu.

3. Ni izihe ntambwe watera kugira ngo uruhukire mu Mana, uyisunge, kandi uyegurire byose? Tangira gutera intambwe yawe ya mbere uyu munsi.

Reka Ubugingo Bwawe Busenge:
Mwami Yesu, ni wowe sōko y'ubuzima bwanjye. Ndifuza kuguma muri Wowe. Mfasha kuruhukira muri Wowe, kukwisunga, kuguharira byose kugira ngo nakire ibyo nkeneye byose muri Wowe. Mfasha kwera imbuto nyinshi mu buzima bwanjye ku bw'icyubahiro Cyawe . . . Mu izina rya Yesu, amina.

Reka Umutima Wawe Wumvire:
(Ni iki Imana ishaka ko umenya, uha agaciro, cyangwa ukora?)

Akira iby'Imana– Ukure Ushora Imizi

Hahirwa umuntu wizera Uʜᴏʀᴀʜᴏ, hahirwa umugirira icyizere. Uwo ameze nk'igiti cyatewe hafi y'umugezi, gishora imizi hafi y'amazi. Iyo izuba ricanye nta cyo kikanga, amababi yacyo ahora atohagiye, iyo amapfa ateye ntikibura kwera imbuto. Yeremiya 17:7–8

Mu rugendo rwawe rwo kwizera, imirongo ya Bibiliya ishobora kuba ikintu wishimira. Mu gihe ucitse intege, wabona imirongo yahembura ubugingo bwawe. Mu gihe cyawe cy'ibyishimo no kuramya Imana, wabona imirongo ihamya ubwiza n'icyubahiro by'Imana. Ni ibisanzwe kuba abizeye bakongera gusoma imirongo myiza ibakomeza kandi ibatera ibyiringiro. Dufate urugero rwa Ezayi 55. Tuvuge nk'umurongo wa 11 utwibutsa ko Ijambo ry'Imana "ritazagaruka ubusa" (Ezay. 55:11). Ariko twibagirwa gukomeza gusoma. Dusoma gusa imirongo twikundira tugahusha intego nyamukuru y'igice cyose kivugwamo iyo mirongo. Niwitegereza neza uyu murongo, urasanga uhishura impinduka zitangaje: "Ahari ibihuru by'amahwa hazamera amasipure, ahari imifatangwe hazamera ibiti bihumura neza." (Ezay. 55:13). Ijambo ry'Imana rizasohoza intego yaryo yo gukuraho amahwa n'imifatangwe, ari byo ngaruka z'icyaha (Umunsi wa 3), maze ribihindure ibiti byiza–ubugingo bushya. Uyu murongo ntushushanya gusa igice cya kane cy'Inkuru y'Imana ahubwo werekana nanone ko tumeze nk'ayo mahwa n'ibyo biti.

Umurimo w'Imana w'agakiza uduhindura mu buryo bwuzuye. Ntiduhinduka buhoro tubanje kuba amahwa mato ngo hanyuma tube igihuru cy'amahwa. Iyo twakiriye Yesu duhita duhinduka rwose.[1] Ubugingo bwacu bushya muri Yesu butugira nk'ibiti by'inganzamarumbo: bikomeye kandi byera imbuto, "nk'ibiti byerekana ikuzo rye." (Ezay. 61:3). Ariko ibiti bikura buhoro, natwe ni ko dukura. Bifata igihe kugira ngo dukure mu mwuka kandi dushinge imizi mu Mana, duhamye kandi twiteguye gukoresha imbaraga Ze mu nkuru y'ubuzima tubanamo na We bwa buri minsi. **Imbaraga no kwera imbuto mu buzima bwacu bishingira ku mizi yacu**.

Imizi ifite akamaro cyane. Amashami yatemwe ashobora kongera kumera, ariko imizi yatemwe ishobora kwica igiti cyose. Ni yo mpamvu "intungane itazahungabana" (Imig. 12:3). **Imizi itagaragara igaburira imbuto igaragara**. "Tuzashinga imizi, dusagambe nk'igiti gihunze imbuto mu mashami yacyo" (2 Abami 19:30). Ni muri ubwo buryo n'igihe tubanamo n'Imana kitagaragara ariko gikomeza kwizera kwacu kandi kigahamya mu buryo bugaragara ko dufite kwizera. Nk'uko imizi ikomeza kuvoma amazi n'ibitunga igiti, ni ko natwe dukwiye gukomeza kuvoma ku mbaraga, ubwenge, ubuntu, n'urukundo by'Imana. Ntidushobora kwiha izi mpano, Imana ni yo izitanga ku buntu yonyine, ariko dusabwa kuzakira.

Kuguma muri Yesu ni ugukura byimbitse, dushora imizi myiza muri We, duhabwa ku mazi y'ubugingo ya Mwuka Wera (Yohani 4:10; 7:38–39). Muri wa mwanya wacu wo gusenga buri munsi, dushora imizi mu Ijambo ry'Imana, mu gusenga, mu buntu no mu rukundo. Kugira ngo twakire ibyo dukeneye byose biva ku Mana, bisaba ko kwizera n'ibyiringiro byacu bikura mu mwuka bishora imizi maze tukabasha kwitegura kwakira ibyo Imana iduha.

Ni ibiki byagutunga ukeneye ko Imana yaguha uyu munsi?

Kura ushora imizi mu Ijambo ry'Imana kugira ngo wakire UBWENGE Bwayo.

Ubwenge ni impano Imana itanga yishimye, ikayiha abayimusabye (Yakobo 1:5). Ariko akenshi ntitubusaba, ni yo mpamvu tutabuhabwa (Yakobo 4:2). Iyo tumarana igihe n'Imana, dusoma cyangwa twumva Ijambo Ryayo, bihinduka amahirwe twakuramo ubwenge n'imbaraga Byayo. Ituyobora mu nzira zacu, mu biganiro byacu no mu busabane bwacu.

---

1 Paul Tripp, "Why Do I Need the Bible?" Paul Tripp Ministries, Inc., May 13, 2019. https://www.paultripp.com/app-read-bible-study/posts/001-why-do-i-need-the-bible.

Oh, mbega ibyishimo by'... wishimira gukurikiza Amategeko y'Uhoraho, akayazirikana ku manywa na nijoro. Uwo ameze nk'igiti cyatewe hafi y'umugezi, gihora cyerera igihe cyacyo, ibibabi byacyo ntibyigere biraba. Icyo akoze cyose kiramutunganira. (Zab. 1:1-3)

Jya wishingikiriza ku Ijambo ry'Imana nk'uko imizi ifashe ibiti ishinga mu butaka. Tangira buri munsi usoma umurongo umwe wo mu gitabo cy'Imigani, nka kimwe mu bitabo by'ubwenge byo mu Isezerano rya Kera. Muri uko kumara igihe mu Ijambo ry'Imana, tumenya ubushake bw'Imana, kandi urufatiro rwacu rurakomera ku buryo rutanyeganyezwa n'imiraba y'ubuzima (Mat. 7:24-25). Guma mu Ijambo Rye.

Shora imizi mu masengesho kugira ngo wakire AMAHORO Ye.

Gusenga, by'umwihariko gusenga wiherereye bituma imizi y'umwuka irushaho gukura. Nk'uko imizi y'ikimera ikomeza kunywa amazi, "dusenga ubutitsa," tunywa ku mazi ya Mwuka Wera kugira ngo tugire imbaraga n'ubuyanja (1 Tes. 5:17). Kandi uko byatugendekera kose, iyo dusenze *dushima*, Imana iduha amahoro Yayo adasanzwe (Fil. 4:6-7). Amaho y'Imana aruta cyane ibyo twamenya byose cyangwa twagerageza gukora mu mbaraga zacu. **Gusenga bituma tugira amahoro**. Amahoro y'Imana ni yo atuma abizeye bapfushije cyangwa barwaye indwara idakira bavuga bati, "meze neza, Imana iri kumwe nanjye." Amahoro bakura mu gusenga ahinduka ubuhamya bukomeye bwerekana ibyo Imana yabahaye n'uko yabitayeho. Babona ibyo bakeneye byose biva ku Mana iyo basenze bayiringiye.

Uhoraho, uzaha amahoro asesuye ufite imigambi ihamye, uzamuha amahoro kuko akwiringira! (Ezay. 26:3)

Yesu yari azi agaciro ko kuba muri ayo mahoro adashira no kwishingikiriza kuri Se, nuko rero yatweretse urugero rw'uko ibihe byo gusenga by'umuntu ku giti cye bikwiye kuba bimeze. "Yanyuzagamo akajya ahantu hitaruye agasenga." (Luka 5:16). Yanatwigishije uburyo dukwiye gusenga: "Ahubwo wowe igihe usenga ujye winjira mu cyumba cyawe ukinge, maze usenge So uba ahatagaragara. Nuko So we umenya ibiri mu ibanga azakwitura." (Mat. 6:6). Birashoboka ko Isengesho ry'Umwami ari urugero rw'isengesho abantu benshi bazi kandi rikubiyemo byinshi.[1] Uko ubuzima bwacu bwo gusenga bwaba bumeze kose, tumenye ko igihe tumara tuvugana n'Imana, ni ko turushaho gushora imizi mu kwihangana Kwe n'amahoro Ye. Mugume mu masengesho.

Shora imizi mu buntu bw'Imana kugira ngo wakire URUKUNDO RWE. Biragoye gukunda umuntu niba utarigeze gukundwa. Kuguma muri Kristo ni uguhora wakira urukundo rw'Imana rutagira icyo rushingiraho. Iyo twibutse ko ntacyo twakora kugira ngo duhabwe urukundo rw'Imana cyangwa turubure, dushora imizi yacu mu buntu bw'Imana. Aho kwitega ibibi mu bandi, twizera ko bakora ibyiza. Duhinduka abantu badaca imanza kandi tukihutira gukunda cyane. Mu kwizera "dushorera imizi mu rukundo rwe turwubakaho," (Ef. 3:17). Intumwa Pawulo yari azi imbaraga z'urukundo rw'Imana. Yarasenze ngo:

> Muhabwe ububasha bwo gusobanukirwa ubugari n'umurambararo by'urukundo rwa Kristo, ndetse n'ubujyakuzimu n'ubuhagarike bwarwo. Ni bwo muzamenya urwo rukundo rwe rurenze ubwenge bw'umuntu, bityo mwuzuzwe kamere yose y'Imana ibasenderemo. (Ef. 3:18–19)

Iyo twakiriye urukundo rw'Imana rutagereranywa, turushaho gutekana kubera ko tumenya abo turi bo muri Kristo. Kumenya ibyo biraduhindura, kandi tukaba umuyoboro ugeza urukundo rw'Imana ku bandi. Gushora imizi mu rukundo rwa Kristo ni byo bidufasha gusohoza intego yacu yo gukunda abandi (Umunsi wa 16). Menya uwo *uri* we kuko *umuzi* neza. Guma mu rukundo Rwe (Yohani 15:9).

Imana ntigira imipika. Uko tuguma muri Kristo, aduha ibyo dukeneye byose mu gihe gikwiriye kandi binyuze mu nzira nziza. "Nuko rero nk'uko mwakiriye Kristo Yezu akababera Nyagasani, mube ari ko mugumya gutera imbere muri we. Mushore imizi muri we, ubugingo bwanyu bwubakwe kuri we, mukomeye ku byo twemera nk'uko mwabyigishijwe, byose mubikore mushimira Imana bisesuye." (Kol. 2:6-7). Igihe tumarana n'Imana gituma dushora imizi

---

1 Iri Sengesho ry'Umwami rishingiye kuri Matayo 6:9-13: "Data uri mu ijuru, izina ryawe niryubahwe, ubwami bwawe nibuze. Ibyo ushaka bibe ari byo bikorwa ku isi, nk'uko bikorwa mu ijuru. Uduhe none ifunguro ridukwiriye. Utubabarire ibyo twagucumuyeho, nk'uko natwe tubabarira abaducumuyeho. Ntuture ko ngo tugwe mu byadushuka, ahubwo udukize ikibi".

muri Yo ndetse tukabasha guhabwa ku mbaraga Ze no mu gihe duhuye n'ibibazo bya buri munsi. **Uko dushora imizi hasi ni ko twera amashami hejuru.** Amashami yacu azakura kandi akomere, azugamisha abandi, azihanganira imiraba, kandi azera imbuto nyinshi. Ejo tuziga byinshi byerekeye imbuto, ariko kano kanya zirikana ko igihe cyawe weguriye Imana cya buri munsi ari umurimo wo gushora imizi–kandi imizi ari ingenzi mu kuguma mu Mana.

Reka Bibiliya Ivuge:
Zaburi 1 (Wasoma na: Ezayi 55)

Reka Ubwenge Bwawe Butekereze:
1. Kwizera ko Imana yaguha ibyo ukeneye byose byahinduye gute uburyo wihanganira ibikugoye?

2. Ni ibiki bikurangaza bikakubuza kumarana igihe n'Imana buri munsi? Ni ibiki wahindura kugira ngo ushore imizi mu Mana no mu Ijambo Ryayo?

3. Ni ibiki ukeneye kwakira bivuye ku Mana uyu munsi? Ibyishimo? Ihumure? Ubushishozi? Saba Imana kugufasha; Izabikora.

Reka Ubugingo Bwawe Busenge:
Data, ndifuza kugira imizi ikomeye muri Wowe. Mu gihe mara ndi kumwe nawe buri munsi, mfasha gukurira mu Ijambo Ryawe, mu isengesho, no mu rukundo Rwawe. Nshyira muri Wowe kugira ngo mbashe kubona ibyo nkeneye byose kandi nkomere mu bihe by'amakuba . . . Mu izina rya Yesu, amina.

Reka Umutima Wawe Wumvire:
(Ni iki Imana ishaka ko umenya, uha agaciro, cyangwa ukora?)

Guma ku Mana kugira ngo Were Imbuto

Nyamara imbuto ziva kuri Mwuka ni izi: urukundo,
ibyishimo, amahoro, kwihangana, kugira neza, imico
myiza, kudahemuka, kugwa neza no kumenya kwifata.
Abanyagalati 5:22–23

Ijambo rimwe ryasobanura ibibaho mu buzima bw'uwizeye hagati
y'igihe cya none n'igihe tuzaba tugeze mu ijuru ni *uguhinduka*.
Kwizera Yesu bidushyira mu buzima bw'igihe kirekire bwo guhinduka.
Duhinduka bashya mu mwuka, ariko ibihamya guhinduka kwacu
bishobora gutinda kugaragara. Ni nk'urubuto rubanza kumara igihe
kugira ngo rukure kandi rwere imbuto nyinshi. Ubuzima bwacu
bugenda buhinduka bukaba bwiza maze bukera imbuto. Imana ni
yo ituma habaho uko gukura. Intumwa Pawulo yabivuze muri ubu
buryo ngo: "Jyewe nateye imbuto Apolo arazivomera, ariko Imana ni
yo yatumye zikura." (1 Kor. 3:6).

Ukuri guhari ni uko hari umuntu wateye imbuto y'ubutumwa
bwiza mu buzima bwawe, haba mu minsi ishize cyangwa mu
myaka ishize. Ariko Imana ni yo yatumye iyo mbuto ikura (Mariko
4:26–28). Imana ishaka ko umenya urukundo nyarwo, ukareka
ibyakubase ukagira umudendezo, amahoro n'ibyiringiro, ibyishimo
by'ejo hazaza, n'ibindi byinshi. Ibyo waba warakoze byose cyangwa
wakorewe, Imana izasohoza icyo yatangije mu buzima bwawe
(Fil. 1:6). Izahindura *buri gice kikugize:*[1]

---

1 Zane Pratt, "Making Disciples in Another Culture." Breakout, Send Conference, Orlando, FL,
July 26, 2017.

1. **Ubwenge** bwawe bugomba kuba mu bwenge bwa Kristo igihe usoma Ijambo ry'Imana
2. **Urukundo** ukunda Imana igihe wakiriye urukundo Rwayo rutagira icyo rushingiyeho
3. **Ubushake** bwawe igihe wiga kuguma mu Mana, kuyizera, no kuyumvira
4. **Ubusabane** igihe ukunda abandi harimo na bamwe bigoye gukunda cyangwa batandukanye nawe
5. **Intego** yawe igihe wiga kubaho uhesha Imana icyubahiro, aho kwishyira hejuru

Watangiye kubona zimwe muri izi mpinduka? Komezwa n'imirimo myiza Ima iri gukora mu buzima bwawe kandi uyishimire. Ibuka ko icy'ingenzi atari aho ugomba kugera, ahubwo ni aho ugeze. Byinshi kuri uru rugendo rwo guhinduka (rwitwa kwezwa) tuzabyiga mu Cyumweru cya 7. Ariko uyu munsi, umenye ko kwera imbuto ari igihamya cyo guhinduka kandi ko bituruka ku kwizera kuguhesha kuguma muri Kristo.

Kwera imbuto ni impano nziza Imana iduha kugira ngo tumenye ko turi abayo. Ntibidusaba kubanza guhura na Yesu kugira ngo tumenye ko dufitanye ubusabane bwiza na We. Ibuka ko agakiza tugahabwa ku bwo kwizera gusa, "ariko kwizera gukiza ntikuba kuri konyine."[1] Yesu yabwiye abigishwa Be ngo:

Ni jye muzabibu namwe muri amashami. Uguma kuri jye nanjye nkaguma muri we, uwo ni we wera imbuto nyinshi kuko ari nta cyo mubasha gukora mudafashe kuri jye. Utaguma kuri jye ajugunywa kure akuma nk'ishami. Amashami nk'ayo barayasakuma bakayashyira mu muriro agakongoka. Nimuguma kuri jye, n'amagambo yanjye agahora muri mwe, musabe icyo mushaka cyose muzagihabwa. Igihesha Data ikuzo ni uko mwera imbuto nyinshi, ni bwo muzaba abigishwa banjye. (Yohani 15:5-8)

Njye nawe dushobora gusoma ibi byanditswe tugatekereza ko dutegetswe kwera imbuto. Ariko mu rurimi rw'Ikigiriki rwabanje kwandikwamo Isezerano Rishya, tubona ko itegeko ari ukuguma

---

1 Norman L. Geisler, *Systematic Theology: In One Volume* (Minneapolis, MN: Bethany House Publishers, 2011), 890.

muri Yesu. Kwera imbuto ni igihamya cy'ubusabane bwiza dufitanye na We. Duhumurizwa no kumenya ko uruhare rwacu atari *umubare* w'imbuto twera ahubwo ari ubusabane *bwiza* dufitanye n'Imana.

Abizeye bose bashobora kwera imbuto nyinshi. Umupfakazi w'umukene ashobora kwera imbuto nyinshi nk'iz'umushumba mu gihe uwo mupfakazi aguma muri Kristo kandi agakoresha ibyo Imana yamuhaye ku bw'icyubahiro Cyayo (Luka 16:10). Imana iduhindura iduha kamere Yayo iyo dufatanyije (Umunsi wa 5): "Noneho nimwiyambure kamere yanyu ya kera yagengaga imigenzereze mwari mufite, kuko iyo kamere igenda ibonona kubera ibyifuzo byayo bishukana. Ahubwo muhindurwe bashya mu bugingo no mu bitekerezo. Mwambare kamere nshya mumere nk'uko Imana ishaka, iyo kamere irangwa n'ubutungane n'ubuziranenge bikomoka ku kuri." (Ef. 4:22–24). Gufatanya si ukwihindura no kubahiriza **amategeko**. Ni ukwambara umuntu mushya Imana yakuremye kuba we. Aho twaba turi hose cyangwa imyaka twaba tubayeho yose,

> **Amategeko:**
> Abakurikiza amategeko. Abantu batsindwa n'amategeko iyo bagerageje gukora neza kugira ngo bakundwe n'Imana cyangwa kwemeza abandi berekana ko bafite imico myiza n'ibikorwa byiza. Yesu yamaganye abishingikiriza amategeko. Ntidushobora gukorera Yesu mu gihe tugerageza kwemeza abandi bantu (Gal. 1:10), ndetse nta n'icyo twakora kugira ngo dukundwe n'Imana. Ahubwo dukundwa n'Imana binyuze mu murimo Yesu yadukoreye (Ef. 2:8–9). Kumvira Imana kwacu ntibiva mu kubahiriza amategeko ahubwo biva mu mutima ushima kandi ukunda Imana bitewe n'ibyo yadukoreye byose.

Imana ituma twera imbuto nyinshi iyo tuguma muri Yesu.

Noneho nyuma yo kwiga akamaro ko kwera imbuto, harageze ko tuvuga icyo bisobanuye. Bibiliya ivuga imbuto mu buryo butandukanye: kamere yo gusa na Kristo (Gal. 5:22–23), imyitwarire yo gukiranuka (Fil. 1:11), gushima Imana (Heb. 13:15), no gufasha abandi kwizera Kristo (Rom. 1:13–16). Yesu yavuze ibyerekeye kwera imbuto *dukunda* Imana n'abandi (Yohani 15:9–17).

Uyu munsi, reka twibande ku kwera imbuto zituma tugira kamere ya Kristo, zibanza kwera mu mitima yacu maze zikagaragara mu bikorwa byacu. Urukundo, ibyishimo, amahoro, kwihangana, kugira neza, imico myiza, kudahemuka, kugwa neza, kwirinda n'ibindi bifitanye isano—izindi mbuto bisa Umwuka akuza muri wowe. Niba dukunda, tuzishima. Niba tugira ibyishimo, tuzagira amahoro. Uko ni na ko bigenda iyo tutera imbuto. Nta mahoro, ntitwakwihangana. Nta kwihangana, ntitwakwirinda, n'ibindi. Imbuto z'Umwuka ziziyongera cyangwa zigabanuke mu gihe ubusabane bwacu n'Imana bwakwiyongera cyangwa bwagabanuka.

Rimwe na rimwe turibeshya tukibwira ko hari imbuto zimwe twakwera hakaba n'izindi tutakwera. Umuntu ashobora kuvuga ngo, "sinihangana ariko nshobora kwera izindi mbuto." Cyangwa ngo, "Data yagiraga amahane, sinigeze nanjye nitonda." Ariko ntidukwiye kureka kwitoza imwe mu mico y'Imana bitewe n'uko gusa ikomeye. Nanone ntidukwiye kubuza Imana gukora mu buzima bwacu bitewe na kamere, ahahise, n'imico byacu. Ubwoko *bwose* bw'imbuto z'umwuka ni *ingenzi*. Birashimishije kumenya ko kwera zimwe muri izo mbuto bishobora gutuma twera n'izindi.

Niba twifuza kumenya ko dufite kwizera nyakuri, tubirebera ku mbuto twera. Yesu avuga ngo, "Nuko rero igiti cyiza cyose cyera imbuto nziza, naho igiti kibi kikera imbuto mbi . . . Ni na ko abo bahanurabinyoma muzababwirwa n'imigirire yabo" (Mat. 7:17, 20). Saba Yesu kugufasha kwirinda imbuto mbi. Ashobora kugufasha kwera imbuto nziza zerekana ko uri uwe. "Mwamaganire kure icyitwa ukwishaririza, uburakari n'umujinya, intonganya no gusebanya, kimwe n'ubugome bw'uburyo bwose. Ahubwo mugirirane impuhwe n'ineza, mubabarirane nk'uko namwe Imana yabababariye muri Kristo." (Ef. 4:31–32). Ni byo rwose, mubabarirane.

Kubabarira ni imwe mu mbuto nziza. Nk'uko twabyize ku Munsi wa 10, iyo Imana itubabariye natwe tubasha kubabarira abatubabaza. Iyo ni intambwe y'ingenzi mu rugendo rwacu rwo kwizera kandi n'icyo gituma twifuza kongera kuyivugaho. Kuko iyo tubabariwe n'Imana natwe tukababarira abandi byoroshya imitima yacu kandi bigatuma twera imbuto z'Umwuka. Kubabarira ntibisobanura kwirengagiza cyangwa kutita ku bicumuro byakozwe ahubwo ni ukwirinda inzika yatuma tutera imbuto nziza. Ntidupfa kubabazwa byoroshye n'abaducumuraho iyo twibutse ko *twababariwe*. Imitima ibabarira irihangana, ikagira neza, kandi ntihemuka.

Bitandukanye n'amahwa azanwa no kutababarira aniga imbuto nziza. Atuma tudakunda, akica ibyishimo, kandi akatwambura amahoro. Ibyo bituzanira gusharira bigatuma tutihangana, tutagira neza ndetse tukagira n'urwango. Dushobora kwanga abantu, ntitugire icyo twitaho haba mu byo tuvuga cyangwa dukora. Iyo twanze kubabarira abandi, akenshi biterwa n'uko tutazi cyangwa tutibuka uko Imana yatubabariye (Luka 7:47). Ukuri kubabaje ni uko iyo twanze kubabarira tuguma mu bubata kandi tukaba duhemutse ku buntu bw'Imana. (Soma Matayo 18:21–35, umugani w'umugaragu wanze kubabarira mugenzi we.) Nshuti yanjye, **kubabarira ntibikuraho icyaha cy'uwaducumuyeho, ahubwo biturinda kubabara**. Iyi ntambwe ikomeye ituma dukira, tukagubwa neza kandi tukera imbuto.

Imbuto nziza zihishura kwizera nyakuri. Kwera imbuto si igihamya cy'impinduka zo mu mutima gusa, ahubwo bigaragarira no hanze mu bikorwa dukora. Yakobo avuga ko kwizera nyakuri gutuma dukora imirimo myiza—imbuto nziza (Yakobo 2:26). "Koko mwakijijwe n'ubuntu kuko *mwizeye* Kristo, kugira ngo mushishikarire *gukora* imirimo myiza (Ef. 2:8–10; Tito 3:3–8)."[1] Kandi muri aka kanya hari ibyo Imana iri gukora mu buzima bwawe kugira ngo iguhindure ubashe kwera imbuto z'umwuka. Ntugacike intege mu gihe impinduka zitagaragaye vuba—kuko uwo ari umurimo w'ingenzi kandi ukenewe mu nkuru yawe nyakuri (Umunsi wa 24). Nuko rero, "ntitukarambirwe gukora ibyiza, kuko nitudacogora tuzasarura igihe kigeze" (Gal. 6:9). Komeza gutungwa n'ibiva ku Muzabibu; We gucika intege. Igihe nikigera, Imana izasarura imbuto muri wowe kandi zizaba ari imbuto ziryoshye.

---

1 Byavuye mu gitabo kimwe kuri paji ya, 1041.

Reka Bibiliya Ivuge:

Abanyagalati 5:13–6:10 (Wasoma na: Yakobo 2:14–26)

Reka Ubwenge Bwawe Butekereze:

1. Ni gute imbuto ubona mu buzima bwawe zikumenyesha kwizera kwawe?

2. Tekereza ku muntu wateye imbuto y'ubutumwa bwiza mu buzima bwawe maze ushime Imana ku bwe. Ni nde muziranye wagiye kure y'Imana wakwifuza kwereka urukundo umuteramo imbuto y'ubutumwa bwiza?

3. Hari umuntu wifuza kubabarira? Andika abantu cyangwa ibyagukomerekeje wifuza kubabarira. Saba Umwuka Wera kugufasha kubabarira no guharira uwagucumuyeho wese utekereza. **Kubabarira ni intambwe ikenewe mu rugendo rwawe rwo kwizera.** Niba udashobora kubabarira, shaka umushumba cyangwa inshuti y'umukristo usobanukiwe agufashe.

Reka Ubugingo Bwawe Busenge:

Data, kuza imbuto nziza mu buzima bwanjye ku bw'icyubahiro Cyawe. Ndagusaba ngo mu gihe ndi kumwe n'abandi babashe gusogongera ineza Yawe. Nyereka imbuto iyo ari yo yose mu buzima bwanjye itagushimisha; yikureho kandi weze umutima wanjye kugira ngo mbashe kwera imbuto nziza—imbuto y'urukundo, ibyishimo, kwihangana, kugira neza, imico myiza, kudahemuka, kugwa neza no kumenya kwifata. Mfasha kubabarira abandi nk'uko wambabariye. Ndagushimiye ku bwa byose uri gukora muri njye n'ibyo uri kunkoresha . . . Mu izina rya Yesu, amina.

Reka Umutima Wawe Wumvire:

(Ni iki Imana ishaka ko umenya, uha agaciro, cyangwa ukora?)

Irinde Ibishuko

Nimuharanire gukora ibyiza muzinukwe ibibi, bityo muzabaho.
Amosi 5:14

Kwirinda ibishuko biragoye cyane kuruta uko tubitekereza. Abantu benshi ntibabasha kumenya imbaraga z'ibyifuzo byabo ari byo bituma bisanga mu bishuko batabigambiriye. Nk'uko twabibonye ejo hashize uburyo kubabarira ari intambwe ikomeye ariko ikenewe, uyu munsi turatera indi ntambwe ikomeye yo kwirinda icyaha–kuko icyaha ni ikintu gikomeye.

Ntitwasobanukirwa neza uburyo icyaha kigira ingaruka ku biremwa. Ariko dushobora kubona ububi bwacyo turebeye ku kuntu Imana ikirwanya ishishikaye. Ibyaha byacu byatumye Yesu, Umwana w'Imana w'Ikinege abambwa ku musaraba. Bamwambitse ubusa, bamuvusha amaraso, baramutuka, ndetse baramutererana kugira ngo Imana itubabarire, idukize, idukunde kandi itwemere nk'abana Bayo. Yesu ntiyarishye igihano cy'ibyaha byacu gusa, ahubwo yadukuyeho *ingoyi* y'ibyaha. Twari imbata z'ibyaha, ariko ubu dufite umudendezo (Rom. 6:22). Tubasha kubaho *kubera* Imana, *hamwe* n'Imana, kandi *mu* Mana. **Nta na kimwe kizadutandukanya n'urukundo rw'Imana** (Rom. 8:38). Nubwo cyaba icyaha.

Ariko icyaha kirababaza. Kiratubabaza kandi kikangiza imibanire yacu by'umwihariko imibanire yacu n'Imana. **Icyaha gituma tutaguma ku Muzabibu**. Nituva ku Isōko y'Ubugingo yacu, amahoro, imbaraga, n'ibyishimo byacu bizashira. Ntituzera imbuto nziza n'imwe. Imana izamera nk'iri kure yacu–gusenga bitakaze agaciro ndetse Ijambo ry'Imana riturambire. Icyaha kitubuza kuguma muri Kristo, kandi tukababazwa n'ingaruka z'uko gutandukanya.

Niba tukigerageza kwikuraho icyaha, twamaze gutakaza intumbero. Icyaha kigira ingaruka, ingaruka zikomeye zitubuza gusingira ubugingo busendereye–imigisha–uheshwa no kuba Yesu yaragupfiriye.

Guhangayika bituma umuntu ataruhuka. Ishyari ribuza umuntu amahoro. Kuvuga abandi nabi byangiza ubushuti. Ubwoba bwica kwizera. Kwitotomba byica ibyishimo. Kubeshya byica icyizere. Ubuhemu busenya ubushuti.

Twese dukeneye kuruhuka, amahoro, ubushuti, kwizera, n'ibyishimo. Twese dukeneye kuba inshuti n'abantu bo kwizerwa. Reka rero, dusobanukirwe neza uko kuri kandi twihe gahunda.

Ukuri ni uko ibyifuzo byacu bibi bishobora kutugusha mu cyaha (Yakobo 1:14), kandi umwanzi wacu azi intege nke zacu: "ibyo umubiri w'umuntu urarikira n'ibintu amaso ye areba akabyifuza, n'ukuntu yirata ibye." (1 Yohani 2:16). Satani yagerageje Yesu mu buryo bwose, ariko Yesu yakomeje kuba umwizerwa. Reka twigire ku rugero rwiza rwa Yesu.[1]

Ubwa mbere, Satani yakoresheje igishuko cy'umubiri ashishikariza Yesu gukora ibyo yumvaga ko bikwiriye (Luke 4:3-4). Igihe yiyirizaga ubusa iminsi mirongo ine, Satani yamugeragereje guhindura amabuye umugati. "Yezu aramusubiza ati: "Birandimwe ngo 'Umuntu ntatungwa n'ibyokurya gusa'" (Luka 4:4). Yesu yizeye Imana ko yamuha ibyo akeneye MU GIHE GIKWIRIYE. Nshuti yanjye, umwanzi akongorera agira ati, "Byakunaniye. Nta wabimenye. Byabaye inshuro imwe gusa," cyangwa ngo, "Buri wese aracumura kandi ibyaha byose birangana; ikindi, Imana ishaka ko wishima." Ntukumve ibyo binyoma. Usibye Imana, nta kindi cyiza tugira (Zab. 16:2). Izera ko Imana yaguha ibyo ukeneye. "Ubwo itimanye Umwana wayo bwite, ahubwo ikamushyikiriza abamwica ari twe twese azira, izabura ite kuduhāna byose na we?" (Rom. 8:32). Imana izabikora mu buryo bwiza.

Ikindi, Satani yakoresheje igishuko cy'amarangamutima agira ngo Yesu ashidikanye ku rukundo rw'Imana (Luka 4:5-8). Satani yeretse Yesu ubwami bwose bw'isi kandi amubwira ko yabumuha. Icyo Yesu yasabwaga gukora gusa ni ukuramya Satani, ariko Yesu

---

1 Soma Luka 4:1-13 umenye inkuru yose ya Satani agerageza Yesu mu butayu. Zirikana ko Yesu yageragejwe nubwo atigeze akora icyaha. Ibi byerekana ko gushukwa gukora icyaha atari ugukora icyaha.

yarabyanze. Yesu yiringiraga ko Imana yari kumuha ibyo yari akwiriye *mu gihe gikwiriye*. Nshuti yanjye, umwanzi azakwereka ubutunzi bw'isi, ubwiza, n'ububasha. Azavuga ngo, "Ntiwihagije. Ntufite ubwenge buhagije. Ntufite ibihagije. Ntufite uburanga bukurura abandi." Azagereza kukumvisha ko niwita kuri ibyo bintu ari bwo uzanyurwa mu buryo buhagije. Ntukamutege amatwi–murwanye. Aba agerageza kukubuza kuramya Imana ni ukugusiga mu rujijo. Niba tutanyurwa mu bukene, ntituzananyurwa dufite ibyo byose. Umwanzi yica amasezerano kandi akatwiba imigisha. Imana ikomeza amasezerano Yayo kandi ikaduha imigisha nyakuri–itari ubutunzi bwo mu isi gusa, ahubwo ni ubutunzi bwo mu ijuru bw'iteka ryose; itari ubwiza bw'umubiri bushira, ahubwo ni ubwiza bwo mu mutima budashira; itari ububasha bwo mu isi, ahubwo ububasha buturuka ku Mana.[1] Haranira kuba umwizerwa muri bike, Imana izaguha byinshi (Mat. 25:23).

Ubwa nyuma, Satani yakoresheje igishuko cy'ubwibone agira ngo Yesu ashidikanye ku wo ari We (Luka 4:9-12). Satani yashatse ko Yesu yijugunya hasi avuye ku gasongero ku rusengero kugira ngo yerekane ko ari We Mesiya, kuko yari azi ko abamarayika bashobora kumusama. Yesu yarabyanze. Yesu ntiyashakaga kwerekana uwo ari We. Yiringiye ko Imana izahishura uwo ari We by'ukuri *mu gihe gikwiriye*. Satani azatuma ushidikanya ku wo uri we muri Kristo bitume ushaka kubyemezwa n'abandi. Azakongorera ngo, "uri umwana w'Imana koko? Imana iragukunda koko? Byerekane. Kora cyane. Gira umwete. Hatana." Ntukamutege amatwi–murwanye. Uri umwana w'Imana rwose. Nta mpamvu yo kwemeza abandi uwo uri we cyangwa kubyiyemeza.

Satani atugerageza nk'uko yagerageje Yesu. Ni we se w'ibinyoma byose, kandi afite intego imwe: kwiba, kwica, no kurimbura (Yohani 8:44; 10:10). Yanga Imana, kandi yanga ko tuguma mu Mana ngo dusabane na Yo. Ashaka ko tugwa mu bishuko kugira ngo yice uwo mubano. **Kugeragezwa ubwabyo si icyaha; ahubwo bitumenyesha ko twinjiye mu ntambara.** Dore uko dukwiye kurwana kandi tukanesha:

---

1 Mat. 5:13-14; 6:19-20; 1 Pet. 3:3-4.

1. **Isunge Umwuka Wera, aho kwishingikiriza ubushake bwawe n'imbaraga zawe.**[1] Nturi wenyine. Imana iri kumwe nawe, iri *muri* wowe, kandi "ibasha kukurinda kugwa mu cyaha"(Yuda, umurongo wa 24). "Imana ni indahemuka, ntabwo izatuma mugeragezwa n'ibiruta ibyo mwabasha gutsinda. Ahubwo nimugeragezwa izabashoboza kubyihanganira, ibacire n'akanzu ngo mubone uko mubyivanamo." (1 Kor. 10:13). Hamwe n'imbaraga z'Umwuka Wera, tubasha gufata icyemezo kizima *buri gihe*. Ntitukiri imbata z'ibyaha, ahubwo dufite imbaraga zidushoboza gufata ibyemezo bizima. Isunge Umwuka Wera kugira ngo uhabwe ibyo wasezeranyijwe: "murwanye Satani na we azabahunga" (Yakobo 4:7).

2. **Vuga Ijambo ry'Imana.** Amagambo arakomeye (Imig. 18:21; Mat. 12:37). Igihe cyose Satani yageragezaga Yesu, Yesu yamubwiraga Icyanditswe. Yesu yari azi Icyanditswe yakoresha kuri buri gishuko. Yari yiteguye *mbere* yo guterwa; natwe dushobora kwitegura dutyo. Yesu yamaze kuguha intsinzi, atura rero uko kuri mu ijwi riranguruye: "Ndi umwana w'Imana unesha _____" (soma 1 Kor. 15:57). Akira ubutware buguhesha kunesha igishuko. Dushobora kutagira ububasha ku gitekerezo cya mbere kibi kitujemo. Ariko tukagira ububasha ku gitekerezo cya kabiri kibi n'igikorwa kibi bishaka kutwizingiraho binyuze mu mbaraga z'Umwuka Wera.

3. **Kuraho ibishuko.** Yesu yasenze ngo, "ntutureke ngo tugwe mu byadushuka" (Mat. 6:13). Yanatwigishije ko dushobora gukuraho amaso yacu, amaboko, n'ibirenge mu gihe byadutera gucumura (Mariko 9:43–48). Yesu ntiyavugaga ibyo guca ingingo z'umubiri, ahubwo yashakaga kutwereka uburyo tugomba guha uburemere igikorwa cyo kurwanya igishuko. Ni ibiki bigushuka? Wikireba, wigikoraho, wijya aho kiri. "Kandi ntimureke kamere yanyu ibakoresha ibyo irarikira." (Rom. 13:14). Umunezero w'icyaha w'igihe gito ntacyo uvuze uwugereranyije n'ingaruka zacyo.

4. **Saba ubufasha.** Satani yibasira abari bonyine nk'uko inyamaswa y'inkazi ihiga itungo ryitaruye izindi. Shaka inshuti; fatanya n'itorero ry'abizeye bo mu gace utuyemo. Mufashanye mu kwita ku byo Imana

---

1 Mu Cyumweru cya 7, uzamenya byinshi byerekeye Umwuka Wera n'uko wakorana na We.

ibabwira kandi muterane intege zo kurwanya ibishuko duhura na byo. Vuga ibyaha bikugora. Mufatanye gufata mu mutwe Ibyanditswe. Mukomezanye kandi muterane buri gihe. "Mujye mubwirana ibyaha byanyu kandi musabirane, kugira ngo mukire indwara" (Yakobo 5:16).

Icyaha ni kibi cyane. Ntukemere ko Satani akubeshya. Umunezero w'uyu mubiri, ubutunzi, ibyo wagezeho muri ubu buzima ntibikwiye kukubuza gusabana n'Imana.

Ariko nucumura–kandi twese turabikora–ujye uhita watura icyaha kandi wihane. "Niba tuvuga ko nta cyaha dufite tuba twishuka kandi nta kuri tuba dufite. Nyamara nitwemera ko twakoze ibyaha, Imana yo ni indahemuka n'intabera, ku buryo itubabarira ibyaha byacu kandi ikatweza, ikatumaraho ikibi cyose" (1 Yohani 1:8–9).

Iyo **WATUYE**, wemera icyaha cyawe kandi ukemeranya n'Imana ko ari kibi. Iyo **WIHANNYE**, uva mu byaha kandi ukumvira Imana ukora ibyiza.

Yesu ntadukiza gusa igihano cy'ibyaha ahubwo adukiza n'ibishuko. Guma muri We.

Reka Bibiliya Ivuge:
Abanyakolosi 3:1–17 (Wasoma na: Yakobo 4)

Reka Ubwenge Bwawe Butekereze:
1. Ni abahe bantu, ahantu, n'ibintu bigushuka? Ni gute wabyirinda?

2. Shaka, wandike kandi ufate mu mutwe Ibyanditswe bizagufasha kurwanya ibishuko uhura na byo kenshi.

Reka Ubugingo Bwawe Busenge:
Mwami, ndagushimiye ko watanze ikiguzi gikomeye kugira ngo unkize ibyaha. Oh Mana, undinde gukerensa ubuntu Bwawe nkora ibyaha. Undinde imico mibi y'ibyaha, kandi unkize ibishuko kugira ngo nishimire ubushuti dufitanye . . . Mu izina rya Yesu, amina.

Reka Umutima Wawe Wumvire:
(Ni iki Imana ishaka ko umenya, uha agaciro, cyangwa ukora?)

Rwana Wambaye Intwaro z'Imana

UHORAHO, uri intungane, unyobore undinde abangenza,
untunganyirize inzira ushaka ko nyura.
Zaburi 5:8

Tekereza ku nzira ijya ku Mana, izamuka mu misozi, imanuka ibibaya, igaca no mu nzuzi. Uko dukurikira Yesu dusabwa kuguma muri iyi nzira nubwo ifunganye kandi igoye (Mat. 7:14)–irafunganye kuko Yesu ari we Nzira yonyine ijya kwa Data (Yohani 14:6), kandi iragoye kuko imibiri yacu iganzwa cyane na kamere zacu za kera. Turi mu isi yuzuye ibishuko, ibirangaza, amadini y'ibinyoma, n'ibyaha–ibyo byose umwanzi abikoresha agamije kutuvana muri iyo nzira ya Yesu. Imana ishimwe kuko hari uburyo butuma tuguma muri iyo nzira, uburyo butuma dukurikira inzira nziza twashyiriweho.

Kwizera kuduhesha kuguma muri Kristo.

Nk'uko tumaze igihe tubyiga icyumweru cyose, kuguma muri Yesu biduhuza na Yesu, we Nzira yonyine itugeza kuri Data. Iyo tugumye muri We, tuguma mu nzira Ye kuko turi umwe na We. Satani azi imbaraga zidasanzwe ziri mu kuguma muri Yesu, kandi akora ibishoboka byose kugira ngo yice ubwo bumwe bwacu n'Imana. Ariko tuzi amayeri ye ya kera kandi tuzi n'uko turwanya ibishuko bye. Uyu munsi, turiga uburyo akoresha tumenye uko twahagarara dushikamye mu kwizera kwacu:

Kuko ibyo turwana na byo atari abantu, ahubwo ni ibinyabutware n'ibinyabushobozi, ni ibihangange bitegeka iyi si y'umwijima, ari byo za ngabo zigira nabi ziba ahantu ho mu ijuru. (Ef. 6:12)

Abantu si abanzi bacu, umwanzi ni Satani. Kuko turi muri Kristo, Satani ntiyabasha kudutegeka, ariko ibyo ntibimubuza kutuvana mu nzira y'Imana. Rimwe na rimwe atwongorera ibinyoma. Cyangwa akavuga amagambo yo kudutuka cyangwa kudushinja ibyaha. Ikindi gihe akorera mu migenzo ibujijwe, nk'imigenzo y'ubupfumu (Gal. 5:19–21). Agerageza kwica imishyikirano yacu n'Imana no kuturangaza kugira ngo atuyobye. Atwoherereza abantu baducamo ibice kandi badutera gushidikanya mu mitima yacu. *Satani ni we uzana gushidikanya n'amacakubiri*. Ba maso; akenshi ibikorwa bye ntibihita biboneka ko ari bibi (2 Kor. 11:14). Yesu yamwise se w'ibinyoma (Yohani 8:44). Ariko ntutinye, kuko Satani ntangana n'Imana: "uri muri mwe arusha ubushobozi uri mu b'isi." (1 Yohani 4:4). Satani *ntabera* hose icya rimwe (kuba hose mu gihe kimwe) cyangwa ngo amenye byose (kumenya ibintu byose) cyangwa ngo ashobore byose (gushobora ibintu byose). Ntiyamenya ibyo dutekereza, kandi nta bubasha adufiteho. Tubasha kugenda dutekanye, twishimira Imana mu rugendo, kuko ntiri *kumwe* natwe gusa ahubwo *iduha ibidukwiriye* kugira ngo tubashe kunesha dukoresheje intwaro zidasanzwe:

Ni cyo gituma mukwiye gufata intwaro zose z'Imana. Bityo igihe cy'iminsi mibi muzabashe guhangana na wa Mwanzi, maze byose birangiye mube muhagaze mudatsinzwe. Nuko rero nimuhagarare kigabo, mukenyeye ukuri mwambaye n'ikoti ry'icyuma rikingiriza igituza, ari ryo butungane. Naho mu birenge mube mwambaye inkweto, ari zo mwete wo gutangaza Ubutumwa bwiza bw'amahoro. Muhore mwitwaje ingabo ari yo kwizera Kristo, kugira ngo mubashe kuzimya ya myambi yose yaka umuriro iraswa na Sekibi. Mwambare ingofero y'icyuma ari yo gakiza, kandi mwitwaze inkota muhabwa na Mwuka ari yo Jambo ry'Imana. Byose mubikore musenga ku buryo bwose mwinginga Imana. Ibihe byose muyambaze muvugishwa na Mwuka. Mugumye kuba maso, mushishikarire gusabira intore z'Imana zose. (Ef. 6:13–18)

Imana ibanziriza ubwoko Bwayo kugira ngo iturwanirire kandi iduhe intwaro Zayo (Ezay. 59:17). **Buri ntwaro yerekana ukuri gukomeye ku burinzi Bwayo kuri twebwe**. Mu gitabo cy'Abanyefezi (igice cya 6), intumwa Pawulo yakoresheje urugero rw'intwaro z'umusirikare w'Umuroma kugira ngo adusobanurire intwaro z'umwuka. Reka turebe uburyo buri ntwaro iturinda igihe tugumye muri Kristo:

1. **Umukandara w'Ukuri:** Uyu mukandara ugufasha kugenda wemye igihe uri mu nzira y'Imana. Abaroma ba kera bizeraga ko amarangamutima aba mu rukenyerero. Hari n'imico ikibyemera. Gukenyera (kuzirika no gufunga) icyo gice bishushanya kugenzura ibyiyumvo ubihuza n'ukuri. Iyo twambaye umukandara w'ukuri, ibitekerezo, imyitwarire, n'ibikorwa byacu tubihuza n'ukuri kw'Ijambo ry'Imana (Yohani 17:17). Satani agira ibinyoma byinshi. Agoreka Ijambo ry'Imana agahindura amarangamutima yacu. Atwoherereza abigisha b'ibinyoma kugira ngo batuvane mu nzira y'Imana. Akoresha ubwoba no kwirebaho kugira ngo atugushe. Ariko uko dufunga neza umukandara w'Imana w'ukuri ni ko turushaho kwirinda gutsindwa n'ibinyoma by'umwanzi. "Know the truth, and the truth will set you free" (Yohani 8:32). Ikomeze k'umukandara wawe w'ukuri.

2. **Ikoti ry'icyuma rikingira igituza ari ryo Gukiranuka:** Iri koti ririnda igituza cyawe, aho Abaroma benshi batekerezaga ko haba ubugingo bwawe, gukiranuka kwa Yesu—kumvira Kwe gutunganye n'ingeso Ze nziza. Iki cyuma kandi kikurinda abanzi bawe bakomeye barwanya ubugingo bwawe: Gukiranuka ku bwawe *no* kwiciraho iteka:

- *Gukiranuka ku bwawe bitesha agaciro gukiranuka kwa Kristo, ukavuga ngo,* "Sinkeneye Umukiza. Ndi mwiza bihagije. Imana ikwiriye kunkunda."
- *Kwiciraho iteka, ubundi buryo bwo gutesha agaciro gukiranuka kwa Kristo nk'aho kudahagije,* uvuga ngo, "umurimo wa Kristo wo ku musaraba ntiwari uhagije. Ndi umunyabyaha bikabije ngomba gukora cyane kugira ngo Imana inkunde."

Byombi ni uburyo bubi bw'ubwibone, buhishura ko umuntu yizera ko yihagije, ko dushobora kwemerwa n'Imana mu mbaraga zacu. Byombi byirengagiza ukuri k'ubuntu bw'Imana (Gal. 2:21).

Mu buntu Bwayo, **Imana yashyize ibyaha byacu muri Yesu ku musaraba maze gukiranuka kwa Yesu igushyira muri twebwe (2 Kor. 5:21; 1 Pet. 2:24). Mbega igurana rikomeye!** Noneho gukiranuka kwa Kristo—gukenewe kandi guhagije—kuradutwikira. Shyira kwizera kwawe mu gukiranuka kwa Kristo gusa. Iringire ko muri We *wamaze* kuba umukiranutsi, kandi *ubeho* mu buryo bwubahisha umuhamagaro wawe. Icyaha gituma umwanzi yinjira mu buzima bwawe, akabona uburyo yagukura mu nzira y'Imana (Ef. 4:27). Rinda umutima wawe wambara buri gihe ikoti ry'icyuma rikingira igituza ari cyo gukiranuka.

3. Inkweto z'Amahoro: Mu kinyejana cya mbere nyuma ya Kristo, abasirikare b'Abaroma bambaraga sandali zifungishwa imishumi y'uruhu. Zabafashaga guhagarara bashikamye mu gihe urugamba rukomeye. Inkweto zifasha ibirenge byawe guhagarara byemye. Satani agerageza kubahungabanya abateza amacakubiri, by'umwihariko mu itorero. Ntimukamwemerere. Imana yaduhaye urufatiro rw'amahoro (Luka 21:26; Yohani 16:33). Haranira amahoro. Yesu yavuze ko ubumwe bw'abigishwa ari bwo buzereka abo mu isi ko Imana ari yo yamutumye (Yohani 17:21). Bana amahoro n'Imana hamwe n'abandi, kandi abantu nibakubaza aho ukura amahoro babona mu buzima bwawe, "uhore witeguye gusubiza umuntu wese wagusaba kuyasobanura" (1 Pet. 3:15). "Mbega ukuntu ari byiza kubona abazanye Inkuru nziza!" (Rom. 10:15). Ikomeze ku nkweto z'amahoro.

4. Ingabo yo Kwizera: Abasirikare b'Abaroma babanzaga gushyira ingabo zabo mu mazi kugira ngo birinde imyambi y'umuriro y'abanzi babo. Ingabo yo kwizera izimya imyambi y'umuriro y'umwanzi idutera gushidikana, ipfunwe, ubwoba, no kwicira urubanza. Umwanzi ashobora kukubwira ngo, "Ntukwiye kwizera Imana! Imana ntigukunda rwose! Ntacyo uri cyo!" Ariko ushobora guhagarika iyo myambi wizera ineza y'Imana, wizera urukundo rw'Imana, wizera na Yesu. "intsinzi y'isi . . . ni ukwizera Yesu" (1 Yohani 5:4). Kwizera kuzanwa no kumva Ijambo ry'Imana, nuko rero tega amatwi Imana (Rom. 10:17). Tekereza ku Ijambo Ryayo mu gihe ugendana na Yo. "Tugenda tuyoborwa n'ukwizera, tutayoborwa n'ibigaragarira amaso" (2 Kor. 5:7).

5. **Ingofero y'Agakiza:** Iyi ngofero irinda ibitekerezo byawe–ni ubwishingizi bw'agakiza burinda ubwenge bwawe ngo butayobywa na Satani. Kumenya ko wakijijwe ni uburinzi bukomeye burwanya gushidikanya, ubwoba, urujijo, n'umutekano muke (1 Yohani 5:11–13). Umwanzi ntashobora kukwiba agakiza kawe (Yohani 10:28). Imana yagukijije ibyaha kandi ikwemera nk'umwana Wayo bwite. Uri Uwayo iteka ryose. Warababariwe burundu. Ukundwa by'iteka ryose. Imana iragutwikira kandi ikakurinda. "UHORAHO Nyagasani, uri Umukiza wanjye w'umunyambaraga, umbera nk'ingofero inkingira ku rugamba." (Zab. 140:8). Ntacyo ugomba gutinya.

6. **Inkota y'Umwuka:** Inkota y'Umwuka ni Ijambo ry'Imana. Mu Abanyefezi 6:17, "ijambo" risobanura amagambo y'Imana.[1] Tugomba kuzirikana amagambo ari muri Bibiliya kandi tukayakoresha turwanya umwanzi. Ijambo ry'Imana riba muri wowe igihe uguma muri Yo (Yohani 15:7). **Ibyanditswe bidufasha gutandukanya ukuri gucagase n'ukuri nyako. Ukuri gucagase guhora ari ikinyoma.** Kandi ni akaga gakomeye. Akenshi Satani agaragara nk'aho ari mwiza (2 Kor. 11:14), ariko ntagushuke. Iyo umwanzi atweretse iyindi nzira igaragara nk'aho ari nziza ariko ituvana mu nzira y'Imana, Ijambo ry'Imana ritumurikira inzira nyayo tugomba gukurikira (Zab. 119:105). Inkota y'Umwuka ni yo ntwaro yonyine yo kurwanisha dufite. Ni "nzima kandi ifite imbaraga, irusha gutyara inkota zose zifite ubugi impande zombi. Icengera mu muntu ikagera mu mahuriro y'ubuzima n'umwuka, no ku y'ingingo n'umusokoro, kandi igatahura ibyo umutima utekereza n'ibyo ugamije." (Heb. 4:12). Yikoreshe kugira ngo urwanye ibinyoma by'umwanzi, nk'uko Yesu yabikoze.

Inkota y'Umwuka ihora ityaye kandi ni nziza ku rugamba. Ariko se tuyikomeje gute mu biganza byacu? Mbese tujya ku rugamba dufashe inkota yica n'intoki ebyiri gusa? Ntibikwiriye. Nitubikora gutyo tuzaneshwa ntakabuza. Ni cyo kimwe no gufata nabi inkota y'Umwuka, gutunga Bibiliya utayifungura ngo uyisome muri ubu buzima bwa buri munsi, ni amahitamo mabi yagushyira mu kaga. Kuki bamwe muri twe bajya ku rugamba bakirengagiza intwaro yacu ikomeye? Nshuti yanjye, dukwiye kumenya uko twafata iyi

---

1 *Vine's Complete Expository Dictionary of Old and New Testament Words* (Nashville: Thomas Nelson, 1984), 683.

ntwaro neza (2 Tim. 2:15). Ujye uhora witwaje Ijambo ry'Imana kandi urikomeze.

7. **Gusenga ubudasiba:** Nta musirikare ujya ku rugamba adafite uburyo bwo kuvugana n'abayobozi be, natwe ni ko dukwiye kumera. Tugomba guhora tuvugana n'Umuyobozi wacu kugira ngo atuyobore. "Nzakwigisha nkwereke inzira ukwiye kunyura, nzakugira inama nkwiteho." (Zab. 32:8). Jya uhora wisengera kandi usengere n'abandi– kugira ngo mushikame mu kwizera kandi mwamamaze ubutumwa bwa Yesu mudatinya (Ef. 6:19). Ganira n'Imana kandi wumve inama Ze.

Gutekereza ko ubuzima ari intambara ihoraho bisa n'ibikomeye, birananiza, kandi biteye ubwoba. Ariko si byo. Kurwana si ukuva amaraso no kugandukira umwanzi. Ni ukuguma muri Yesu. Yamaze kutumenera amaraso no kutubonera intsinzi (1 Yohani 5:4). Turiza mu bubasha Bwe kugira ngo akurwanirire (Kuv. 14:14). **Intambara ni iy'Imana** (2 Amat. 20:15).

Reka Bibiliya Ivuge:
Zaburi 91 (Wasoma na: Ezayi 59:17–19)

Reka Ubwenge Bwawe Butekereze:
1. Kumenya ko Imana iri kumwe nawe bihindura gute uburyo ubona urugendo rwawe?

2. Ni izihe ntwaro zagufasha cyane mu kurwanya umwanzi?

3. Ni gute twakwizera neza ko intsinzi ari iyacu (Zab. 91; Ef. 1:19–23)?

Reka Ubugingo Bwawe Busenge:
Mwami, mfasha kuguma muri Wowe no kukwizera kugira ngo unyobore. Nyibutsa kwambara intwaro Zawe mu mbaraga Zawe kugira ngo mbashe kurwanya ikibi kandi nshobore no gutera intege abandi bizeye bagendana nanjye. Mfasha kwishimira uru rugendo ngirana nawe kandi ndusheho kuba hafi yawe mu ntambwe yose ntera . . . Mu izina rya Yesu, amina.

Reka Umutima Wawe Wumvire:
(Ni iki Imana ishaka ko umenya, uha agaciro, cyangwa ukora?)

Injira mu Buruhukiro bw'Imana Unyuze mu Ijambo Ryayo

Nuko rero haracyariho isabato ari cyo kiruhuko kigenewe abantu b'Imana, kuko uwinjiye aho kuruhukira Imana yagennye aba aruhutse imirimo ye, nk'uko Imana yaruhutse iyayo.
Abaheburayi 4:9–11

Mu ntangiriro Imana yaremye ijuru n'isi (Intang. 1). Yaremye ibiriho byose akoresheje ijambo Ryayo rikomeye kandi ahumeka umwuka w'ubugingo mu mubiri wa Adamu. Amaze kuvuga no gukora byose, Imana yaremye ikindi kimwe–yaremye umunsi w'ikiruhuko. Kuva mu mapaji abanza ya Bibiliya, tubona gukora no kuruhuka bikomeza kugaragara mu Nkuru y'Imana:

- "Ufite iminsi itandatu mu cyumweru yo gukora imirimo yawe, naho ku wa karindwi ujye uruhuka" (Kuv. 23:12).
- "Mufite iminsi itandatu mu cyumweru yo gukora, naho ku wa karindwi muzajye muruhuka" (Kuv. 34:21).
- "Jya uturiza imbere y'Uﾊᴏʀᴀʜᴏ, umutegereze wihanganye." (Zab. 37:7).
- "Nimuhagarike imirwano mumenye ko ndi Imana" (Zab. 46:11).
- "Nimuze tujye kwiherera ahantu hadatuwe muruhuke ho gato" (Mariko 6:31).

Biratangaje kumva ko Imana idutegeka kuruhuka, ariko abantu barwanya kuruhuka kuva kera. Kuki tubirwanya? Ahari ni uko tutabisobanukiwe. Nk'uko tubyiga mu Intangiriro, Imana ni yo yabanje kuruhuka. "Ku munsi wa karindwi Imana yari yashoje uwo murimo, uwo munsi iruhuka imirimo yose yari yakoze. Imana iha umugisha umunsi wa karindwi, irawiyegurira kuko ari wo yaruhutseho umurimo yari yakoze wo kurema" (Intang. 2:2–3). Ikintu cya mbere Imana yavuze ko gitunganye si umuntu ahubwo ni umunsi. Yaruhutse imaze kurangiza umurimo Wayo, kandi umunsi Wayo w'ikiruhuko yawise "utunganye," kandi irawuyigurira. Dushingiye kuri iyi mirongo, twavuga ko ikiruhuko ari igihe tugira cyo kwishimira umurimo Imana yarangije gukora.

Ariko iyi ngingo isobanuye byinshi birenze kuruhuka imirimo. Hari undi murongo ubisobanura neza uvuga ngo: "Nimungarukira mukihana muzakizwa, nimutuza mukanyumvira muzagira imbaraga" (Ezay. 30:15). Hano, kuruhuka ni ukugarukira Imana, guturisha imitima yacu mu bwiza Bwayo, no gushyira ibyiringiro byacu muri Yo. **Kuruhuka byerekana ko twiringira Imana**. Nubwo Imana yategetse Abisirayeli kuruhuka imirimo y'umubiri ku munsi w'Isabato kugira ngo bibuke agakiza Kayo (Ivug. 5:15), tubona ko ikiruhuko cy'Imana atari uguhagarika imirimo mu buryo bw'umubiri gusa.

Umunsi w'Ikiruhuko

Ku bizeye, kuruhuka mu buryo bw'umwuka muri Yesu ni bwo buryo bwo kubaho. Ariko usibye no kuruhuka mu buryo bw'umwuka, Imana yaremye imibiri yacu mu buryo ikenera kuruhuka. Ni byiza gufata umunsi wo kuruhuka w'Isabato buri cyumweru niba bishoboka. Muri uwo mwanya wo kudakora, tugomba gufata igihe cyo kongera kwiyubaka.

Nyuma y'aho Imana ikoresheje Eliya mu kugaragaza imbaraga Zayo zikomeye ku musozi Karumeli, Eliya yarananiwe kandi acika intege (soma Umunsi wa 12). Imana yamenye ko kunanirwa kwa Eliya mu buryo bw'umwuka byatewe no kunanirwa mu buryo bw'umubiri, nuko Imana iha Eliya ibyo umubiri we wari ukeneye. Imana imaze guha Eliya ikiruhuko n'ibyokurya, Eliya yashoboye gusubira ku murimo w'Imana (1 Abami 18–19).

Ni iki kigusubizamo imbaraga? Niba akazi ukora kagusaba gukoresha umubiri, ukwiye kuruhuka mu buryo bw'umubiri usoma ibitabo cyangwa usura inshuti mukicara mukaganira. Niba akazi ukora katagusaba gukoresha umubiri, ukwiye kuruhuka usohoka hanze ukishimira ibyo Imana yaremye. Yesu yigishije ngo, "Isabato yabereyeho abantu, abantu si bo babereyeho isabato." (Mariko 2:27). Ntibisaba kugendera ku mategeko arebana n'umunsi w'icyumweru w'ikiruhuko. Zirikana gusa ko Imana yaguhaye umubiri uruha. Ruhuka.

Mu gihe cya Yesu, abakuru b'idini ntibari basobanukiwe ikiruhuko. Igihe bashinjaga abigishwa ba Yesu kwica Isabato, Yesu yabasubije ababirwa ngo, "Isabato yabayeho ku bw'abantu, abantu si bo babayeho ku bw'isabato, " (Mariko 2:27). Nyuma bibasiye Yesu bamushinja kwica amategeko y'Isabato yashyizweho n'abantu. Ariko ikiruhuko cy'Isabato cyashyizweho kugira ngo kibafashe aho kubabera umutwaro. Kubatwa n'amategeko y'ikiruhuko byatumye batamenya ubusobanuro nyakuri bw'ikiruhuko—kandi isōko nyakuri y'ikiruhuko—ni Yesu, Umwami w'Isabato (Mat. 12:8).

Muri Yesu, twishimira ikiruhuko—n'amahoro dufitanye n'Imana. Tubasha kumwisunga no kumwegurira byose, tukaruhukira muri We. Aduhamagarira kubana na We muri icyo kiruhuko nyakuri abasha kuduha:

"Mwese abarushye n'abaremerewe nimunsange mbaruhure! Mwikorere **umutwaro** wanjye kandi mundebereho, kuko ndi umugwaneza nkaba niyoroshya. Bityo muzagira ituze mu mutima, kuko umutwaro mbakorera utavunanye kandi umuzigo mbahambirira nturemere." (Mat. 11:28–30 ijambo umugongo ryongewemo)

> **Umutwaro:** Igikoresho gifasha umuntu cyangwa inyamaswa kwikorera umutwaro mu buryo buringaniye.

Ikiruhuko, mu ijambo ryumvikana, gituruka mu busabane dufitanye n'Imana, ubusabane bubonekera gusa muri Kristo. **Ikiruhuko, nanone kirenze kuba umunsi umwe wa buri cyumweru wo kudakora; gisobanura kuguma muri Yesu nk'uburyo bwo kubaho.** Ikiruhuko mu buryo bw'umubiri, ibitekerezo, amarangamutima n'umwuka ni impano y'agaciro kenshi duhabwa n'Imana.

Turuhuka imirimo yacu mu buryo bw'umubiri.
Turuhuka imiruho, ubwoba, cyangwa imihangayiko.
Turuhukira mu gakiza k'Imana.

Ubuntu bw'Imana butuma tubasha gukora no kuruhuka. Ariko agaciro kacu nitugashakira mu gukora, kuruhuka bizatugora. Iyo tumenye ko turi abagaciro muri Yesu, ibyiringiro byacu ntitwongera kubishyira mu byo *twe* dukora ahubwo tubishyira mu byo We yakoze. Turuhukira muri We. Kandi iyo dukora, ntidukora kugira ngo dukundwe n'Imana ahubwo dukora kugira ngo tuyereke ko natwe tuyikunda. Gukora no kuruhuka biba ku rwego rumwe iyo tuguma mu Mana.

None ni kuki turwanya ikiruhuko? Tubona Abisirayeli uburyo banze kwinjira mu buruhukiro bw'Imana igihe bangaga kwinjira mu Gihugu cy'Isezerano (Heb. 3:17–19). Ntibizeye ko Imana izabitaho, ku bw'ibyo barahangayitse kandi bazerera mu butayu ubutaruhuka. Muri rusange, aho ni ho haturuka ibyaha byose. Dushidikanya ko Imana izahaza kwifuza kwacu, hanyuma ibyo twifuza tukabishakira hanze y'ubushake Bwayo. Dushidikana no ku bubasha bw'Imana, bityo tukihambira ku bibazo byacu. Nuko tugahangayika kandi tukazerera ubutaruhuka, tukitandukanya n'Imana. Ni nko kujya imbere tugaruka inyuma, kandi twinaniza tutagira aho tugera. Icyo gihe tuguma mu butayu.

Uyu munsi, Imana iragusaba kwinjira mu Buruhukiro Bwayo, utanyuze mu Gihugu cy'Isezerano, ahubwo unyuze ku Wasezeranyijwe–Yesu. Iyo abantu batizeye Kristo, banga impano Ye y'ikiruhuko. Bamushidikanyaho, ntibamwumvire, kandi bakazerera mu butayu *ubutaruhuka*. Natwe abizeye dushobora kugwa muri uwo mutego. Iyo dushidikanyije ku masezerano y'Imana ntitwumvire amategeko bitubuza kuguma muri Yo ntitubashe kwinjira mu buruhukiro Bwayo.

Mbese ntufite *kiruhuko* ? Waba utarizera Yesu cyangwa waramwizeye ukaba uzererera hanze, igisubizo ni kimwe: garukira Imana maze uruhukire muri Yo. "Nimungarukira mukihana muzakizwa" (Ezay. 30:15). Saba Imana gukaragira (cyangwa gutema) ishami ryose ripfuye rikubuza kuguma muri Yo. Izere Imana kandi wizere ibyo ivuga. Mu Abaheburayi 4:3 habivuga gutya: "Abayizeye, twinjira aho kuruhukira yagennye." Ushobora kuruhukira no guturiza mu mahoro y'Imana, ukamenya ko ihorana nawe, igukunda iteka, kandi ko ari yo ikwiriye iteka ryose. Igihe ubuzima bukomeye ugatangira guhangayika cyane, tuza. Tujye duturiza mu rukundo rw'Imana; twikuremo imihangayiko. Ongera uhange amaso Imana (Kol. 3) wongere winjire no mu buruhukiro Bwayo.

Reka Bibiliya Ivuge:
Abaheburayi 3:7–4:12 (Wasoma na: Mat. 12:1–14)

Reka Ubwenge Bwawe Butekereze:
1. Ni gute wasobanura uburuhukiro bw'Imana? Wifuza kwinjira mu buruhukiro Bwe mu buhe buryo?

2. Subiza Ibibazo byo Kuganiraho by'Icyumweru cya 4.

Reka Ubugingo Bwawe Busenge:
Data, uri ubuhungiro Bwanjye. Uravuga ngo, "Mwese abarushye n'abaremerewe nimunsange mbaruhure" (Mat. 11:28). Ndarushye kandi ndaremerewe. Mpa uburuhukiro Bwawe. Turisha umutima wanjye kandi unkize ibintu byose bimbuza kugumana nawe . . . Mu izina rya Yesu, amina.

Reka Umutima Wawe Wumvire:
(Ni iki Imana ishaka ko umenya, uha agaciro, cyangwa ukora?)

IBIBAZO BYO KUGANIRAHO
MU CYUMWERU CYA 4:

**Subiramo amasomo y'iki cyumweru maze usubize
ibibazo biri hano hasi. Sangiza inshuti zawe ibisubizo
byawe nimuterana muri iki cyumweru.**

1. Ni gute kuguma muri Yesu byongera ubusabane bwawe n'Imana kandi bikagufasha gushyira mu bikorwa inkuru yawe ubikoreye mu mbaraga z'Imana?

2. Imana yagukaragiye gute mu gihe cyahise? Ni ibiki bikubuza kuguma muri Kristo Imana ishaka kugukiza?

3. "Nyamara imbuto ziva kuri Mwuka ni izi: urukundo, ibyishimo, amahoro, kwihangana, kugira neza, imico myiza, kudahemuka, kugwa neza no kumenya kwifata." (Gal. 5:22–23). Ni izihe mbuto muri izi wera cyane? Ni izihe mbuto muri izi ukeneye kwera cyane?

4. Ni gute icyaha gitera kubabara? Kuki icyaha kikubuza kugumana na Yesu? Ni izihe ntambwe zifatika watera kugira ngo urwanye igishuko?

5. Ni gute wakwambara intwaro z'Imana buri munsi? Ni iyihe ntwaro igufasha by'umwihariko? Ni iyihe (izihe) ntwaro wirengagiza kwambara buri gihe?

ICYUMWERU CYA GATANU

IJAMBO RY'IMANA—GUTEGA AMATWI UMUTANGABUGINGO

Kunda Ijambo ry'Imana

Ntimukayafate mujenjetse kuko ari yo azababeshaho.
Ivugururamategeko 32:47

Niba dushaka kumenya Imana koko, niba twifuza gusobanukirwa uko twahindura ubuzima bwacu, n'isi yacu, tugomba gushyira imbere Bibiliya. Ariko kumenya ukuri ko muri Bibiliya ntibihagije. Tugomba gushyira mu bikorwa ukuri ko muri Bibiliya dufatanyije n' Imana. Ubuzima bwacu n'abo tubana bihinduka iyo dushyize mu bikorwa ukuri kwa Bibiliya mu mbaraga za Mwuka Wera. Iki cyumweru gihariwe Bibiliya–ubutunzi bukomeye dufite mu isi. Tuzanyura muri Bibiliya twihuse, tumenye uko bayiga n'uko bafata mu mutwe imirongo ya Bibiliya, tumenye impamvu dukwiye kuyizera n'ibindi byinshi. Reka dutangire.

Bibiliya itandukanye n'ibindi bitabo byose byabayeho. Imana yahumekeye mu banditsi b'abantu barenga mirongo ine kandi bafite inkomoko zitandukanye kugira ngo bayandike. Bamwe bari abashumba, abakuru b'idini, abami, abayobozi mu nzego za leta, n'abarobyi. Banditse Bibiliya mu gihe cy'imyaka irenga 1,600 ku migabane itatu itandukanye–Aziya, u Burayi, na Afurika.[1] Ariko dore igitangaje kurusha ibindi: Aba banditsi batandukanye bavuze ku ngingo imwe. Kubera iki? Kuko *Imana Ubwayo* yabayoboye kugira ngo bavuge Inkuru *Yayo*. Ni nde wundi wari guhuza ubutumwa bumwe kandi bw'ukuri akabunyuza mu bantu batandukanye bo mu bihe bitandukanye n'imico itandukanye? Ni nde wundi wari kwandika

---

1 Howard G. Hendricks and William D. Hendricks, *Living By the Book: The Art and Science of Reading the Bible* (Chicago: Moody Publishers, 2007), 26.

igitabo nk'icyo gihindura ubuzima kandi kirimo ukuri kudahinduka? Nta wundi atari Imana. Ni Igitabo Cyayo–Inkuru Yayo Nyakuri.

Tubizi gute? Ijambo Ryayo rirabitubwira, kandi Imana igaragarira muri ryo.[1] "Ibyo Byanditswe byose byahumetswe n'Imana" (2 Tim. 3:16), kuko ari "nta buhanuzi bwigeze kuvugwa ku bushake bw'umuntu habe na rimwe. Ahubwo abahanuzi bavugaga ibyo batumwe n'Imana bayobowe na Mwuka Muziranenge." (2 Pet. 1:20–21). Mu Ijambo Ryayo, Imana ivugana natwe, ikatwigisha, ikadukosora, kandi ikatumenyesha n'ibyo mu gihe kizaza (2 Tim. 3:16–17). Muri buri paji y'Ibyanditswe, Imana *Ubwayo* iratwihishurira, maze urukundo tuyikunda rukarushaho kwiyongera. **Kugira ngo dukunde Imana cyane, bidusaba kuyimenya mu Ijambo Ryayo.**

Ni cyo gituma kwemera *buri gice* cya Bibiliya ari ngombwa cyane. Ni na yo mpamvu guhindura Ibyanditswe ari bibi cyane. Gutoranya no guhitamo ibice bimwe twizera maze tukirengagiza ibindi bice tutemera bisa nko kwihangira idini ryacu cyangwa kwiremera ikigirwamana. Nk'uko umuti ukiza ubuzima bw'umuntu ushobora kudakora cyangwa kumwica mu gihe uhinduwe, ni ko byamera no ku Byanditswe bitanga ubugingo. Yesu yatuburiye kutirengagiza ibice bya Bibiliya tudakunda:

Ndababwira nkomeje ko nta kanyuguti habe n'akadomo na kamwe ko mu Mategeko kazavaho, kugeza ubwo byose bizaba birangiye, ijuru n'isi bigashira. Umuntu wese uzaca ku itegeko rimwe, naho ryaba rito muri ayo yose, akigisha abantu kugenza nka we, azagirwa uwa nyuma mu bwami bw'ijuru. (Mat. 5:18–19)

Ntugahindure Ijambo ry'Imana.
Ntukagire n'icyo wongera ku Ijambo ry'Imana. "Buri jambo ry'Imana ni iryo kwizerwa . . . Ntukagire icyo wongera ku magambo y'Imana, itazagucyaha ukitwa umubeshyi." (Imig. 30:5–6). Mu Ibyahishuwe, tubona undi muburo ukomeye utubuza guhindura Ijambo ry'Imana:

Ndaburira umuntu wese wumva ibyahanuwe biri muri iki gitabo: nihagira umuntu ugira icyo abyongeraho, Imana izongera ku gihano cye

---

1 Umunsi wa 31 uvuga ku kuri kw'Ijambo ry'Imana.

ibyorezo bivugwa muri iki gitabo. Nihagira umuntu ugira icyo agabanya ku byahanuwe biri muri iki gitabo, Imana izakuraho umugabane we ku giti cy'ubugingo no ku murwa wayo, nk'uko byanditswe muri iki gitabo. (Ibyah. 22:18–19)

Ingaruka zo guhindura no kugoreka Ijambo ry'Imana ni mbi cyane, ni uko "ntitucyifata nk'abariganya cyangwa ngo duhindagure Ijambo ry'Imana" (2 Kor. 4:2).

Nubwo twaburiwe kenshi, abantu baracyagira ibyo bongeraho n'ibyo bakuraho kuri Bibiliya bagamije gushyigikira ibyo bizera cyangwa kwirinda kubabaza abandi. Ni cyo gituma kwiyigisha Bibiliya ari ingirakamaro cyane. Tubasha kumenya Imana n'Ijambo Ryayo. Ntidukwiye gutungurwa n'ibyo Bibiliya ihishura bizaba mu gihe kizaza, nk'umunsi w'urubanza (Umunsi wa 6). Dushobora kwirinda inyigisho

> ### Ubusemuzi bwa Bibiliya
> Ubusemuzi bwa Bibiliya bw'iki gihe ni bwiza cyane. Inyandiko za mbere za Bibiliya zanditswe n'intoki mu buryo bwiza zihererekanywa mu bisekuruza byinshi. Habonetsemo amakosa make (urugero, amagambo yanditswe nabi, inyuguti zibura cyangwa zisubiwemo). Mu bice biri munsi ya 1 ku ijana by'Ibyanditswe nabi, nta nyigisho nzima cyangwa itegeko na rimwe ryavuguruwe.
>
> Aho wabikura: Geisler, Norman L. "Bible, Evidence For," Baker Encyclopedia of Christian Apologetics, Baker Reference Library (Grand Rapids, MI: Baker Books, 1999).

z'ibinyoma kandi tukunga ku bwenge bw'Imana igihe twiga Bibiliya.

Umwanya wawe wo kwiga Bibiliya ugomba gutandukana n'umwanya wawe wo gusenga. Mu gihe cyo gusenga (Umunsi wa 22), ushobora gutekereza ku mirongo mike ya Bibiliya, ugasenga kandi ukumva icyo Umwuka Wera akubwira (Gal. 5:16). **Mu kwiga Bibiliya, dufata umwanya munini wo kuyisoma: tuyicukumbura, tuyifata mu mutwe, kandi tuyiga twitonze kugira ngo tumenye byinshi byerekeye Imana**. Waba wiga Bibiliya mu gihe utuje cyangwa ubikora mu bundi buryo, intego nyamukuru ni ukubikora ushishikaye kandi uhozaho.

Rimwe na rimwe biratugora kwiga Bibiliya. Gahunda zirahinduka. Abo mu muryango wacu bashobora kurwara. Ubuzima bushobora gukomera. Amaherezo tukagira ibiturangaza byinshi maze kwiga

Bibiliya bikamera nk'umutwaro. Reka twige imwe mu migisha tubona iyo dushishikarira kumenya Ijambo ry'Imana:

1. **Menya Imana**–Amapaji yose y'Ibyanditswe avuga kuri kamere y'Imana, umwanya ifite, n'imbaraga Zayo kugira ngo bigufashe kumenya Imana, kuyiramya no kuyikunda. Kutamara igihe mu Ijambo ry'Imana bituma tuyibagirwa. Kandi nk'uko twabyize ku Munsi wa 17, kwibagirwa ni bibi cyane.

2. **Imenye**–Ijambo ry'Imana ni nk'indorerwamo yerekana ibiri mu mitima yacu. Tubona ibyo Imana ishaka ko twibonaho n'uburyo iduha imigisha iyo tugendeye mu nzira Zayo (Yakobo 1:22–25).

3. **Menya umugambi w'Imana**–Bibiliya ihishura inkomoko n'iherezo by'isi (Icyumweru cya 1) n'umwanya tuyifitemo. Kuba muri iyi'isi gusa tutazi Inkuru y'Imana Nyakuri itangaje, byatuma ducika intege tukanahangayika.

4. **Menya uko wabaho neza buri munsi**–Uyu munsi, wahisemo gusoma uru rugendo rwo kwizera. Mu minota mike, urahitamo gushyira mu bikorwa ibyo wize. Nyuma y'ibyo uzakomeza gufata n'ibindi byemezo. Buri munsi ufata ibyemezo byinshi, kandi Ijambo ry'Imana rikumurikira muri iyo nzira rikagufasha kugira amahitamo meza (Zab. 119:105).

Nk'uko imyitozo ngororamubiri no kurya indyo yuzuye bya buri munsi bihindura umubiri wacu buhoro buhoro, ni ko no kwiga Bibiliya buri gihe biduhindura mu buryo bw'umwuka. Twamenya izo mpinduka cyangwa tutazimenya, tubasha gukomeza imitsi yacu mu buryo bw'umwuka. Ariko aho bitandukaniye n'ibyokurya bitunga umubiri, ni uko iyo twiga Ijambo ry'Imana cyane tutarihaga. Ahubwo turushaho kuryifuza no kumenya byinshi muri ryo. Ijambo ry'Imana ni byo byokurya byonyine bishobora guhaza imitima yacu ishonje. Uko uzamenya uburyo bwo kwiga Bibiliya muri iki cyumweru, uzahishurirwa agaciro kayo katagereranywa, gasobanurwa kenshi mu mvugo y'ibigereranyo:

- Ijambo ry'Imana rigukuza nk' **imbuto** (1 Pet. 1:23).
- Ijambo ry'Imana rikuyobora nk' **itara** (Zab. 119:105).
- Ijambo ry'Imana rikoza nk' **amazi** (Ef. 5:25–26).
- Ijambo ry'Imana rigukomeza nk'**urutare rukomeye** (Mat. 7:24–25).
- Ijambo ry'Imana **rigusha imvura** kuri wowe, rigatuma ukura wera imbuto (Ezay. 55:10–11).
- Ijambo ry'Imana riragukaragira kandi rikakurinda nk' **inkota** ityaye (Ef. 6:17; Heb. 4:12).
- Ijambo ry'Imana **rirakwigisha, rikagucyaha, rikagukosora,** kandi **rikagutoza** (2 Tim. 3:16–17).
- Ijambo ry'Imana ni **ubuzima** bwawe (Ivug. 32:47).

Ijambo ry'Imana ritanga ubuzima kandi rigahindura umutima. Ntibitangaje kuba umwanzi yarirwanya buri gihe. Gutuma dushidikanya ku Byanditswe ni yo mayeri akoresha kuva kera. Ibuka igihe yashukaga Eva mu busitani, yaramubajije ngo, "Mbese koko Imana yababujije . . .?" (Intang. 3:1). Niba yatuma dushidikanya, yabasha no kutuyobya akatuvana ku Mana:

- Satani azi ko iyo tutizera Ijambo ry'Imana tutabasha no kurisoma.
- Nitudasoma Ijambo ry'Imana, ntituzanamenya Inkuru y'Imana n'inkuru yatwandikiye.
- Nitutamenya Inkuru y'Imana, ntituzamenya igihe umwanzi atubeshya.
- Kandi natubeshya, ntituzabasha kurwanya igishuko, cyangwa kuramya Imana.

Ni byo rwose, umwanzi ashaka ko dushidikanya ku Ijambo ry'Imana. Ariko nk'uko twabyize, dushobora kuzimya iyo myambi y'umuriro idutera gushidikanya dukoresheje ingabo zacu zo kwizera. *Izere* Ijambo ry'Imana. Fata inkota y'Umwuka udatinya maze "utsembe ibikorwa bya Satani" (1 Yohani 3:8). Iyo ni yo mpamvu yazanye Yesu, ni na yo mpamvu turi hano. Dutsemba ibikorwa bya Satani iyo tubohoye urubyiruko, bagenzi bacu n'amahanga dukoresheje ukuri kw'Ijambo ry'Imana. Reka dukoreshe intwaro zacu neza.

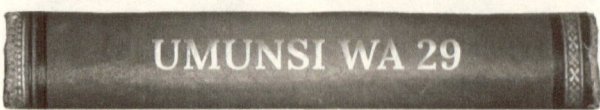

Reka Bibiliya Ivuge:
Zaburi 19:7–11 (Wasoma na: 2 Petero 1)

Reka Ubwenge Bwawe Butekereze:
1. Ni irihe jambo ry'ikigereranyo ryo muri Bibiliya ryerekana neza uwo uri we muri aka kanya? Kubera iki?

2. Ni irihe tandukaniro riri hagati y'igihe cyo gusenga n'igihe cyo kwiga Bibiliya? Ni gute byombi wabibonera umwanya?

3. Ku Munsi wa 19, twasomye Zaburi 19. Ongera usome umurongo wa 7-11 maze wandike ibisobanuro bitandukanye by'Ijambo ry'Imana n'intego zabyo. Ni mu buhe buryo bwihariye Ijambo ry'Imana ryagufashije guhinduka?

Reka Ubugingo Bwawe Busenge:
Data, uri Umutangabugingo, ukaba Umwanditsi Mukuru wa Bibiliya, n'Umwanditsi Mukuru w'inkuru yanjye. Nyihishurira mu gihe nsoma Ijambo Ryawe. Mpa ubwenge no gusobanukirwa. Nyereka uko nashyira mu bikorwa Ijambo Ryawe mu buzima bwanjye bwa buri munsi kugira ngo nshobore kugaragaza inkuru wanyandikiye. "Umpumure amaso kugira ngo ndebe, ndebe ibitangaza biboneka mu Mategeko yawe" (Zab. 119:18) . . . Mu izina rya Yesu, amina.

Reka Umutima Wawe Wumvire:
(Ni iki Imana ishaka ko umenya, uha agaciro, cyangwa ukora?)

Akira Ijambo ry'Imana– Umugani w'Imbuto n'Ubutaka

habayeho umuntu wagiye kubiba . . .
Imbuto zibibwa ni Ijambo ry'Imana.
Luka 8:5, 11

Hagati yo kwakira Yesu no guhabwa ubuturo bushya mu ijuru, si ibintu byinshi wabona byatunga ubugingo bwawe kandi bikakunyura nko gutungwa n'–Ijambo ry'Imana. Uko dusoma Ijambo ry'Imana kenshi, ni ko twifuza kurushaho kurisoma. Impamvu ni uko iyo dusoma kandi tugashyira mu bikorwa ukuri kw'Ibyanditswe mu buzima bwacu, turahinduka rwose (Rom. 12:2). Icyaha gitakaza imbaraga zacyo. Ubuntu bw'Imana bwinjira mu mitima yacu. **Ariko kugira ngo duhabwe imbaraga z'Ijambo ry'Imana mu buzima bwacu, tugomba kurisoma *no kuryakira.***

Yesu yerekanye uburyo twakira Ijambo ry'Imana akoresheje umugani w'imbuto n'ubutaka. Uko usoma, *ibuka ko Ijambo ry'Imana ari imbuto* (Luka 8:11):

"Habayeho umuntu wagiye kubiba, igihe abiba imbuto zimwe zigenda zigwa ku nzira, hanyuma abantu barazikandagira n'inyoni zirazitoragura. Izindi zigwa ku gasi, ngo zimare kumera ziruma kuko zabuze amazi. Izindi zigwa mu mahwa, amahwa azirengaho ziragwingira. Izindi zigwa mu butaka bwiza, zirakura zera imbuto ijana rumwe rumwe!" (Luka 8:5–8)

Menya ko imbuto zose zari nziza. Imbuto ivugwa muri uyu mugani ni nziza. Umutima w'umuntu n'uburyo yakira Ijambo ry'Imana ni byo bituma ubuzima bwera imbuto cyangwa ntibwere imbuto ngo bukurire mu kwizera. Ubutaka bushobora gutuma imbuto itera cyangwa yera. Ijambo ry'Imana ni ukuri, rifite imbaraga kandi rishobora kwera imbuto, ariko ni *twe* tugena uko ubuzima bwacu buzera imbuto. Mu gihe usoma ubusobanuro bwa Yesu ku bwoko bw'ubutaka butandukanye, tekereza ku miterere y'umutima wawe. Uri ubuhe butaka?

1. **Mbese uri inzira ikomeye kandi umwanzi abasha kwinjiramo byoroshye?** "Imbuto zaguye ku nzira zigereranywa n'abantu bumva iryo Jambo, nyuma Satani akaza akarikura mu mitima yabo, kugira ngo bataryemera ngo bakizwe" (Luke 8:12).

Ese ubuzima bwawe ni inzira ngari igorwa n'ibikomere by'igihe cyahise, gushidikanya mu byiyumvo, cyangwa imibereho y'icyaha? Niba ari byo, abantu bashobora gukandagira imbuto y'Imana ry'Imana igihe ikuguyeho. Umwanzi ashobora gutwara n'ibyari bisigaye. Iyo tunangiye imitima yacu, tukagira inzika cyangwa tukishora mu byaha, tuba twiyeguriye umwanzi kandi bigatuma Ijambo ry'Imana ridakura muri twebwe. Umuhanuzi Hozeya wo mu Isezerano rya Kera yahaye Abisirayeli aya mabwiriza kuko ubuzima bwabo bwari bwarinangiriye bitewe n'ibyaha byabo:

> *Nimuhinge ahatigeze hahingwa,* nimwibibire ubutungane muzasarura ineza. Koko iki ni igihe cyo kunyambaza, jyewe Uhoraho, nimunyambaze mugeze ubwo nzaza nkabahundazaho ubutungane. (Hozeya 10:12)

Ubuzima bw'Abisirayeli bwari bumeze nk'ubutaka butigeze buhingwa, butakoreshejwe kandi budashobora gukoreshwa. Igisubizo rero, cyari ugukingura imitima yabo, bakamera nk'abahinga ahatigeze hahingwa, bagategura ubutaka kugira bwakire gukiranuka kw'Imana. Uko ni ko bimeze no kuri twebwe. Niba Imana iri kuvugana nawe kano kanya, ntunangire umutima wawe (Heb. 4:7). Saba Imana kugukiza ibyakomerekeje amarangamutima yawe no kugukuramo imico mibi yakomeje ubuzima bwawe. Uko ibyo bice bigize ubuzima bwacu byaba byarirengagijwe cyangwa bikomeye kose, Imana ishobora kubikuramo umusaruro mwiza. Izatugirira ubuntu ku ntambwe yose tuzatera ituganisha ku mpinduka no ku gukira muri urwo rugendo.

2. **Mbese uri ubutaka bw'amabuye bweramo imizi mito?** "Izaguye ku gasi ni nk'abantu bumva Ijambo ry'Imana, bakaryakirana ubwuzu ariko ntibashinge imizi. Baryemera igihe gito, nyuma bahura n'ibibagerageza bakarireka." (Luka 8:13).

Ibi byaba byerekana uwo uri we? Wumva uguwe neza iyo wumvise inkuru nziza ya Yesu ariko bikakunanira kumukurikira kuko wagowe no kwizera kandi ubona hari indi nzira isa n'iyoroshye wanyuramo? Gukunda Yesu by'akanya gato si cyo kimwe no kuguma muri We (reba Icyumweru cya 4). Abantu bamwe basa n'abanyamwuka by'akanya gato, ariko mu mitima yabo, ntibaguma muri Yesu. Ibyiyumvo byo mu Mwuka bitandukanye n'imizi yo mu mwuka dukenera kugira ngo dukomere mu mibabaro no mu bishuko. Kwizera kudakomeye gushirana n'igihe.

Akenshi twebwe abantu tugira intege nke, turangwa n'amarangamutima. Intege nke ziterwa no kubaho twishingikiriza ku bitekerezo byacu aho kuyoborwa na Mwuka Wera. Tugomba kuvuga ngo, "Ndabyizeye, kandi nta n'uwabinyambura." Niba ubutaka bwacu ari amabuye, tugomba kubuhingira tukavanaho amabuye y'ubunebwe no kutagira ibyo twitaho. Ni amabuye aturemera akatubuza gukura mu buryo bw'umwuka. Ahubwo imizi yawe ikwiye gukurira mu Mana byimbitse. "Ndayisaba ngo ikurikije ubwinshi bw'umutungo w'ikuzo ryayo, ibahe ububasha mukomezwe umutima mubikesha Mwuka wayo, kugira ngo Kristo ature muri buri muntu bitewe n'uko amwizera. Ndasaba kandi ngo mushorere imizi mu rukundo rwe murwubakeho" (Ef. 3:16–17). Subira ku Munsi wa 24 wongere wige uburyo umuntu akura ashora imizi.

3. **Umeze nk'ubutaka bw'amahwa, burangwa n'imihangayiko gushaka ubutunzi no kwinezeza?** "Izaguye mu mahwa ni nk'abumva iryo Jambo, maze guhagarika umutima no kwishakira ubukungu, no kwishimisha mu by'ubuzima bikarirengaho, bakamera nk'imbuto zarumbye." (Luka 8:14).

Mbese uhangayikishwa cyane n'ubuzima bwawe, uko ugaragara, cyangwa iterambere ryawe? Utekereza ku mafaranga cyane, uhora wifuza kubona menshi? Ushaka kunezerwa, kwishimisha, cyangwa kuryoherwa kurusha gushaka Imana? Niba ari byo, ibi bintu biciriritse bizakura nk'amahwa maze bikubuze gukura mu buryo bw'umwuka. Dutakaza byinshi ku byo Imana idufitiye iyo turangajwe n'ibinezeza, tugashukwa n'uburanga, amafaranga, n'ibindi byinshi biciriritse.

Yesu yatuburiye atubuza guhangayikira: "ibyo byose abanyamahanga batazi Imana baharanira, kandi So uri mu ijuru azi ko mubikeneye uko bingana. Ahubwo mbere ya byose muharanire ubwami bw'Imana no kuyitunganira, bityo n'ibyo bindi byose na byo muzabihabwa." (Mat. 6:32–33).

4. **Mbese uri ubutaka bwiza?** "zindi zigwa mu butaka bwiza, zirakura zera imbuto ijana rumwe rumwe! . . . Naho izaguye mu butaka bwiza ni nk'abumva iryo Jambo n'umutima mwiza uboneye, bakarikomeza ntibacogore, bakera imbuto" (Luka 8:8, 15).

Noneho tugeze ku butaka bwifuzwa. "Ubutaka bwera" butanga umusaruro uturuka mu Ijambo ry'Imana. Ariko nk'uko twabigenje ku bundi butaka, reka dusuzume imitima yacu: Ukunda Ijambo ry'Imana kandi urishyira mu bikorwa? Uryishingikirizaho kugira ngo rikungure ubwenge kandi riguhe n'imbaraga? Wizera Imana kurusha uko wiringira ubwenge bwawe (Imig. 3:5)? Niba ari byo, Ijambo ry'Imana rizagwira muri wowe kandi rizera imbuto nyinshi (Umunsi wa 25).

Yesu aduhamagarira gusengera kwera imbuto nyinshi: "Nimuguma kuri jye, n'amagambo yanjye agahora muri mwe, musabe icyo mushaka cyose muzagihabwa. Igihesha Data ikuzo ni uko mwera imbuto nyinshi, ni bwo muzaba abigishwa banjye" (Yohani 15:7–8). Zirikana ingingo yo guhindura abantu abigishwa ivugwa muri iyi mirongo. Yesu adusezeranya kuduha ibyo tumusaba byose, *nituguma muri We n'amagambo Ye akaguma muri twe.* Iyo tubikoze, dushaka ibyo ashaka kandi tugasaba ibihwanye n'ubushake Bwe.

Ongera usubiremo uyu mugani w'imbuto n'ubutaka kugira ngo wibuke icyo bisaba kugira ngo ube ubutaka bwiza: "ni nk'abumva iryo Jambo n'umutima mwiza uboneye, bakarikomeza ntibacogore, bakera imbuto." (Luka 8:15). Niba hari ahantu mu buzima bwawe hari ubutaka butera, hegurire Umwami kugira ngo ahahingire. Imana ni yo Nyir'umurima ukomeye (Yohani 15:1), kandi icyo yifuza ni uko wakwera imbuto mu buzima bwawe.

Reka uyu mugani kandi ugutere intege mu gihe utera imbuto z'Ijambo ry'Imana mu buzima bw'abandi bantu. Iyo ubwiye abandi Ijambo ry'Imana, imbuto uteye ziba ari nziza. Iyo zidashoreye imizi ngo zikure mu buzima bw'umuntu, ikibazo gishobora kuba ubutaka-bugereranywa n'umutima w'umuntu. **Imana izasuzuma imibereho yacu ishingiye ku mbuto tubiba mu rukundo aho gushingira ku musaruro**. Umurimo wacu ni ukubiba Ijambo ry'Imana mu rukundo no kurivomerera mu gihe twigisha abizeye bashya, ariko *Imana yonyine* ni yo irikuza (1 Kor. 3:6–8).

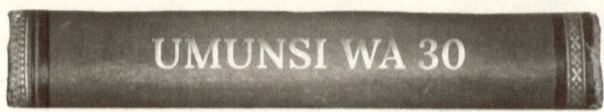

Reka Bibiliya Ivuge:
Luka 8:4–15 (Wasoma na: Yeremiya 4:1–4)

Reka Ubwenge Bwawe Butekereze:
1. Benshi muri twebwe tugereranywa n'imbuto zirenze imwe mu mitima yacu. Ni izihe mbuto ubona ziranga umutima wawe?

2. Ni ubuhe butaka butera cyangwa amahwa akubuza gukura no kwera imbuto?

3. Ni he Imana iri kweza imbuto mu buzima bwawe kano kanya? Fata umwanya uyishimire kuko ari yo kwizerwa kandi yakomeje kugufasha gukurira muri Yo. Andika aho uri kwera imbuto kugira ngo uzahibuke (ubaka ibuye ry'urwibutso–reba Umunsi wa 17).

Reka Ubugingo Bwawe Busenge:
Data, ndagushimiye ku bw'imbuto yawe nziza y'Ijambo Ryawe. Ndagusaba kundinda umwanzi watuma ntera imbuto. Mfasha gukura nshorera imizi kugira ngo mbashe kubona uguhemburwa n'imbaraga bidashira. Reka umutima wanjye ube ubutaka bwera Ijambo Ryawe kandi bwera imbuto nyinshi . . . Mu izina rya Yesu, amina.

Reka Umutima Wawe Wumvire:
(Ni iki Imana ishaka ko umenya, uha agaciro, cyangwa ukora?)

Izere Ijambo ry'Imana–
Impamvu zo Kwizera

Ijambo Ryawe ni ukuri.
Yohani 17:17

Umenya gute ko Bibiliya atari inkuru mpimbano? Hari uwigeze kukubaza iki kibazo? Ushobora kuba waribajije niba Ijambo ry'Imana *ari* Igitabo cy'Imana by'ukuri. Nk'uko uza kubibona uyu munsi, twizera ko Ibyanditswe bifite ubatware.

Bibiliya ntivuga gusa ko ari Ijambo ry'Imana kenshi . . .

Imana ntitubwira gusa ko yahumekeye mu bantu bakandika ibitabo bya Bibiliya . . .

Abanditsi ntibahamya gusa ko banditse mu cyimbo cy'Imana . . .

Ahubwo hari izindi mpamvu zatuma twizera Bibiliya. Kano kanya, tugiye kuvuga impamvu umunani gusa:

1. **Yesu yizeye Ijambo ry'Imana kandi yahamije ku giti cye ko ari ukuri.** Yesu yatangiye umurimo We asoma muri Ezayi 61:1–2, herekana Umukiza Imana yagombaga kohereza. Yaravuze ngo, "ibyo byanditswe mumaze kumva, uyu munsi birashohojwe" (Luka 4:21). Yesu yigishije Ijambo ry'Imana, amategeko, kandi arishyira mu bikorwa. Yaravuze ngo, "Ntimwibwire ko nazanywe no kuvanaho Amategeko cyangwa ibyanditswe n'abahanuzi. Sinazanywe no kubivanaho, ahubwo nazanywe no kubisohoza." (Mat. 5:17). Nk'uko twabyize ku Munsi wa 26, Yesu yarwanyije ibishuko asubiramo amagambo y'Ibyanditswe, aho igisubizo cyose yahaye Satani yavugaga ngo "birandiswe ngo" (Mat. 4:4, 7, 10). Umunsi Yesu yazukaga–kuri Pasika ya mbere–yigishije Bibiliya abigishwa babiri, abasobanurira

"ibimwerekeyeho akoresheje Ibyanditswe byose" (Luka 24:27). Niba Yesu, Umwana w'Imana nyakuri yarizeye Ijambo ry'Imana, kuki twe tudakwiye kuryizera birushijeho?

2. **Bibiliya yuzuyemo inkuru nyinshi z'amateka n'ibihugu.** Igitabo kivuga ku bitekerezo by'abantu nticyabamo inkuru z'amateka nyinshi. Ibitabo by'amateka by'Isezerano rya Kera byuzuyemo amakuru menshi avuga ahantu, iminsi, ibihe, abantu, n'umuco wa kera wo mu Burasirazuba bwo Hagati. Mu nkuru yanditse ku buzima bwa Yesu, Luka yatanze amakuru yose akenewe ku nkuru yo kuvuka kwa Yesu. Ni ayahe makuru wasanga muri iyi mirongo?

> Muri icyo gihe umwami w'i Roma witwaga Ogusito, ategeka ko haba ibarura ry'abaturage bo mu bihugu byose byategekwaga n'Abanyaroma. Iryo barura rya mbere ryabaye igihe Kwirini yari umutegetsi w'intara ya Siriya. Nuko abantu bose bajya kwiyandikisha, buri wese mu mujyi w'iwabo. Yozefu na we ava mu mujyi wa Nazareti mu ntara ya Galileya agana mu ntara ya Yudeya, ajya mu mujyi wa Betelehemu aho umwami Dawidi yavukiye, kuko yari uwo mu nzu no mu muryango wa Dawidi. Yozefu ajya kwiyandikishayo ari kumwe na Mariya, umugeni yasabye wari utwite. (Luka 2:1–5)

Muri iyi mirongo, Luka avuga amazina y'abategetsi babiri, akavuga ibyabayeho mu buryo bwihariye, ahantu hatatu byabereye, izina rya Yozefu n'amateka y'umuryango we, n'impamvu Yozefu yari kumwe na Mariya. Luka ntiyatinye abashobora gusuzuma inkuru yanditse ko ari ukuri. Ahubwo, uburyo yanditsemo bituma abantu basuzuma ko ibyo yanditse ari ukuri.

3. **Inyandiko z'amateka n'ubushakashatsi byemeza ko Bibiliya ari ukuri**. Bibiliya ntivuga gusa iby'umwuka, ivuga n'amateka hamwe n'amakuru y'ibihugu mu buryo bw'ukuri kandi bwizewe. Urugero, abashakashatsi bavumbuye igihamya cy'irimbuka rya Yeriko rivugwa mu gitabo cya Yosuwa cyo muri Bibiliya.[1] Inyandiko z'Icyaramaya zivuga ku "Nzu ya Dawidi" zacukumbuwe i Tell Dan.[2] Havumbuwe

---

1 Walter A. Elwell, *Evangelical Dictionary of Theology: Second Edition* (Grand Rapids, MI: Baker Academic, 2001).
2 Ibid.

nanone igihome n'imva z'abantu benshi bishwe nk'igihamya cy'igitero cy'Abashuri bagabye ku ngoma y'umwami Hezekiya.[1] Hari n'ibindi bihamya byinshi by'ubushakashatsi birenze ibi.

Hari kandi inyandiko z'amateka zivuga ibyabayeho biri mu Byanditswe. Urugero, Matayo na Mariko bombi bavuga ku bwirakabiri n'umutingito byabaye igihe Yesu yabambwaga:

Uhereye saa sita, mu gihugu cyose hacura umwijima kugeza saa cyenda . . .Yezu yongera kurangurura ijwi, aherako avamo umwuka. Nuko mu Ngoro y'Imana umwenda wakingirizaga Icyumba kizira inenge cyane utabukamo kabiri, uhereye hejuru ukageza hasi. Isi iratingita, ibitare biriyasa. (Mat. 27:45, 50–52)

Abanyamateka batizera bavuze ibisa nk'ibyo. Umunyamateka w'Umugiriki witwa Phlegon yanditse ko ku ngoma y'umwami Kayisari Tiberiyo, ubwo Yesu yari amaze gupfa, habaye umwijima mu masaha y'amanywa ndetse haba n'umutingito muri ako karere.[2] Undi munyamateka witwa Thallus yanditse ko i Yudeya habaye umwijima w'icuraburindi n'umutingito maze ibitare biriyasa.[3] Aya makuru y'abantu batizera yemeranya n'inkuru yo muri Bibiliya ivuga ko igihe Yesu yapfaga habayeho ubwirakabiri n'umutingito.

4. **Ubuhanuzi bwo muri Bibiliya bwavuze ibyabaye kera cyane mbere y'uko bibaho**. Bibiliya yuzuyemo ubuhanuzi bwinshi, ubwinshi bwamaze gusohora. (Ibitarasohora bizaba ku mperuka y'ibihe igihe Yesu azaba agarutse.) Ibyahanuwe mu Isezerano rya Kera bikavugwa mu Isezerano Rishya ni bumwe mu buhanuzi bwihariye bwasohoye by'ukuri. Dore bumwe muri bwo:

- Mu myaka 700 mbere y'ivuka rya Yesu, Mika yanditse ko Mesiya azavukira i Beterehemu (Mik. 5:2; Mat. 2:1–6).
- Zakariya yahanuye ko Yesu azagambanirwa akagurishwa

---

1   Nicholas R. Werse, "Hezekiah, King of Judah," ed. John D. Barry, David Bomar, Derek R. Brown, Rachel Klippenstein, Douglas Mangum, Carrie Sinclair Wolcott, Lazarus Wentz, Elliot Ritzema, and Wendy Widder, *The Lexham Bible Dictionary* (Bellingham, WA: Lexham Press, 2016).

2   Gary R. Habermas, *The Historical Jesus: Ancient Evidence for the Life of Christ* (Joplin, MO: College Press Publishing Company, 1996), 218.

3   Byavuye mu gitabo kimwe kuri paji ya, 196–197.

ibiceri by'ifeza mirongo itatu (Zak. 11:12; Mat. 26:14-15).

- Dawidi yahanuye ko ibiganza n'ibirenge bya Yesu bizacumitwa imisumari (Zab. 22:16; Yohani 20:24-28).
- Ezayi yahanuye ko umubiri wa Yesu uzahambwa mu mva y'umukire (Ezay. 53:9; Mat. 27:57-60).
- Kuzuka kwa Yesu na ko kwahanuwe inshuro nyinshi (Zab. 16:8-11; Ibyakozwe n'intumwa 2:24-31).

Umuntu ashobora guhindura amwe mu makuru y'ubuzima bwe kugira ngo asohoze Ibyanditswe, ariko ntiyashobora guhindura aho azavukira, uko azapfa, cyangwa uko azahambwa amaze gupfa. Abantu ntibashobora kumenya ahazaza habo cyangwa ngo bahagenzure, *ariko Imana yabishobora kandi irabikora.* Bibiliya ihanura neza ibizabaho kuko Umwanditsi wayo azi "ibizaba kuva mu ntangiriro" (Ezay. 46:10).

5. **Bibiliya ivuga amakuru mabi ku bo yita "intwari" zayo**
Abanyamateka benshi barakabya mu kuvuga ibyo abategetsi babayeho bashoboye gukora ariko bakavuga bike byabananiye cyangwa se ntibanabivuge kugira ngo bakwirakwize ibitekerezo byabo. Ariko abanditsi ba Bibiliya ntacyo bahinduye. Ibyanditswe byerekana neza ko Aburahamu yabyaye umwana w'umuhungu amubyaranye n'umuja w'umugore we kandi akihakana umugore we avuga ko ari mushiki we. Yakobo yarabeshye kandi ariba. Musa yarishe. Dawidi yarishe kandi arasambana. Yonasi yahunze Imana kandi ntiyishimira ko abantu b'i Ninive bihannye. Petero yihakanye Kristo inshuro eshatu. Pawulo yafashe abigishwa ba Yesu kandi arabatanga ngo bicwe. Iyo Bibiliya iba igitabo cy'abantu, ntiyari kuvuga nabi intwari zayo, ariko Imana ishimwe kuko Bibiliya yahumetswe ku bw'icyubahiro cy'Imana atari icy'abantu.

6. **Bibiliya irimo inkuru nyinshi z'abahamya b'ibyabaye.** Abantu bane batandukanye—Matayo, Mariko (ayobowe na Petero), Luka, na Yohani—banditse inkuru zivuga ku buzima bwa Yesu. Iyo habaho itandukaniro mu nkuru zabo, ntitwari kuzizera. Ariko inkuru zabo ni zimwe rwose, keretse itandukaniro rito cyane rishingiye ku ntego zabo, amakuru yimbitse ya buri muntu, n'abantu bavuganye na bo. Itandukaniro bamwe bita "kudahozaho" ni iyindi mpamvu yatuma

twizera ko izi nkuru ari ukuri.[1] Gusa kw'inkuru zanditswe n'abantu batandukanye bishobora kugaragara nk'aho umwe yandukuye iby'undi cyangwa hari ibyahinduwe kugira ngo izo nkuru zikunde zise. Iyo dusomye Ubutumwa bwiza bwa Matayo, Mariko, Luka na Yohani tubona ko ari zimwe ariko ntizisa. Ibyo ni byo tuba twiteze ku nkuru nyinshi zivuga ibyabayeho kandi z'ukuri.

7. **Bibiliya iha agaciro abagore kandi ikishingikiriza ku buhamya bwabo.** Imico yo mu gihe Bibiliya yanditswemo ntiyubagaha abagore. Ariko Bibiliya ishima kandi igashimira abagore cyane. Bibiliya ivuga ko abagore ari bo babaye aba mbere mu kumenya ko imva ya Yesu irimo ubusa mu gihe abagabo bari bihishe mu nzu bakinze n'imiryango. Iyo abanditsi b'abagabo ba Bibiliya baba barahimbye inkuru yo kuzuka, ntibari kwiyita ibigwari, ngo bavuge ko abagore batoranyijwe kugira ngo babe abahamya bo kuzuka kwa Yesu, kuko mu muco wabo ubuhamya bw'umugore ntibwahabwaga agaciro. Ubutumwa bwiza kandi buvuga ko Yesu atavuganye n'abagore gusa (barimo n'abagore b'indaya) ahubwo yanavuganye n'abanyamahanga, abana, ababembe, n'abasoresha. Yavuganye n'abantu batandukanye batahabwaga agaciro cyangwa ngo bemerwe mu muco w'icyo gihe. Nubwo gushyikirana n'abo bantu byabangamiye abantu, abigishwa ba Yesu—bahumekewe n'Imana kugira ngo bandike Inkuru y'Imana mu buryo butandukanye ariko buhuje n'ukuri. Bibiliya si igitabo cyigisha umuco. Ni igitabo cy'Imana.

8. **Ubwa nyuma, ushobora kumenya ukuri kwa Bibiliya ku giti cyawe binyuze ku bumenyi uyifiteho.** Uko usoma Bibiliya buri munsi, igihe kizagera umenye ukuri kwayo. Uzatangira gusobanukirwa byimbitse ubwiza bw'Ijambo ry'Imana. Umwuka Wera azagufasha kumenya isano riri hagati y'ibice bitandukanye bigize Ibyanditswe, kandi agufashe gusobanukirwa neza uko kuri mu buryo bw'umwuka. Akenshi, gusoma Bibiliya bizaguhesha amahoro nubwo waba utazi igituma uhanganyika. Impamvu ni uko igihe cyose usomye Bibiliya, uhura n'Umwanditsi wayo mukuru akabasha kuguha amahoro.

Ariko se bigenda gute iyo *utiyumvamo* amahoro y'Imana? Bigenda gute iyo ufite gushidikanya? Ni ibisanzwe kugira ibibazo no

---

1 J. Warner. Wallace, *Cold-Case Christianity: A Homicide Detective Investigates the Claims of the Gospels* (Colorado Springs, CO: David C Cook, 2013).

gushidikanya, by'umwihariko iyo tubabaye. Na Yohani Umubatiza yashidikanyije kuri Yesu. Uyu mugabo Imana yatumye gutegura inzira ya Yesu—wahanganye n'indyarya, wabwirizaga abantu kwihana, kandi wavuze ngo, "Dore Umwana w'intama w'Imana ukuraho ibyaha by'abantu bo ku isi!" (Yohani 1:29)– yongeye gushidikanya kuri Yesu n'igihe yari muri gereza. Yohani Umubatiza yatumye abigishwa be kubaza Yesu ngo, "Mbese ni wowe wa wundi ugomba kuza, cyangwa dutegereze undi?" (Luka 7:19). Igihe yafungwaga n'umwami mubi Herode, Yohani yari wenyine kandi ashonje maze atangira kwibaza niba Yesu azashinga ubwami kuko byari bitaraba.

Mu kumusubiza, Yesu yagaragaje ibihamya byo *mu Byanditswe*: "Mugende mutekerereze Yohani ibyo mwiboneye n'ibyo mwiyumviye muti 'Impumyi zirahumuka, abamugaye baragenda, ababembe barakira, ibipfamatwi birumva, abapfuye barazuka, n'abakene baragezwaho Ubutumwa bwiza!" (Luka 7:22). Yesu yagaragaje ko yakoraga ibintu byose Ibyanditswe byari byarahanuye ko Mesiya azakora (Isa. 35:5–6).

Niwibaza ku kuri ubitewe no gushidikanya, subira inyuma urebe ibihamya, nk'uko Yesu yabishishikarije Yohani Umubatiza. Ibuka uko wamenye Imana. Reka ibyaremwe byongere biguhamirize ko Imana iriho. Injira mu Ijambo ry'Imana. senga nka wa muntu watakiye Yesu akamubwira ngo, "ndizeye! Ngoboka unkize kutizera!" (Mariko 9:24).

Ariko gushidikanya ntibibkwiye kuba mu nkuru yawe. Undi muntu w'Imana, Pawulo na we yisanze muri gereza ategereje igihano cye cy'urupfu. Ariko ntiyigeze ahakana kwizera kwe. Kuki yagize ubwo butwari? Ni ukubera kwizera. Kugira ibihamya bifatika ni ingenzi cyane, ariko ntiwabigereranya no kudatinya guturuka ku kwizera, ari na ko gukurira ku busabane buhoraho umuntu agirana n'Imana. Pawulo yaranditse ngo, "Nyamara ntibinkoza isoni kuko nzi uwo nizeye" (2 Tim. 1:12). *Uwo* yizeye yakomeje umutima we, ntiyakomejwe n' *ibyo* yizeye. Mu gihe ubabaye, cyangwa ugize gushidikanya, ujye wibuka *uwo* wizeye. Guma muri We.

Reka Bibiliya Ivuge:

2 Timoteyo 3:14–4:8 (Wasoma no mu: Ukuvanwa mu Misiri 24:4)

Reka Ubwenge Bwawe Butekereze:

1. Wumva ari iyihe mpamvu nyamukuru yatuma wizera Bibiliya?

2. Utekereza ko ari iki gituma abantu batizera ko Bibiliya ari ukuri cyangwa ikenewe? Wizera ko Bibiliya ari ukuri kandi ko ikenewe? Kuki ubyizera cyangwa kuki utabyizera? Fata umwanya muto wemerere Bibiliya kugufasha aho udafite kwizera hose.

3. Ni gute kuguma muri Yesu bifasha umuntu gukura yizera Ijambo ry'Imana?

Reka Ubugingo Bwawe Busenge:

Data, Ijambo Ryawe ni ukuri. Ryose hatavuyemo na rimwe. Mfasha kuryizera no kurikurikiza neza. Ndagusaba ngo nzamenye ukuri, nkumenye rwose. Ukuri Kwawe konyine ni ko kuzambatura (Yohani 8:32). Ijambo Ryawe ni ukuri (Yohani 17:17). Mwami, reka ubusabane bwacu bube impamo, tube inshuti byuzuye ku buryo ntagira gushidikanya . . . Mu izina rya Yesu, amina.

Reka Umutima Wawe Wumvire:

(Ni iki Imana ishaka ko umenya, uha agaciro, cyangwa ukora?)

Nyura muri Bibiliya– Igitabo ku Kindi

byo wavuze byarageragejwe ntibyahinyuka,
umugaragu wawe ndabikunda.
Zaburi 119:140

Iyo Bibiliya ivuga, ni iki yari kukubwira? Yari kukubwira uko watangira urugendo rwawe muri icyo gitabo? Cyangwa yari kuguha ikaze nyuma y'igihe kinini utayisoma? Ahari yakubwira uburyo yishimira kubana na we buri munsi. Ariko niba wirengagiza Bibiliya yawe, uyu munsi twagufasha kurushaho kuyimenya. Niba utinya ubunini bwa Bibiliya kuko igizwe n'ibitabo mirongo itandatu na bitandatu, si wowe wenyine. Ni he watangirira? Uburyo bwiza bwo kumva uguwe neza mu gihugu utamenyereye ni ukugira umuntu ukuyobora.

Yego, urugendo rwacu rwo kwizera rw'uyu munsi rukubiyemo gutembera muri Bibiliya. Mu kureba iby'ingenzi bivugwamo, tuzamenya uburyo Inkuru y'Imana ikubiye hamwe. Ndetse tuzasobanukirwa aho twasoma kugira ngo duhabwe ubufasha dukenye. Tuzasoma urugendo rwacu dutanga ibitekerezo ku bice twumva twaheraho dusoma. Reka dutangire.

Tuzahera aho Bibiliya itangirira: **Isezerano rya Kera**. Isezerano rya Kera ryabanje kwandikwa mu Giheburayo, kandi ryanditswe mu gihe cy'imyaka myinshi.[1] Rishobora kugabanywa mu bice bine:

---

1 Ibitabo by'Isezerano rya Kera byabanje kwandikwa mu Giheburayo, keretse ibice bimwe by'igitabo cya Daniyeli byabanje kwandikwa mu Cyaramaya.

1. **Ibitabo by'amategeko (Intangiriro–Ivugururamategeko):** Ibitabo by'Amategeko, cyangwa Amategeko y'Abayuda yanditse agizwe n'ibitabo bitanu bya mbere bya Bibiliya. Ibyo bitabo Imana yabihaye Musa yongeyemo inkuru z'iremwa, umwuzure, inkuru za basekuruza, no kuzerera kw'ishyanga ry'Abaheburayo mbere yo kwinjira mu Gihugu cy'Isezerano. Birimo kandi amategeko y'Abayuda, atangirira ku Mategeko Icumi. Ibitabo by'Amategeko byitwa kandi Pantateke cyangwa Ibitabo Bitanu bya Musa.

2. **Inkuru y'Ubwoko bw'Imana (Yozuwe–Esiteri):** Ibitabo cumi na bibiri bikurikira bya Bibiliya bikomeza kuvuga inkuru y'ubwoko bw'Imana hakurikijwe uko ibihe byagiye bisimburana. Twamaze kunyura mu nkuru yabo duhereye mu gihe cy'iremwa kugeza igihe bambukiye uruzi rwa Yorodani bakagera mu Gihugu cy'Isezerano (Intangiriro–Yozuwe). Reka dusubire ku ngingo twasorejeho kuri iyo nkuru.

Muri **Yozuwe**, dusoma uburyo Imana yayoboye Abisirayeli kugira ngo bafate Igihugu cy'Isezerano. Ubwa mbere, Abisirayeli ntibagiraga umwami; bari bafite abacamanza. Mu gitabo cy' **Abacamanza**, tubona uko bacumuraga kenshi ariko bakihana by'akanya gato, kuko "nta mwami bari bafite, umuntu wese yikoreraga icyo yishakiye." (Abac. 21:25). Nk'uko bigenda kenshi, ibyaha by'abantu byatumye bababara. Imana yakomeje kuba iyo kwizerwa kandi ikomeza gukiza ubwoko Bwayo ikoresheje abayobozi n'abacamanza batandukanye, ariko ikibabaje Abisirayeli bakomeje gucumura.[1] Birengagije Imana basenga ibigirwamana. Bitandukanye n'uko gusubira inyuma mu byaha, tubona igitabo cya **Rusi**. Abahanga bamwe bizera ko igitabo cya Rusi cyandis we kibanda ku bagore. Iki gitabo kitwigisha uburyo Imana yongeye umugore utari Umwisirayelikazi mu mugambo Wayo w'agakiza, ikamushyira no mu gisekuruza cya Yesu.

Amaherezo, Abisirayeli basabye umwami kugira ngo bamere nk'ayandi mahanga yose. Imana yabahaye icyo basabye, hanyuma muri **1 Samweli**, tubona umwami wa mbere wa Isirayeli ari we Sawuli. Uyu mwami yavuye mu nzira y'Imana vuba maze abura umugisha Wayo. Muri 1 Samweli 13 tubona Dawidi aho inkuru z'ingoma ye nk'umwami wa Isirayeli zanditswe muri **2 Samweli**. Dawidi yari umuntu umeze nk'uko Imana ishaka (1 Sam. 13:14) wanditse hafi

---

1 Abac. 2:2–3, 11–13, 17, 19; 3:6, 7, 12; 4:1; 6:1, 10; 8:24–27, 33; 10:6; 13:1; 17:6; 21:25.

kimwe cya kabiri cy'indirimbo za Zaburi. Nanone yari indwanyi, kandi yakoze amakosa menshi. Bitandukanye na Sawuli, Dawidi yarihanaga kandi akagarukira Imana iyo yacumuraga. Imana yahaye umugisha Dawidi, ubwami bwe ibugira ubw'iteka ryose, kubera Mesiya wagombaga guturuka mu muryango we (2 Sam 7:8-17). Mu **1 Abami**, dusoma inkuru za Salomo umuhungu wa Dawidi, wamusimbuye ku butegetsi. Ni umwe mu banyabwenge babayeho, ariko ubwenge bwe ntibwamubujije kurongora abagore benshi basengaga ibigirwamana.

Mu **2 Abami**, dukomeza kubona uburyo abami b'abantu bakomeje gucumura. Benshi muri abo bami batumye abantu babo basenga izindi mana, kandi ingaruka zabyo zigera kuri buri wese. Ubwa mbere, igihugu cya Isirayeli cyacitsemo ubwami bubiri butandukanye—u Buyuda mu majyepfo (ubwami bw'amajyepfo) na Isirayeli mu majyaruguru (ubwami bw'amajyaruguru). Hanyuma, Imana yohereje ubwo bwami bwombi mu bunyage kuko abantu banze kwihana ibyaha byabo kandi bakomeza gusenga ibigirwamana. Abashuri batsinze Isirayeli. Amaherezo, Abakaludaya batsinda u Buyuda maze benshi muri ubwo bwoko bajyanwa mu **bunyage** i Babuloni. Nyuma Abakaludaya batsinzwe n'Abaperesi. Igihe cy'abami cyamaze hafi imyaka 345,[1] hanyuma **igitabo cya 1 n'icya 2 cy'Amateka** cyongera gusuzuma iby'ingenzi byaranze cyo gihe: Igitabo cya 1 cy'Amateka gisubiramo byinshi bivugwa muri Samweli wa 1 na 2, hanyuma igitabo cya 2 cy'Amateka kigasubiramo byinshi bivugwa mu Abami ba 1 n'aba 2.

> **Ubunyage:**
> Ukujyanwa kw'abaturage bakuwe mu gihugu cyabo. Haba mu itero by'Abashuri cyangwa Abakaludayo, abasigaye—cyangwa itsinda ry'abantu bake—basigaye kugira ngo bahingire igihugu.

Hashize imyaka mirongo irindwi y'ubunyage i Babuloni, Imana yagaruye ubwoko Bwayo iwabo, nk'uko Ibyanditswe byari byarabihanuye.[2] Mu gitabo cya **Ezira**, dusoma inkuru z'ububyutse haba mu buryo bw'umubiri n'ubw'umwuka. Igihe bavaga mu bunyage bakubaka urusengero i Yerusalemu, umutambyi Ezira yafashije abantu kongera kwiyubaka mu buryo bw'umwuka, bagarukira amategeko y'Imana kandi

---

1 K. A. Kitchen, *On the Reliability of the Old Testament* (Grand Rapids / Cambridge: William B. Eerdmans Publishing Company, 2006), 30–32.

2 Ezay. 23:15; Yer. 25:11-12.

bagirana isezerano rishya n'Imana (isezerano ry'ubusabane hagati y'Imana n'ubwoko Bwayo). Igitabo cya **Nehemiya** kivuga uko inkuta za Yerusalemu zongeye kubakwa, ari byo byatumye abantu birinda ibitero by'abanzi bari baturanye. Ikindi cy'ingenzi ni uko inkuta zabafashije kongera kubaka igihugu no kugira icyizere nk'ubwoko bwatoranyijwe n'Imana. Mu gitabo cya **Esiteri**, tumenya ibyerekeye umukobwa w'imfubyi w'umuheburayokazi wabaye umwamikazi w'u Buperesi. Kubera umwanya yari afite i bwami n'ubutwari bwe, yemeye gushyira ubuzima bwe mu kaga kugira ngo akize ubwoko bw'Imana bwari bugiye gukorerwa jenoside.

3. **Ibitabo by'Abantu b'Imana (Yobu–Indirimbo ihebuje):** Ibitabo bitanu bikurikira bya Bibiliya bivuga ku magambo abantu babwiye Imana ariko na yo yahumetswe n'Imana. Ibi bitabo na byo byitwa ibitabo by'Ubwenge, cyangwa Ibitabo by'Ubuhanga. Akenshi biri mu rurimi rw'ubusizi, rwuzuyemo imvugo shusho n'amagambo y'ubuhanga. Muri **Yobu** havuga inkuru y'umugabo wakiranukiye Imana no mu gihe cy'imibabaro ikomeye. **Zaburi** ni urwunge rw'indirimbo z'amasengesho n'ibisigo, zigamije guhesha Imana icyubahiro, akenshi zerekana amarangamutima y'abantu mu buryo buhuye n'ukuri kw'Imana. Umwami Salomo yanditse bumwe mu buhanga bwe mu gitabo cy' **Imigani** kandi yerekana ko ubuzima butarimo Imana butagira agaciro mu gitabo cy' **Umubwiriza**. Yanditse kandi igisigo cyiza cy'urukundo cyitwa **Indirimbo Ihebuje**, cyitwa nanone **Indirimbo ya Salomo**. Iyi ndirimbo y'igisigo ivuga inkuru y'urukundo hagati y'umukwe n'umugeni. Abahanga bamwe bizera ko ishushanya urukundo Imana ikunda abantu n'urukundo Yesu akunda itorero.

4. **Ibitabo by'Abahanuzi (Ezayi–Malaki):** Ibitabo cumi na birindwi bya nyuma by'Isezerano rya Kera ni amagambo Imana yahaye ubwoko Bwayo. Muri bi bitabo, Imana yerekanye urukundo Rwayo ruhebuje n'impuhwe Zayo, yinginga ubwoko Bwayo kwihana no kuyigarukira. Nanone, Imana iburira abantu ko nibanga kwihana no kuyigarukira izabasukaho umujinya Wayo.

Muri izo nkuru z'ubwoko bw'Imana, ibyo babwiraga Imana, n'ibyo Imana yababwiraga, ni ukuvuga Isezerano rya Kera ryose, ritwigisha ibyerekeye ingaruka mbi z'icyaha haba mu busabane hagati yacu n'ubusabane bwacu n'Imana. Ariko muri izo nkuru zose, Imana yasezeranyije kenshi ko izohereza Umukiza. Ni yo mpamvu, Isezerano rya Kera ari inkuru y'ibyiringiro naho Isezerano Rishya rikaba ugusohora kw'ibyo byiringiro.

Bidatinze nyuma yo kuzuka kwa Yesu, abanditsi b'abantu icyenda, bahumekewe n'Imana, banditse ibitabo by' **Isezerano Rishya** mu Kigiriki, ururimi rwakoreshwaga cyane muri icyo gihe.[1] Kimwe nk'Isezerano rya Kera, Isezerano Rishya na ryo rishobora kugabanywa mu bice bine:

1. **Inkuru ya Yesu (Matayo–Yohani):** Ubutumwa bwiza bwa Matayo, Mariko, Luka, na Yohani butubwira inkuru y'ubuzima bwa Yes, inyigisho Ze, urupfu no kuzuka Bye.

2. **Amateka y'Itorero (Ibyakozwe n'intumwa):** Igitabo cy'Ibyakozwe n'intumwa kivuga ku myaka mirongo itatu ya mbere yaranze itorero rya mbere n'uko ubukristo bwakwirakwiye hirya no hino. Rimwe na rimwe icyo gitabo cyitwa Ibyakozwe n'Umwuka Wera, kuko kivuga uko Umwuka yaje kuri Pantekote (reba paji ya 1).

3. **Inzandiko z'Isezerano Rishya (Abanyaroma–Yuda):** Izi nzandiko, zanditswe n'abayobozi b'itorero rya mbere, basobanura inyigisho sihingiye kuri Yesu. Berekanye kandi uburyo waba mu muryango hamwe n'abandi bizeye n'uko abatizera bakwiye kwihana imbere ya Yesu.

4. **Umusozo (Ibyahishuwe):** Iki gitabo cyerekana ibihe bya nyuma ubwo Yesu azaba agarutse kwima ingoma y'ibihe bidashira. Tubona uburyo umujinya w'Imana uzasukwa ku batandukanyijwe n'Imana kubera ibyaha byabo. Ariko tukabonamo n'urukundo rw'Imana n'ubwiza Bwayo ku bwoko Bwayo buzaba buri mu ijuru rishya n'isi nshya. Ni igitabo cy'ibyiringiro bikomeye ku buzima bw'ahazaza, ubuzima

---

1   James P. Sweeney, "Chronology of the New Testament," ed. John D. Barry, David Bomar, Derek R. Brown, Rachel Klippenstein, Douglas Mangum, Carrie Sinclair Wolcott, Lazarus Wentz, Elliot Ritzema, and Wendy Widder, *The Lexham Bible Dictionary* (Bellingham, WA: Lexham Press, 2016).

bw'iteka ryose butazabamo agahinda cyangwa imibabaro kuko Yesu azahindura ibintu byose kuba bishya (Ibyah. 21:4–5).

Noneho nyuma yo kunyura muri Bibiliya yose, dore ibitekerezo by'uburyo watangira kuyisoma:

- Tangirira ku Butumwa bwiza. Nk'intumwa za Yesu, ikintu cy'ingenzi twakora ni ukumumenya—Uwo ari We, ibyo avuga, n'ibyo akora, ibyo yitaho. Mukurikire usoma kenshi muri Matayo, Mariko, Luka na Yohani ubikuranye uko ubishaka. Bizagufasha kumenya Umukiza wawe, kandi uzarushaho gusa nka We. Nusoma uzabona ko Yesu yasubiyemo kenshi amagambo yo mu gitabo Ivugururamategeko na Zaburi, ku buryo nawe wakwifuza gukurikizaho gusoma ibyo bitabo bibiri. Kugira ngo usobanukirwe neza uburyo washyira mu bikorwa inyigisho za Yesu, soma inzandiko zo mu Isezerano Rishya. Buri rwandiko rwo mu Isezerano Rishya rwanditswe ruvuga ku ngingo runaka, ni ngombwa rero gusoma ibitabo byose kenshi.

- Nutangira gusoma igitabo, ujye ugisoma cyose inshuro imwe cyangwa ebyiri kugira ngo wumve ibivugwamo. Hanyuma, wongere gusoma icyo gitabo uhereye mu ntangiriro yacyo, ariko noneho buhoro. Wibande ku by'ingenzi bivugwamo.

- Zirikana gushyiraho gahunda yo gusoma buri munsi kugira ngo igufashe gusoma Bibiliya yose. Ushobora kubona gahunda zo gusoma Bibiliya zitandukanye kuri interineti. Ndetse Bibiliya nyinshi zigira iyo gahunda ku mapaji yazo y'imbere cyangwa y'inyuma.

Uburyo bwo gusoma wahitamo bwose, **intego si ukunyura muri Bibiliya yose ahubwo ni uko Bibiliya itubamo**. Noneho wamenye *aho* wahera usoma Bibiliya. Ejo uzamenya indi ngingo ikomeye y' *uburyo* wayisoma ukabasha gukomeza ubusabane bwawe n'Imana.

Reka Bibiliya Ivuge:

Zaburi 119:1–56 (Wasoma na: 2 Petero 3:18)

Reka Ubwenge Bwawe Butekereze:

1. Mu rugendo rwacu rwo kunyura muri Bibiliya, ni he hantu hakubereye hashya cyangwa hagutunguye?

2. Soma igice cya mbere cya Zaburi 119 (umurongo wa 1–56). Twahawe umugisha gute?

3. Ganira n'inshuti yawe ku gitabo cya Bibiliya mwaheraho mwiga. Mushobora kwemeranya kuri gahunda yo gusoma mukoresha. Kandi buri wese abaze undi aho agejeje asoma ndetse muganire ku byo mwize. Mu gusoma buri gitabo, reba aho gihurira n'inkuru y'Imana ngari.

Reka Ubugingo Bwawe Busenge:

Data, Ijambo Ryawe rirakungahaye, kandi riruzuye rwose. Mfasha kuryiga buri munsi. Uko nsoma Ubutumwa bwiza, mfasha gutangira gukora, gutekereza, no kuvuga nka Yesu. Kingura ibitekerezo byanjye n'umutima wanjye, kandi "ukurikije Ijambo wavuze, umpe ubushishozi" (Zab. 119:169) . . . Mu izina rya Yesu, amina.

Reka Umutima Wawe Wumvire:

(Ni iki Imana ishaka ko umenya, uha agaciro, cyangwa ukora?)

Iga Bibiliya–
Intambwe ku Yindi

Umpumure amaso kugira ngo ndebe, ndebe
ibitangaza biboneka mu Mategeko yawe.
Zaburi 119:18

Abakuru b'idini babayeho ubuzima bwabo bwose bategereje icyo gihe. Hashize imyaka myinshi biga kandi bashyira mu bikorwa amategeko yo mu Byanditswe. Aba bantu birataga ko bafashe mu mutwe Bibiliya y'Igiheburayo (Isezerano rya Kera) kandi bazi no kuyisobanura. Bigishaga abana babo, nk'uko ababyeyi babo babigishije, kugira ngo bitegure kuza kwa Mesiya. Maze icyo gihe kigeze, ubwo Yesu yabahagararaga imbere, benshi muri abo bahanga mu by'amategeko ntibigeze bamumenya. Ntibyatewe n'uko Yesu atasohoje ubuhanuzi–Yarabusohoje. Ntibyatewe n'uko bagize urujijo–nta rujijo bagize. Ntibamumenye kuko batasobanukiwe Ibyanditswe. Yesu yarababwiye ngo:

Musesengura Ibyanditswe kuko mutekereza kubibonamo ubugingo buhoraho, kandi ari byo nyine bihamya ibyanjye. Ariko mwanga kunsanga kugira ngo muhabwe ubugingo. (Yohani 5:39-40)

Birataga ko basobanukiwe Ibyanditswe kandi byose byaravugaga Yesu (Luka 24:25-27). Ni nk'aho Yesu yababwiye ngo, "ni gute mwamenya Ibyanditswe ariko ntimumenye?" Aho kuramya Jambo w'Imana (Yesu), baramije amagambo y'Imana. Bitaye ku mategeko, aho kwita ku busabane bwabo n'Imana–ku mategeko, aho kuba urukundo rw'Imana. Imitwe yabo yari yuzuye ubumenyi bwinshi, ariko imitima yabo ntiyigeze ihinduka.

Uyu munsi, kuko twifuza kumenya uko twakwiga Bibiliya, reka turebe ubundi buryo twakoresha. Reka twige Ibyanditswe dufite imitima yicisha bugufi kandi ishaka kumenya no gukurikira Yesu. Reka dukurire mu kuri no mu rukundo. Reka dushyire hejuru Yesu aho kwishyira hejuru ubwacu, dukoresheje ubumenyi bushya twungutse. Kuko iyo dufunguye Bibiliya, tuba twizeye ko tubona Imana. Kumenya Imana bizatuma turushaho kumenya ko dukeneye ubuntu Bwayo kandi bitume turushaho gukunda Yesu.

Noneho ko twamenye uburyo bwo kwiga Bibiliya dufite imitima ihindutse, atari ukugira ubumenyi bwo mu mutwe gusa, reka dutangire. Hari uburyo bwinshi bwo kwiga Bibiliya. Hano hasi hari bumwe muri ubwo buryo busaba kugendera ku ntambwe eshanu:

1. **Senga.**

Mbere yo gutangira, SENGA. Umwuka Wera adufasha gusobanukirwa Ijambo ry'Imana (1 Yohani 2:27). Atuyobora mu kuri kose (Yohani 16:13). Musabe kuguha ubwenge no gufungura amaso yawe y'umwuka mu gihe usoma Ijambo ry'Imana (Zaburi 119:18). Hanyuma wizere ko azakora ibyo wasabye (Yakobo 1:5–7). Noneho ushobora gusoma.

2. **Soma.**

- Soma witonze. Igihe wiga Bibiliya, itonde. Gusoma imirongo mu ijwi riranguruye bishobora kugufasha kugenda gake wumva icyo amagambo avuze. Kwandika imirongo byagufasha kugenda gahoro uyitekerezaho. Uburyo bwiza ni uguca umurongo hagati mu rupapuro uva hejuru ukagera hasi. Ibumoso ukandikamo inkuru wasomye, umurongo ku wundi. Iburyo kandi imbere ya buri murongo ukandikamo ibisobanuro n'ibitekerezo. Uko usoma n'uko wandika, ukita ku by'ingenzi bikubiye muri ubwo butumwa: Ni nde uvuga? Arabwira bande? Aravuga iki? Kuki? Ryari?

- Soma kenshi. Ibi bizagufasha kumenya iby'ingenzi bivugwa mu nkuru. Nusoma inkuru imwe inshuro nyinshi, uzabasha kumenya amakuru menshi, kurushaho gusobanukirwa no gukuramo amasomo mu byo wasomye. Ni Ijambo ry'Imana *rizima*, bivuze ko ritari iry'ubusa—ahubwo rifite imbaraga (Heb. 4:12). Ijambo ry'Imana ryinjira mu buzima bwacu rigasuzuma ibirimo.

- <u>Soma witonze</u>. Kwiga Bibiliya bisaba igihe n'imbaraga. **Ni ingenzi kumenya ibivugwa mu mirongo n'inkuru za Bibiliya, atari ibyo dushobora kudasobanukirwa**. Fata umwanya wo kumenya amateka/umuco, ubusobanuro (ku bivugwa), n'ubwoko bw'inkuru uri gusoma (uko buhura n'igice n'igitabo iyo nkuru iherereyemo). Tekereza aho ihurira nk'inkuru y'Imana muri rusange (Icyumweru cya 1) n'uko yerekeza kuri Yesu (Luka 24:13-17, 27). Iyo dusoma dusuzuma ibivugwa—ishusho rusange y'ibivugwa—tubasha gusobanukirwa inkuru twasomye.

- <u>Soma neza</u>. Reba amakuru yose. Hakoreshejwe izihe nshinga. Ni ayahe magambo yisubiramo kenshi? Mu gihe ubonye ijambo cyangwa umurongo bidasanzwe, byandike. Niba Bibiliya yawe yerekana indi mirongo ifitanye isano n'ibyo wasomye, yicukumbure. Wite no ku magambo ahuza interuro n'ibika. Mu gihe wabona ijambo *nuko rero*, soma n'igice kibanza kugira ngo usobanukirwe neza inkuru (kuki iryo jambo riri aho?). Nubona ijambo *ariko*, reba impamvu igitekerezo cyivugwamo gihindutse. Niba hari ijambo udasobanukiwe, shaka ahandi rivugwa mu Byanditswe, maze umenye ubusobanuro bwaryo ushingiye ku bivugwa, nk'uko twabikoze ku magambo *umuziranenge* (Umunsi wa 13) n' *uburuhukiro* (Umunsi wa 28). Reka Bibiliya igufashe gusobanura Bibiliya.

- <u>Soma wicishe bugufi</u>. Rimwe na rimwe biragoye gusoma Bibiliya iyo tutemeranya na yo. Mu gihe bimeze gutyo, zirikana ko inzira z'Imana ziruta izacu (Ezay. 55:9). Yiringire, kandi wizere Ijambo Ryayo. Nanone, hari igihe duhura n'ibyanditswe dusanzwe tuzi, kandi tukibwira ko tubisobanukiwe. Iyo bimeze gutyo, usaba Imana kugufungura amaso kugira ngo ugire ibindi umenya kandi ubikuremo n'amasomo mashya. Ubwa nyuma, muri icyo gihe udashobora kubona amakuru yose cyangwa ibisubizo byose wifuza kubona, ibuka ko: "Hariho ibintu bimwe Uhoraho Imana yacu yahishe abantu, nyamara twe n'urubyaro rwacu yaduhishuriye Amategeko ye, kugira ngo tujye tuyakurikiza yose uko ibihe bihaye ibindi" (Ivug. 29:29 ESV). Ite ku byo yaguhaye, umenye ko ari byo ukeneye rwose.[1]

3. **Baza Ibibazo.**

- <u>Ni iki Imana yabwiraga abantu bandikiwe ayo magambo bwa mbere?</u> Tekereza ku byabaye. Ni iki mu by'ukuri cyabaye muri iyi nkuru? Twe kwihutira gushyira mu bikorwa ibyo twasomye muri Bibiliya tutarasobanukirwa uko byashyizwe mu bikorwa n'abo byandikwe bwa mbere. Gerageza kumva icyo Umwuka Wera yavugaga mu buryo bwabo bwihariye.

- <u>Byanditswe mu buhe buryo?</u> Uko ayo magambo yagaragajwe n'uburyo ari ingenzi. Mbese zaburi bayivugaga bisanzwe cyangwa barayiririmbaga? Bagombaga se kuyisoma mu ijwi riranguruye mu ruhame cyangwa umuntu yayisomaga ku giti cye yiherereye? Kwita ku buryo inkuru yatangajwe bwa mbere bituma uyisobanukirwa neza.

- <u>Harimo ukuri kw'ibihe byose kugenewe abizeye ba none?</u> Harimo isezerano cyangwa umuburo bigenewe abantu bose kandi b'ibihe byose?

- <u>Ni iki Ibyanditswe bikubwira ku byerekeye Imana?</u> Uko iri? Kamere Yayo? Amasezerano Yayo?

- <u>Ni iki Ibyanditswe bikubwira ku byerekeye abantu?</u> Imitima yacu? Ibyo dukeneye? Imyitwarire yacu?

Niba nta gihe mufite, ushobora kubaza gusa ngo, "Ni iki Imana ishaka ko menya, mpa agaciro, cyangwa nkora?"

---

1 Iki gice cyo "Gusoma" ni cyo cyanyigishije kwiga Bibiliya. Menshi muri aya magambo nayasanze muri iki gitabo: Howard G. Hendricks and William D. Hendricks, *Living By the Book: The Art and Science of Reading the Bible* (Chicago: Moody Publishers, 2007), 79–131.

4. **Shyira mu bikorwa.**

- Ni iki Bibiliya ikubwira ku giti cyawe? Tugomba gushyira mu bikorwa Ijambo ry'Imana: "Ntimukishuke ngo mupfe kumva Ijambo ry'Imana gusa, ahubwo mujye mukora icyo ribabwira" (Yakobo 1:22). Ibuka, **Imana ntishaka ko tugira ubumenyi gusa, ahubwo ishaka no kuduhindura. Umugambi w'Imana ni uko turushaho gusa nka Kristo** (Rom. 8:29). Tubifashijwemo na We, dushyira mu bikorwa Ijambo Rye buri munsi tukarushaho kugira kamere ya Kristo, imico n'imyitwarire Bye.

- Hari isezerano wabonyemo? Muri Bibiliya harimo amasezerano menshi, kandi menshi muri yo afite ibyo ashingiraho byihariye. Urugero, mu Abanyaroma 10:9 havuga ko *niba* tuvuga kandi twizera ko Yesu ari Umwami, *icyo gihe* tuzakizwa. Amasezerano afite ibyo ashingiraho atwereka ibyo tugomba gukora.

- Hari itegeko wabonyemo? Hari ibyo ugomba gukora ushingiye kuri iki cyanditswe?

- Hari inama cyangwa umuburo wabonyemo? Imana ishaka kuturinda ibyago. Akenshi kamere yacu y'icyaha ni ikibazo gikomeye. Imiburo y'Imana idufasha kwirinda imibabaro itari ngombwa.

5. **Senga kandi Wandike.**

- Vugana n'Imana. Niba iguhaye icyerekezo, yisabe kukwereka neza indi ntambwe ukwiye gutera no kugufasha kujya imbere mu kwizera. Niba yaguhishuriye icyaha wakoze, yisabe kukubabarira no kugukiza icyo cyaha. Niba yaraguhaye isezerano, yishimire kuko ari iyo kwizerwa. Niba yarakwiyeretse, yishimire kuko yakwihishuriye. Sengera mu mirongo ya Bibiliya uyibwira Imana. (Tuzaganira ku byerekeye gusengera mu Byanditswe mu cyumweru gitaha ku Munsi wa 40.)

- <u>Andika.</u> Andika imirongo, amasengesho n'ibitekerezo byawe. Kubika ikayi nto wandikamo ibyo wize bizagufasha kwibuka uburyo Imana ari yo kwizerwa. Bizagufasha kandi kwibuka ibyo wize bishobora no gufasha abandi wabisangiza. Ntutinye nanone guca imirongo cyangwa kwandika muri Bibiliya yawe. Ibyo wanditse bishobora kuba amabuye y'urwibutso (Umunsi wa 17) akwibutsa ibyo wize, uko Imana yagufashije mu bihe bikomeye, n'uko wagarutse mu nzira y'Imana.

Amasezerano n'Amategeko byo muri Bibiliya

Mu gihe ushyira mu bikorwa Ijambo ry'Imana, zirikana ko amasezerano amwe yagenewe abantu runaka mu gihe runaka. Urugero, isezerano ry'Imana rivuga ko Mariya azasama inda akabyara Umwana w'Imana ryari rigenewe Mariya gusa. Amasezerano yose yo muri Bibiliya si ko areba abantu bose. Ni muri ubwo buryo, n'amategeko yose yo mu Isezerano rya Kera atareba abantu bose. Amategeko menshi y'Abalevi yari agenewe abatambyi gusa kandi agamije kwereka Abisirayeli ko beguriwe Imana. Yesu amaze kuza, yaciriye inzira abantu bo mu mahanga yose kugira ngo babe umuryango w'Imana, nuko amwe mu mategeko arahinduka. Urugero, gukebwa ku mutima mu buryo bw'umwuka, kubaho iyo abantu bizeye Kristo, kwasimbuye gukebwa ku mubiri (Rom. 2:25–29). Ikindi, Imana yakuyeho amategeko arebana n'ibyokurya, itangaza ko ibyokurya byose bitunganye, nk'uko abantu bose—Abayuda n'Abanyamahanga—batunganira muri Yesu mu buryo bw'umwuka (Ibyakozwe n'intumwa 10). Nubwo gusobanukirwa ibivugwa mu nkuru ari ingenzi, ni ngombwa nanone kwibuka ko Imana itajya yica amasezerano Yayo. Ni iyo kwizerwa.

Nyuma yo gusoza, BWIRA abandi. Bwira umuntu ibyo wamenye mu Ijambo ry'Imana. Mubwire ibyo Imana ikwigisha wicishije bugufi. Saba abandi kubwira bagenzi babo ibyo biga. Musangire ubumenyi uko Imana ibahaye uburyo.

<u>Ubundi bujyanama ku Kwiga Bibiliya:</u>

1. Soma inkuru imwe mu ngeri zitandukanye za Bibiliya, niba zihari kugira ngo uyisobanukirwe neza.

2. Niba Bibiliya yawe yerekana indi mirongo ifitanye isano n'ibyo wasomye, yisome kandi urebemo ibitekerezo cyangwa amagambo y'ingenzi ushobora gusanga ahandi muri Bibiliya. Iyo tugereranyije Icyandiswe ku kindi Cyandiswe biturinda

kugira ubusobanuro butari bwo. Gukoresha Bibiliya yerekana indi mirongo ifitanye isano n'ibyo wasomye bidufasha gusobanukirwa neza umurongo cyangwa inkuru twasomye no kumenya aho bihurira n'ibindi bice bya Bibiliya.

3. Mu gihe ubonye umurongo w'ingenzi, soma gahoro kandi usuzume buri jambo. Urugero, Yesu yigishije abigishwa Be gusenga muri Matayo 6:9-13. Tekereza kuri buri jambo

Ubusemuzi bwa Bibiliya

Byombi, Igiheburayo cyo mu Isezerano rya Kera n'Ikigiriki cyo mu Isezerano Rishya ni indimi zikomeye. Inyunguramagambo n'ikibonezamvugo by'izo ndimi bishobora kutaboneka mu zindi ndimi, ni yo mpamvu gusemura Bibiliya ari umurimo ukomeye cyane. Imana ishimwe ku bw'ubushakashatsi buteye imbere bwatumye tugira ubusemuzi bugezweho kandi bwiza cyane. Niba ufite Bibiliya zasemuwe mu ndimi nyinshi ukaba ushaka kumenya iyo wahitamo, gerageza gukoresha ingeri ya Bibiliya yerekana ubusemuzi bwa buri jambo mu gihe wiga amagambo yo muri Bibiliya (nk'ingeri ya Bibiliya y'Icyongereza yitwa "English Standard Version"). Mu gihe wiga uko amagambo ya Bibiliya yakoreshwa muri iki gihe, koresha ingeri ya Bibiliya yerekana ubusemuzi bwa buri gitekerezo (nk'ingeri ya Bibiliya yitwa "New Living Translation"). Mu bundi buryo busanzwe, wakoresha ingeri ya Bibiliya ihuza amagambo (nk'iyitwa "New International Version cyangwa Christian Standard Bible").

uhereye ku ijambo rya mbere, "Data". Ni iki iri zina rikubwira ku byerekeye ubusabane bwawe n'Imana? Hanyuma ujye ku ijambo rya kabiri, "Wa Twese." Iri jambo ryo mu bwinshi rikwereka iki? Muri "wa Twese" harimo bande? Komeza gusuzuma buri jambo buhoro kugira ngo urikuremo ubusobanuro bwinshi. (Icyitonderwa: Koresha ingeri ya Bibiliya igaragaza ubusemuzi bwa buri jambo mu gihe usuzuma amagambo wasomye.)

4. Ntushake ubusobanuro budahari. Bibiliya si ihurizo; ni ukuri Imana yahishuriye abantu bose b'ibihe byose. Ishaka ko uyisoma kandi ukayumva ubifashijwe na Yo, ntitugashukwe ngo dukoreshe Ibyanditswe tugamije gushyigikira ibitekerezo byacu n'abo turi bo.

5. Ushobora kubona ibitabo byinshi kuri interineti n'ibitabo bicapwe.[1] Abantu benshi bagira inkoranyamagambo ya Bibiliya (ibafasha gusobanura amagambo akomeye yo muri Bibiliya) na Bibiliya y'amashakiro (ibafasha kumenya aho amagambo ya Bibiliya aherereye). Ushobora kubona izi mfashanyigisho zombi cyangwa imwe ku mapaji y'inyuma ya Bibiliya yawe. Mu gihe ukoresha Bibiliya ifite ubusobanuro bw'abandi, suzuma ubusobanuro bwawe *nyuma* yo gukora ubusesenguzi. Nusanga nta wundi muhuje ubusobanuro, ujye umenya akenshi ko watandukiriye.

Niba ufite ikibazo cyo kumva udashaka kwiga Bibiliya, bibwire Imana. Yisabe kuguha gukunda Ijambo Ryayo. Iryo ni isengesho Imana yishimira gusubiza. Imana ishaka ko twishimira kubana na Yo mu Ijambo Ryayo. Ishaka ko dukura imbaraga, ubwenge, amahoro, n'ibyishimo mu mapaji ya Bibiliya. Iyo tubigenje gutyo, tubasha kwirinda ubwibone duterwa no kumva ko hari ibyo tuzi. Ibuka ko Yesu ashaka ko tumumenya, atari ukumenya ibimwerekeyeho gusa. Saba Imana guhindura ibitekerezo byawe n'umutima wawe mu gihe wiga ubushake Bwe mu Ijambo Rye.

---

1 Sura allinmin.org ubashe kubona ibindi bitabo twakusanyije byagufasha kwiga no gushyira mu bikorwa ukuri ko muri Bibiliya.

Reka Bibiliya Ivuge:
Zaburi 119:57–112 (Wasoma no mu: Abanyafilipi 1:9–11)

Reka Ubwenge Bwawe Butekereze:
1. Ni ubuhe buryo bwo kwiga Bibiliya bwavuzwe haruguru usanzwe ukoresha?

2. Ni ubuhe buryo bwakubereye bushya?

3. Ni gute washyira mu bikorwa ibyo wize muri Bibiliya? Imana ntikangwa n'ubumenyi (gukusanya amakuru); Ishaka ubusabane (gukora ibyo ivuga uri kumwe na Yo). Utekereza ko kwiga Bibiliya byakongera iki ku nkuru yawe yo kumenya Imana no kuyikorera?

Reka Ubugingo Bwawe Busenge:
Data, ntukemere ko nsuzugura Ijambo Ryawe (Zab. 119:16). Mfasha mu gihe niga Bibiliya. Nyobora mu gihe nyisoma n'igihe nyishyira mu bikorwa. Mpa amahirwe yo gusangiza abandi ibyo unyigisha . . . Mu izina rya Yesu, amina.

Reka Umutima Wawe Wumvire:
(Ni iki Imana ishaka ko umenya, uha agaciro, cyangwa ukora?)

Fata Ijambo ry'Imana mu Mutwe

Ibyo wavuze mbihoza ku mutima, kugira ngo ntagucumuraho.
Zaburi 119:11 Ijambo ry'Imana

Buri munsi mu mahitamo tugira, wowe nanjye dusubiza ibibazo bibiri bikurikira: Ni iki nizera ku Mana? na Ni iki niyizeraho? Twabimenya tutabimenya, ubuzima tuburebera mu mboni y'iyobokamana n'abo turi bo. Akenshi, ntitunamenya ko ibyemezo dufata mu bitekerezo byacu byerekeza ku Mana, kuri twebwe ubwacu, no ku bantu badukikije. Imyizerere yacu (cyangwa imyumvire y'isi) ni yo igena ibiganiro byacu n'ibyo dushyira imbere kurusha ibindi. Mu yandi magambo, ibiri mu mitima yacu ni "byo sōko y'ubuzima." (Imig. 4:23).

Ijambo ry'Imana rivuga byinshi ku byerekeye kurinda imitima yacu no kwerekeza imitima yacu ku biri hejuru.[1] Dukeneye imyumvire y'isi ibasha gusobanura, kuyobora, no gushishikariza ibintu byose kugira ngo bikore ibyo Imana iduhamagarira gukora. Kumenya ibice bine bigize inkuru y'Imana (Icyumweru cya 1) bidufasha gusobanukirwa isi n'uko twayitwaramo mu buryo bukwiriye. Ariko kandi dukeneye n'amahame ya Bibiliya igihe cyose mu buzima bwacu. Ni yo mpamvu **kubika Ijambo ry'Imana mu mitima yacu ari ingenzi**.

Reka turebe uyu munsi impamvu dukwiye gufata Ijambo ry'Imana mu mutwe n'uburyo twabikora.

Gufata Ijambo ry'Imana mu mutwe bituma turigumana ibihe byose. Aho twajya hose cyangwa ibyo twakora byose, tuba twiteguye guhangana n'icyatwitambika cyose. Ijambo ry'Imana rifite imbaraga,

---

1 Ingero ku kurinda umutima wawe, reba Imig. 4:23; 24:12; Fil. 4:7; Kol. 3:1.

ni iryacu bwite, rifite intego nyinshi kandi ribasha kuduhindura. Ni itabaza rimurikira inzira yacu, ni inyundo ishwanyaguza icyaha, ni indorerwamo tureberano imitima yacu, inkota dutsindisha abanzi, n'ibindi byinshi. Iyo dufashe Ijambo ry'Imana mu mutwe, ntawabasha kurituvanamo, kandi bituma Imana irikoresha muri twe igihe cyose. Dushobora kuvuga icyanditswe mu masengesho cyangwa mu biganiro byacu "iyo [turi] imuhira . . . mu rugendo . . . tugiye kuryama . . .n'igihe tubyutse" (Ivug. 6:7). Isengesho rikomeye, ryahindura ubuzima rishobora kuva mu Cyanditswe cyangwa mu mitima yacu. Byombi birashoboka igihe dufata mu Ibyanditswe mu mutwe. Umwuka Wera atwibutsa uko kuri kwanditse mu mitima yacu kandi akenshi kugahinduka ibisubizo by'amasengesho yacu.

Gufata Ijambo ry'Imana mu mutwe biraduhumuriza kandi bigahumuriza n'abandi igihe tuvuze amagambo akwiriye mu gihe gikwiriye. Kuko twese twanyuze mu bihe bikomeye, twumva tuguwe neza iyo duhumurijwe n'abantu badukunda. Iyo dufite Ijambo ry'Imana ryanditse mu mitima yacu, Imana ishobora gukomeza abandi binyuze muri twe. Dushobora kureba mu maso habo tukababwira amagambo y'urukundo n'ibyiringiro aho kureba muri Bibiliya zacu cyangwa muri telefone zacu dushaka umurongo twababwira. Hari igihe natwe dukenera abadukomeza. Ariko ntitwabona umuntu ubana natwe buri gihe na buri munsi. Ntawundi muntu wakwikorera imibabaro yacu. Icyo ni cyo gihe Imana itwibutsa mu Byanditswe twabitse mu mitima yacu ko iri kumwe natwe kandi iri gukora. Ijambo ry'Imana ritumara imibabaro. "Iyo Ijambo ryawe ringezeho ndarimira, Ijambo ryawe rintera ibyishimo rikanezeza, narakwiyeguriye, UHORAHO Mana Nyiringabo." (Yer. 15:16).

Gufata mu mutwe Ijambo ry'Imana bihindura ibitekerezo byacu. Amahame ya Bibiliya atandukanye n'ibyo isi yemera hamwe n'ibyifuzo byacu. Si amahame tuba tumenyereye ariko ni ingenzi cyane kuko adufasha kuguma muri Kristo. Gufata Ibyanditswe mu mutwe bituma ibitekerezo by'Imana byinjira mu mitima yacu bikadukomeza, bikadukosora, kandi bikadutera intege. Iyo bimeze gutyo, tubasha gufata ibyemezo bitandukanye n'ubushake bwacu. Ibitekerezo byacu birahinduka rwose (Rom. 12:2). Nk'uko iyo badushinje ibyaha cyangwa batugambaniye, twumva dushaka kwiregura cyangwa kwihorera. Ijambo ry'Imana ritwibutsa gutuza: "Ntimukiture umuntu inabi yabagiriye cyangwa igitutsi yabatutse, ahubwo mumwiture kumusabira umugisha, kuko namwe Imana yabasezeranyije umugisha wayo igihe yabahamagaraga." (1 Pet. 3:9). Mu gihe tugiranye ikibazo n'umuntu wo mu muryango, uwo dukorana, cyangwa umuntu dusengana, Imana iratwongorera ngo, "mwihangane, mugire n'urukundo rubatera kwihanganirana." (Ef. 4:2). Iyo duhumutse tukabona ubwibone bwacu no gukiranuka gushingiye mu mbaraga zacu, Imana itwibutsa, "kwicisha bugufi" (Yakobo 4:10). Aho kwirebaho, turebe Imana. Gucira abandi imanza turabireka ahubwo tukabagirira impuhwe. Kubabazwa cyangwa kurakazwa n'ubusa turabireka ahubwo tukaba abanyamahoro. Twemera gukosorwa kandi tukemera amakosa twakoze. Uko ni ko Ibyanditswe bikora mu mitima yacu—mu buryo bwuzuye kandi budasanzwe.

Gufata Ijambo ry'Imana mu mutwe bidufasha gusohoza intego yacu. Uko turushaho kwiga Ibyanditswe, ni ko turushaho kumenya kamere y'Imana n'umuhamagaro wacu. Ijambo ry'Imana ryinjira mu mitima yacu, kandi tukarushaho gukunda Imana no gukunda abandi. Twifuza ko na bo bahinduka inshuti na Yesu. Dushaka kubona na bo bakizwa ibyaha bagaharanira kuba mu bugingo buhoraho—none n'iteka ryose. Ariko intego yacu yo gukunda Imana, gukunda abandi, no guhindura abantu abigishwa bisobanuye ko dukwiye guhora twiteguye kubwira abandi ibyiringo dufite muri Kristo (1 Pet. 3:15). Mu gufata Ijambo ry'Imana mu mutwe, tubasha gusobanura ubutumwa bw'Imana dukoresheje amagambo y'Imana. Uribuka ijambo "Umugati w'Ubutumwa Bwiza" ryo ku Munsi wa 18? Tangira gufata umurongo umwe kuri buri gice mu bice by'ingenzi bigize ubutumwa bwiza:

- Imana iradukunda: "Imana yakunze cyane abantu bo ku isi yose, ku buryo yatanze Umwana wayo w'ikinege kugira ngo umwizera wese adapfa burundu, ahubwo ahabwe ubugingo buhoraho." (Yohani 3:16).
- Icyaha cyadutandukanyije n'Imana: "Koko bose bakoze ibyaha, ntibagera ku kigero cy'ikuzo ry'Imana." (Rom. 3:23).
- Yesu aradukiza: "Ariko Imana yatweretse ukuntu idukunda, igihe Kristo yadupfiraga tukiri abanyabyaha." (Rom. 5:8).
- Kwihana no kwizera biraduhindura: "ngo nubyivugira n'umunwa wawe ko Yezu ari Nyagasani, ukemera mu mutima wawe ko Imana yamuzuye mu bapfuye uzakizwa. Koko rero

kubyemera mu mutima bituma Imana ikugira intungane, naho kubyivugira n'umunwa bigatuma ukizwa." (Rom. 10:9-10).

Gufata mu mutwe Ijambo ry'Imana bidufasha kurwanya ibishuko. "Ibyo wavuze mbihoza ku mutima, kugira ngo ntagucumuraho." (Zab. 119:11). Nta gushidikanya ko gufata mu mutwe Ibyanditswe ari intwaro ikomeye itsinda icyaha mu gihe tuyikoresheje: "Ijambo ry'Imana ni rizima kandi rifite imbaraga, rirusha gutyara inkota zose zifite ubugi impande zombi" (Heb. 4:12). Nubwo Ijambo ry'Imana rihora rityaye, rimwe na rimwe ntiturifata ngo turikomeze. Imana ishimwe ko dushobora kurikomeza mu gihe twiyemeje kurifata mu mutwe. Nta rundi rugero rwiza dufite nka Yesu. Nk'uko twabyize ku Munsi wa 26, Yikomeje ku Ijambo ry'Imana kugira ngo arwanye ibishuko. Dushobora kwitegura kurwanya intambara y'umwuka dufata mu mutwe Ibyanditswe, by'umwihariko imirongo ifitanye isano n'ibishuko duhura na byo kenshi n'intege nke zacu. Ingero:

Ibishuko	Fata mu mutwe
Uburakari	Umupfapfa ntashira uburakari, nyamara umunyabwenge arabucubya. Imigani 29:11 Buri muntu ajye yihutira gutega amatwi ariko atinde kuvuga, atinde no kurakara kuko umuntu urakaye adakora ibitunganiye Imana. Yakobo 1:19–20
Ubwirasi	Umwirasi akurura intonganya gusa, nyamara ubwenge bugirwa n'abemera kugirwa inama. Imigani 13:10 Imana irwanya abirasi, ariko abicisha bugufi ibagirira ubuntu. Yakobo 4:6
Kutamenya kwifata mu buryo ukoresha amafaranga yawe, urya, cyangwa uhaza kwifuza k'umubiri wawe	Nuko rero nimwemere kugengwa n'Imana, ariko murwanye Satani na we azabahunga. Yakobo 4:7 Ntimwigeze muhura n'ikigeragezo na kimwe kidasanzwe mu bantu. Imana ni indahemuka, ntabwo izatuma mugeragezwa n'ibiruta ibyo mwabasha gutsinda. Ahubwo nimugeragezwa izabashoboza kubyihanganira, ibacire n'akanzu ngo mubone uko mubyivanamo. 1 Abanyakorinto 10:13

Kuvuga nabi	Ntimukagire ijambo ribi na rimwe muvuga, ahubwo mujye muvuga ijambo ryose ryakubaka ubugingo bw'abandi nk'uko babikeneye, kugira ngo rigirire akamaro abaryumva. Abanyefezi 4:29
	Igisubizo cyiza gicubya uburakari, naho ijambo risesereza ribyutsa umujinya. Imigani 15:1
Kurarikira ibintu	Icyakora koko kubaha Imana iyo gufatanyije no kunyurwa n'ibyo ufite, bizana inyungu ikomeye. Erega nta cyo twazanye ku isi, kandi nta n'icyo tuzabasha kuyivanaho! Ariko ubwo dufite ibyokurya n'ibyo kwambara nitunyurwe na byo. 1 Timoteyo 6:6–8
	Ntimugatwarwe n'inyota y'ifaranga ahubwo munyurwe n'ibyo mufite, kuko Imana yavuze iti: "Sinzabasiga, nta n'ubwo nzabatererana na gato." Abaheburayi 13:5
Amazimwe	Umuntu w'inzimuzi amena amabanga, naho umwizerwa ayabika ku mutima. Imigani 11:13
	Umuntu wibwira ko ari umunyedini nyamara ntagenge ururimi rwe aba yishuka, kandi idini ye iba idafite akamaro. Yakobo 1:26
Guhangayika/ Gutinya	Ujye wibuka ko nagutegetse gukomera no kuba intwari. None rero ntugatinye kandi ntugakuke umutima, kuko jyewe Uhoraho Imana yawe nzaba ndi kumwe nawe aho uzajya hose. Yozuwe 1:9
	Koko rero umwuka Imana yaduhaye si uwo kutugira abanyabwoba, ahubwo ni Mwuka uduha ububasha n'urukundo no kumenya kwifata. 2 Timoteyo 1:7

Tubona imbaraga zo gufata mu mutwe Ibyanditswe, ariko kumenya uko bikorwa ni cyo kinanira abantu bagacika intege. Niba ushaka gufata mu mutwe Ibyanditswe ariko utazi aho watangirira, dore inama zagufasha kubigeraho:

1. Hitamo umurongo wakugirira akamaro. Toranya umurongo Imana yakoresha by'umwihariko mu buzima bwawe.

    "**Ubereshe** *ukoresheje ukuri; ijambo ryawe ni ryo kuri.*" Yohani 17:17 (Ijambo rishimangiwe ni iryongewemo)

Kweza: gutunganya cyangwa gutagatifuza cyangwa. Bisobanuye kwegurira Imana abantu cyangwa ibintu kugira ngo bayiramye/biyiramye.

2. Vuga aho umurongo uboneka mbere na nyuma yo kuwuvuga, kugira ngo umenye aho wawusanga.

Yohani 17:17 *"Ubereshe ukoresheje ukuri; ijambo ryawe ni ryo kuri."* Yohani 17:17

3. Gabanya uwo murongo mu nteruro ngufi maze ujye ufata mu mutwe interuro imwe. **Zirikana icyo umurongo uvuga kugira ngo kigume mu bwenge bwawe no mu mutima wawe:**

Ubereshe ukuri / (Zirikana: Ukuri kuraduhindura.)

ijambo ryawe ni ukuri. (Zirikana: Ijambo ry'Imana ni ukuri.)

4. Soma umurongo mu ijwi riranguruye kandi kenshi, wibanda ku magambo y'ingenzi. Kwiga usubiramo ni ingenzi cyane, nuko rero subiramo kenshi.

UBERESHE *ukuri /* IJAMBO *ryawe ni ukuri.*

5. Andika umurongo utawureba, andika inyuguti ibanziriza buri jambo ry'umurongo wose.

Yohani 17:17 Ubereshe ukuri; ijambo ryawe ni ukuri. Yohani 17:17

Yohani 17:17 U U I R N U. Yohani 17:17

Ibanga mu gufata Icyanditswe mu mutwe si ukugerageza gufata mu mutwe amakuru–inyuguti, amagambo, n'interuro. Ntituri za mudasobwa, kandi ikigamijwe si ukubika amakuru. Dukoresha byombi umutima n'ubwenge mu gihe dufata ibyemezo, nuko rero fata mu mutwe ukoresheje umutima n'ubwenge. Ntiwige gusa ibyanditswe ahubwo umenye n'icyatumye byandikwa. Sobanukirwa isano bifitanye cyangwa inkuru ivugwamo cyangwa ubusobanuro bwayo. Mu gihe utoranya umurongo, ita cyane ku buryo wanditse n'ikivugwa muri uwo murongo.

Akenshi dutekereza ko tudashobora gufata mu mutwe Ibyanditswe, ariko burya twese dufata mu mutwe ibidufitiye akamaro–amatariki y'ingenzi, amagambo y'ibanga, indirimbo, ndetse n'amakuru ya siporo. Nk'uko twabivuze, ibyo twitaho ni byo byiyongera muri twe. Nitubiha igihe kandi tukabyitaho, dushobora kubikora. Kandi ushobora kubikora mu buryo bushimishije. Gerageza kuririmba imirongo, ukoresheje ibimenyetso by'amaboko, cyangwa amashusho. Abantu bamwe bahitamo gufata Ijambo ry'Imana mu mutwe baritega amatwi. Hari Bibiliya zo mu buryo bw'amajwi ziboneka kuri interineti no mu buryo bw'uturadiyo zirohereza umuntu kumva Ijambo ry'Imana no kurifata mu mutwe.

Gufata Ijambo ry'Imana mu mutwe si ukugira ngo wibuke buri jambo ryose. Ni ukugira ngo witegure guhangana n'ibinyoma biri imbere mu rugendo rwawe. Iyo ubitse Ijambo ry'Imana mu mutima wawe, uba ufite itara rimurikira inzira yawe, amazi ahembura ubugingo bwawe, umugati utunga umwuka bwawe, n'inkota urwanisha umwanzi wawe. Tegura umutima wawe neza.

Reka Bibiliya Ivuge:
Zaburi 119:113–176 (Wasoma na: Yakobo 1:22)

Reka Ubwenge Bwawe Butekereze:
1. Wumva ari iki gituma abantu bagorwa no gufata ibintu mu mutwe? Kuki bikwiye kutworohera gufata Ijambo ry'Imana mu mutwe?

2. Hari ahantu mu buzima bwawe wumva Imana iriguhindura? Shaka umurongo wagufasha, wagukomeza, cyangwa wakuyobora aho hantu kandi utangira kuwufata mu mutwe kano kanya.

3. Mu byiza byinshi byo gufata imirongo ya Bibiliya mu mutwe, ni ibihe bigufasha cyane?

Reka Ubugingo Bwawe Busenge:
Mwami, andika Ijambo Ryawe mu mutima wanjye. Hindura ubwenge bwanjye bube nk'iponji ijabamamo Ibyanditswe. Nyubora mu gufata mu mutwe imirongo uzi yazamfasha mu rugendo rwanjye. Uko Ijambo Ryawe rishora imizi mu buzima bwanjye, uhindure umutima wanjye n'ibitekerezo byanjye . . . Mu izina rya Yesu, amina.

Reka Umutima Wawe Wumvire:
(Ni iki Imana ishaka ko umenya, uha agaciro, cyangwa ukora?)

Subiramo kandi Witoze– Ijambo ry'Imana

Ujye uhora usoma igitabo cy'Amategeko, uyazirikane
ku manywa na nijoro kandi ukurikize ibyanditswemo
byose. Nugenza utyo uzagira ishya n'ihirwe.
Yozuwe 1:8

Kera abantu bashoboraga kugenda urugendo rurerure cyane kandi bakamara umwanya munini bahagaze ku mirongo bategereje guhura n'abayobozi babo mu by'umwuka. Babaga bashaka ubujyanama, kumenya ibizabaho mu gihe kizaza, kwakira amahishurirwa y'Imana, cyangwa gusengerwa. Nk'abigishwa ba Yesu, ntidukeneye gukora ingendo cyangwa gutegereza umwanya munini kugira ngo Imana itwihishurire. Dufungura Bibiliya. Iyo tubikoze, Umwanditsi Mukuru w'icyo gitabo atuyobora mu kuri. Ijambo ry'Imana ritanga ubuzima kandi rigahindura imibereho y'abantu bose bo mu bihe byose ridashingiye ku mugabane bakomokamo, umuco wabo, cyangwa igisekuruza cyabo.

Twamenye *byinshi* ku Ijambo ry'Imana muri iki cyumweru, none reka dufate umwanya muto wo kwitoza ibyo twamenye (Mat. 7:24). Reka twitoze uburyo bwo kwiga Bibiliya twize mu masomo y'iki cyumweru twifashishije Icyanditswe maze dusubiremo intambwe twize ku Munsi wa 33:

1. Mbere yo gutang ira, *senga*.
2. Soma inkuru neza kandi kenshi.
3. Baza ibibazo ku byo wasomye.

4. Bishyire mu bikorwa.
5. Senga kandi wandike ayo masengesho n'ibyo utekereza. Ibi bizagufasha kwibuka ibyo wize no kubisangiza abandi.

Nk'uko tuzabibona, abagitangira kwiga Bibiliya bashobora kunguka ukuri gukomeye mu by'umwuka bitabasabye kugira ubundi bumenyi cyangwa ayandi mashuri. Reka dutangire.

Intambwe ya 1: Senga nonaha.
Saba Imana ubwenge n'ubushishozi kugira ngo usobanukirwe kandi ushyire mu bikorwa iki Cyanditswe.

Intambwe ya 2: Soma inkuru.
Soma wicishije bugufi kandi wisanzuye. Ita ku makuru yose usoma. Soma ubwa kabiri, ca umurongo ku magambo y'ingenzi kandi ushake aho wandika ibisobanuro byawe.

Yakobo 1:1–12
Jyewe Yakobo umugaragu w'Imana n'Umwami wacu Yezu Kristo, ab'imiryango cumi n'ibiri batataniye mu mahanga ndabaramukije.

Bavandimwe, igihe mugezweho n'ibigeragezo by'uburyo bwose mujye mubyishimira. Mumenye ko iyo ukwizera Imana kwanyu kugeragejwe bibatera kwihangana. Mureke ukwihangana kurangize umurimo wako, kugira ngo mube indakemwa, mushyitse, nta cyo mubuze. Niba muri mwe hari ubuze ubwenge nasabe Imana ibumuhe, kuko iha bose itītangira kandi idacyurira umuntu. Ariko asabe yizeye ari nta cyo ashidikanya, kuko ushidikanya yagereranywa n'umuhengeri wo mu kiyaga, umuyaga ukoza hirya no hino. Umuntu nk'uwo ntakībwire ko hari icyo Nyagasani yamuha, kuko ari nyamujyiryanino uhindagurika mu byo akora byose.

Umuvandimwe woroheje ajye yishimira ko Imana imushyira ejuru, n'umukungu na we ajye yishimira ko Imana imucisha bugufi, kuko iherezo azahita nk'ururabyo rwo ku gasozi. Izuba rirarasa maze ryakara rikumisha ibyatsi, indabyo zigahunguka n'ubwiza bwazo bukayoyoka. Uko ni ko umukungu azayoyokana n'ibyo ahirimbanamo.

Hahirwa umuntu wihanganira ibimugeragiza, kuko Imana nibona ko atsinze izamuhemba ikamba ry'ubugingo yasezeranyije abayikunda.

Intambwe ya 3: Baza Ibibazo.

(Icyitonderwa: Ibisubizo bikurikira ni urugero rwo gusobanura ibyo twiga muri Bibiliya. Imana ishobora kubwira abantu mu buryo butandukanye ikoresheje icyanditswe kimwe.

- Ni nde uvuga? *Yakobo, umugaragu w'Umwami.*
- Ni bande babwirwa? *Abizeye batataniye mu mahanga.*
- Aravuga iki? (igitekerezo nyamukuru) *Yakobo azi ko abizeye bose bazahura n'ibigeragezo by'uburyo bwinshi kandi akabereka uburyo bakwiye kurebera ibyo bigeragezo byabo mu mboni y'ubugingo buhoraho bafite.*

Gusubiza ibi bibazo bitatu bya mbere ni uburyo bwo gutangira neza. Noneho reka dukomeze gusesengura mu buryo bwimbitse.

- Ni iki Imana yabwiraga abandikiwe aya magambo ibinyujije muri Yakobo?
  - *Ibigeragezo bishobora kuba igipimo cyo kwizera gutuma umuntu yihangana.*
  - *Kwihangana ni ngombwa mu gukura mu mwuka.*
  - *Niba abizeye bakeneye ubwenge bwo kunesha ibigeragezo, bakwiye kubusaba Imana.*
  - *Imana itanga ubwenge ku buntu mu buryo budashidikanywaho, bityo igihe cyose uwizeye abusabye adashidikanya Imana irabumuha.*
  - *Umukene cyangwa umukire, ntaho yahungira ibigeragezo cyangwa urupfu.*
  - *Umugisha uzanwa no kwihanganira ikigeragezo.*

- Ni ubuhe bwoko bw'iki gitabo? *Igitabo cya Yakobo ni urwandiko umuyobozi yandikiye bene Se basangiye kwizera.*

- Harimo ukuri, amasezerano, imiburo bitareba abizeye b'iki gihe?
  - *Abizeye bose bazahura n'ibigeragezo.*
  - *Abizeye ntibagomba kwibaza ku mpamvu yo kugeragezwa kwabo. Bashobora gusaba Imana ubwenge kandi izabubaha ku buntu.*

○ *Ubukungu ntacyo buvuze ku birebana no kubana n'Imana iteka ryose.*

○ *Ikamba ry'ubugingo (ubugingo buhoraho) twasezeranyijwe bugenewe abakunda Imana, kandi igihamya cy'urwo rukundo kigaragarira mu gukomeza kumvira Imana muri ubu buzima.*

• <u>Ni iki ibi byanditswe bikubwira ku byerekeye Imana?</u>
  ○ *Imana ishaka ko dukura mu mwuka, tudateraganwa n'imiraba, ngo tube abanyantege nke bashobora kugwa byoroshye.*
  ○ *Imana ikoresha imibabaro. Ikoresha ibigeragezo ku neza yacu.*
  ○ *Imana itanga ubwenge Bwayo ku buntu ku babusaba by'ukuri.*
  ○ *Imana ikuza kwizera kwacu idufasha kwihanganira ibigeragezo kugira ngo tubashe kunesha ibigeragezo kandi twishimane na Yo iteka ryose.*
  ○ *Imana iduha umugisha tukiri hano ku isi (gukura mu mwuka binyuze mu bigeragezo) no mu buzima bw'iteka ryose (ikamba ry'ubugingo, kwihanganira ibigeragezo).*

• <u>Ni iki ibi byanditswe bikubwira ku byerekeye abantu?</u>
  Abizeye bose bakwiye gukura mu kwizera. Imana ishobora gukoresha ibigeragezo kugira ngo tumenye kwihangana, ariko tugomba guhitamo uko tubona ibigeragezo.

Intambwe ya 4: Shyira mu bikorwa ibyo wize.

• <u>Ni iki ibi byanditswe bikubwira ku giti cyawe?</u>
  Ibi byanditswe binyibutsa uko ibigeragezo bihishura kwizera mfite. Uko nitwara mu bindwanya n'ibimbabaza byerekana ibyo nizera n'ahari ibyiringiro byanjye. Iyo nizeye Imana mu bigeragezo, impa ubwenge, imbaraga, n'ubushobozi Byayo. Uku kwisunga Imana bimpa kwihangana gutuma nkura kandi nkashikama kugeza ku iherezo.

  Nzi neza ko ari njye uhitamo uburyo mpangana n'ibibazo: mpitamo kwishima no kwizera Imana, nzirikana ko iri gukora

*umurimo muri njye, cyangwa mpitamo kwiheba, nkizera ib-
inyoma bya Satani bituma nshidikanya ku neza y'Imana. Aho
kubona ibigeragezo nk'ingaruka zo kubura kwizera, mbasha
kwihanganira ibibazo nzirikana ko hari ibyo Imana iri gukora
ku nyungu zanjye naba nkiri hano ku isi cyangwa mu buzima
bw'iteka.*

- <u>Harimo isezerano? Itegeko? Umuburo?</u>
  *Imana isezeranya ko nitugeragezwa tugasaba ubwenge
  tudashidikanya izabuduha. Ntitugomba kwihererana
  ibiturwanya cyangwa ngo twibaze impamvu Imana yemeye
  ko bitubaho. Dushobora kubaza Imana, kandi idusezeranya
  ko izaduha ubwenge Bwayo. Nanone, Imana isezeranya ko
  izaduha umugisha hano ku isi (gukura mu mwuka) no mu
  bugingo bw'iteka (ikamba ry'ubugingo).*

- <u>Ni iki ushaka kwibuka?</u>
  *Gukuza kwihangana ni nko kubaka umubiri kugira ngo nkomere
  mu kwizera kandi mbashe gushikama mu bibazo. Sinifuza
  kuba umwigishwa wa Yesu w'umunyantege nke uteraganwa
  n'imiraba cyangwa n'umuyaga mu buryo bworoshye. Ndashaka
  gukomera mu Mwami. Ngomba guhora nizera Imana mu
  bigeragezo kuko bituma nkura mu mwuka. Ibihembo by'iteka
  biraharanirwa. Mpisemo ibyishimo.*

  *Fata mu mutwe: "Bavandimwe, igihe mugezweho n'ibiger-
  agezo by'uburyo bwose mujye mubyishimira. Mumenye ko iyo
  ukwizera Imana kwanyu kugeragejwe bibatera kwihangana."*
  (Yakobo 1:2–3).

Intambwe ya 5: Senga.
*Mana, ndagushimiye ko umfasha kubona ibigeragezo nk'uko ubibona.
Nejejwe n'uko ibigeragezo atari ibirangaza ahubwo ushobora
kubikoresha ku bw'intego nziza kandi z'iteka ryose. Ndagusaba kumpa
ubwenge n'imbaraga Byawe kugira ngo nkwisunge kandi nkomerere
muri Wowe. Mfasha kwihangana kugeza ku iherezo mbona ibigeragezo
nk'uko ubibona—mpitamo ibyishimo. Uri uw'agaciro kuruta ibigeragezo
byose nshobora kwihanganira kuko wabanje kunkunda no kubabazwa
ku bwanjye. Ndagukunda. Mu izina rya Yesu, amina.*

Mu rugero rwatanzwe hejuru, wabonye uko ukwiye kwiga Bibiliya? Mu gusoma neza, tubasha kumenya ukuri ko mu mwuka gutandukanye n'ibyo isi ivuga ku bijyanye n'ibigeragezo. Ibigeragezo ntitubiterwa buri gihe no kutizera, ahubwo bidufasha gukura mu kwizera. Soma igitabo cyose cya Yakobo urebe uburyo iyi ngingo y'ibigeragezo no gukura mu kwizera ivugwa mu buryo burambuye. Isomo rikomeye muri ibi byanditswe ni uko dushobora gufungura Ijambo ry'Imana tukayisaba ubwenge.

Muri iki cyumweru twize ibyerekeye imbaraga z'Ijambo ry'Imana. Icyumweru gitaha tuziga uburyo Ijambo ry'Imana rikomeza amasengesho yacu. Yesu adusezeranya ngo, "nimuguma kuri jye, n'amagambo yanjye agahora muri mwe, musabe icyo mushaka cyose muzagihabwa" (Yohani 15:7). **Kwiga no gusengera mu Ijambo ry'Imana bituma imitima ihinduka, amasengesho yacu akabasha kwimura imisozi.**

Reka Bibiliya Ivuge kandi Ubwenge Bwawe Butekereze:

Noneho ni wowe ugezweho. Fata umwanya muto wo kwitoza kwiga Ijambo ry'Imana. Muri iki cyumweru, wamaze gusoma igice kirekire cyo muri Bibiliya, Zaburi 119. Kuri uyu mwitozo, soma igice kigufi cyo muri Bibiliya, Zaburi 117.

1. Soma Zaburi 117 iri hano hasi. Kurikiza intambwe zo kwiga Bibiliya zavuzwe hejuru. (Ukeneye ayandi mabwiriza, subira inyuma ku Munsi wa 33.)

2. Ca umurongo, garagaza, cyangwa uce uruziga ku magambo y'ingenzi ari kuri iyi paji. Ushobora no kwandika ibisobanuro kuri iyo mirongo.

3. Nusoza intambwe zose, ushobora guhitamo umurongo wo gufata mu mutwe. Kuri uru rugero, ushobora gufata mu mutwe iyi Zaburi yose.

4. Subiza Ibibazo byo Kuganiraho byo mu Cyumweru cya 5.

Zaburi 117

Mwa mahanga yose mwe, nimusingize Uhoraho,
Mwa bantu b'amoko yose mwe, nimumuheshe ikuzo.
Koko imbabazi Uhoraho atugirira ni nyinshi,
Umurava we uhoraho iteka ryose.
Haleluya!

Reka Ubugingo Bwawe Busenge:

Mana, ndagushimiye ku bw'Ijambo Ryawe. Ndaryubaha. "Amategeko watanze amfitiye akamaro, andutira ibikoroto ibihumbi by'ifeza n'izahabu." (Zab. 119:72). Mfasha kwiga Bibiliya buri munsi, kandi unshoboze kumva ibyo nsoma. Ndagusaba ngo sinkige Ibyanditswe gusa ahubwo bimpindure. Bihindure umutima wanjye, ibitekerezo byanjye, amagambo yanjye, n'ibikorwa byanjye. "Unyobore nkurikize ibyo wavuze" (Zab. 119:133) . . . Mu izina rya Yesu, amina.

Reka Umutima Wawe Wumvire:

(Ni iki Imana ishaka ko umenya, uha agaciro, cyangwa ukora?)

IBIBAZO BYO KUGANIRAHO
MU CYUMWERU CYA 5:

**Subiramo amasomo y'iki cyumweru maze usubize
ibibazo biri hano hasi. Sangiza inshuti zawe ibisubizo
byawe nimuterana muri iki cyumweru.**

1. Igihe wasomaga umugani w'imbuto n'ubutaka, ni iki wungutse
    mu mutima wawe? Ni gute warushaho kwakira Ijambo
    ry'Imana?

2. Twize impamvu nyinshi dushobora kwizera Ijambo ry'Imana. Ni
    iyihe mpamvu yabaye nshya kuri wowe?

3. Mu kunyura mu bitabo bya Bibiliya, twakurikiye Inkuru ya
    Bibiliya kuva ku iremwa kugeza ku gihe cy'iteka ryose. Ni gute
    inkuru yawe yerekana Inkuru ikomeye dusanga mu Ijambo
    ry'Imana?

    ○ Abisirayeli bisanze bakora ibyaha kenshi kandi bakihana
       kenshi mu gihe cy'Abacamanza. Kumenya ko bacumuraga
       kandi bakihana kenshi byagufasha gute kandi ni gute
       wabirwanya?

    ○ Wigeze wumva uri kure cyane mu busabane ufitanye
       n'Imana, nk'uko byagenze ku Bisirayeli bari mu bunyage?
       Gufata Ibyanditswe mu mutwe byagufasha gute
       kurushaho kumva ubwiza bw'Imana mu buzima bwawe?

    ○ Kwiga Ijambo ry'Imana byagufasha gute kurushaho
       gusabana n'Imana, bikamera nk'urukundo ruvugwa mu
       gitabo cy'Indirimbo Ihebuje?

    ○ Kwiga Ijambo ry'Imana bizadufasha kumenya Yesu neza,
       nk'abantu bavugwa mu Butumwa bwiza. Kwiga Ijambo
       ry'Imana bigufasha gute kuguma muri Yesu?

4. Nyuma yo kubana muri iyi nyigisho *Inkuru Yawe Nyakuri*, niba
    bishoboka, emeranya n'itsinda ryawe gahunda yo gusoma
    mwateguranye maze mukomeze guhura kugira ngo muganire
    ku byo mwize.

ICYUMWERU CYA GATANDATU

GUSENGA—KUGANIRA N'UMUTANGABUGINGO

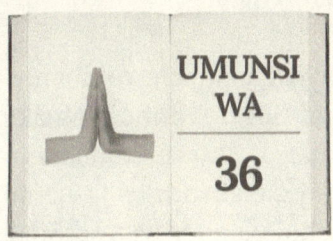

Ganira n'Imana, hindura Umutima Wawe

Ikidutera kuyizera ntacyo twishisha ni iki: tuzi ko itwumva igihe tuyisabye ikintu gihuje n'uko ishaka. Ubwo kandi tuzi ko itwumva igihe tuyisabye ikintu icyo ari cyo cyose, tumenya ko icyo tuyisabye tuba tumaze kugihabwa.
1 Yohani 5:14–15

Imana yishimira kuvugana nawe. Ikunda amasengesho yawe kuko ari igihamya cy'ubushuti bwiza mufitanye. Tekereza uko wabika ibaruwa ikwibutsa umuntu udasanzwe cyangwa ibihe bidasanzwe. Bibiliya ivuga ko Imana ibika amasengesho yawe mu nzabya z'izahabu, kandi akamugeraho ameze nk'umubavu uhumura neza (Ibyah. 5:8; Zab. 141:2). Yongorera ngo, "musenge ubutitsa" (1 Tes. 5:17). Kubera iki? Kuko gusenga bikomeza ubusabane bwawe n'Imana. Inshuti zirushaho gukundana iyo ziganira.

Utekereza iki ku nshuti zitaganira kenshi? Nta bushuti burambye bashobora kugirana. Cyangwa se abashakanye batajya baganira ahubwo bahuzwa n'umushumba wabo cyangwa undi muntu runaka? Bakomeza kuba abashyingiranywe byemewe n'amategeko ariko ubusabane bwabo buba ari bubi, kandi nta we ushishikajwe na bwo. Ubusabane bwawe n'Imana ntibwabaho udasenga. Gusenga bituma ubushuti bwawe n'Imana bukomera, buba buzima, kandi ukumva ushishikajwe na bwo.

Gusenga ni ikiganiro gihoraho kiva mu bushuti ufitanye n'Imana. Iyo uganira na Yo, "akuzuye umutima ni ko gasesekara ku munwa!" (Luka 6:45). Ababyeyi n'abana bakora ibirenze gusubiramo imigenzo, indamukanyo zimenyerewe abantu bafashe mu mutwe bahora babwirana ngo: "Bite." "Uraho." "Amakuru yawe?" "Ni meza. Amakuru yawe?" "Ni meza." "Ugire umunsi mwiza." "Urabeho." Ibyo si byo, mu mibanire myiza, abantu babasha no kuganira ibivuye ku mutima—babishaka kandi batabeshyanya. Bibiliya yuzuyemo ingero z'amasengesho dushobora gukoresha tuganira n'Imana, Ariko dushobora no kuganira n'Imana mu magambo yacu bwite. Ntica urubanza rw'amagambo dukoresha cyangwa ngo iyanenge; Ireba mu mitima yacu. Ntiyita ku kibonezamvugo cy'amagambo dukoresha cyangwa ngo ishake amasengesho avugitse neza. Yita kuri wowe, kandi ishishikazwa n'ibyo ushaka kuvuga bivuye ku mutima.

Ariko hari abantu bigora kuvugana n'uwo batareba. Abandi bashobora kunanirwa gusenga kuko bizera ko Imana izakora icyo ishaka ititaye ku byo twasenze. Zirikana izi nama ku birebana n'intego yo gusenga n'imbaraga zabyo.

Senga kugira ngo umenye byinshi *ku* Mana, aho kwakira byinshi *biva ku* Mana. Ni byo rwose, Imana yishimira gusubiza amasengesho yacu, kandi dushobora gusaba Imana ibyifuzo byo mu mitima yacu (Zab. 37:4). Ariko reka twifuze Imana cyane kuruta ibindi byose. Senga kugira ngo ibyo utekereza bihure n'ibitekerezo *Byayo*; ibyifuzo byawe bihure n'ibyifuzo *Byayo*; ibyo ushaka bihure n'ubushake *Bwayo*. Hanyuma, nusenga ibihwanye n'ibyifuzo *Byayo* kuri wowe, Izakora ibyo usabye mu gihe Cyayo cyiza. "Icyo muzasaba cyose mu izina ryanjye nzagikora, kugira ngo ikuzo rya Data ryerekanirwe mu Mwana we. Nimugira icyo munsaba cyose mu izina ryanjye nzagikora." (Yohani 14:13–14). Yesu avuga ko mu butware Bwe dushobora gusaba ko imigambi Ye ikoreka ku bw'icyubahiro cy'Imana. **Imwe mu ntego zo gusenga ni ukumenya ibyo Imana ishaka kugira ngo ubushake bwacu buhure n'Ubwayo.**

Gusenga bihindura ibyifuzo byacu, ariko si buri gihe bihindura imibereho yacu. Iyo gusenga kwacu bihuye n'ubushake bw'Imana, Imana idusezeranya ko itwumva (1 Yohani 5:14–15). Igisubizo Cyayo gishobora kuba yego cyangwa tegereza. Iyo ibyifuzo byacu bitandukanye n'ubushake Bwayo, ivuga ngo oya. Saba Imana kugufasha kugendera mu nzira Zayo, nubwo hari ibyo waba utumva neza. Mu itongo rya Getsemani, Yesu yasenze kugira ngo atambuke imibabaro ikomeye yari azi neza ko imutegereje mu gihe gito. "Data, niba bishoboka igiza kure yanjye iki gikombe cy'umubabaro. Icyakora ntibibe uko nshaka, ahubwo bibe uko ushaka" (Mat. 26:39). Yesu yashakaga gutambuka imibabaro, ariko yifuje ubushake bw'Imana *cyane*. Ntiyahawe igisubizo cy'ibyo yasabye, ariko yavuye muri ayo masengesho afite umutima uciye bugufi n'imbaraga zo gukora no gusohoza ubushake bwa Se. Gusenga si buri gihe bihindura imibereho yacu, ariko *bizadufasha* kwizera Imana *tutitaye* ku mibereho yacu.

Sengana ubutware kugira ngo utsinde imigambi y'umubi. Gusenga si ukuganira n'Imana gusa ahubwo ni intwaro ikomeye ikoreshwa mu ntambara y'umwuka. Nk'uko twabyize ku Munsi wa 26 n'uwa 27, Ibyanditswe n'amasengesho bidufasha kunesha ibyifuzo by'umubiri n'ibitero by'umwanzi. Yesu yahoranye ubutware hejuru y'umwanzi, kandi yaduhaye ubwo butware igihe yatsindaga Satani ku musaraba (Kol. 2:15). **Noneho dukeneye guhamya intsinzi ya Yesu kugira ngo natwe dutsinde imbaraga z'umwanzi** (Luka 10:19). Ishingikirize imbaraga z'Imana kandi ukore ubifatanya no gusenga. Nk'uko twabiganiriye ku Munsi wa 26, mu gihe utewe n'igishuko, senga mu ijwi riranguruye ufite ubutware uvuga uti: "Ndi umwana w'Imana, kandi muri Kristo mfite intsinzi kuri _____." Andikamo icyaha cyose cyangwa ikibazo cyose watura. Ibuka ko umwanzi adashobora kudukoresha icyaha ku gahato. **Dufite ubutware muri Yesu bwo kurwanya umwanzi no kuba mu burinzi bw'Imana.**

Reka ubumenyi dufite bwo gusenga tubuhuze n'amabwiriza make kugira ngo tubashe gusenga neza, kumva, no gukora ubushake bw'Imana:

1. **Sengera mu itsinda**—Amasengesho meza y'itsinda (rimwe na rimwe yitwa amasengesho rusange) asaba kugira intego imwe no kwicisha bugufi. Iyo dusenga twemeranya ku cyifuzo kimwe, Umwuka Wera atuyobora mu buryo bwihariye. Mu gihe usabwe gusenga, bikore mu kuri kandi bivuye ku mutima. Ntugatinye gutanga umusanzu wawe ngo uhangayikishwe n'ibyo abandi bagutekerezaho, cyangwa ngo utinye gukora amakosa. Twese twigira kuri Mwuka Wera no kuri bagenzi bacu. N'abo basenga mu magambo meza baracyakura mu kwizera. Ushobora kuvuga amagambo akomeza abo muri gusengana cyangwa atanga umucyo ku byo batumvaga.

Ikindi, twirinde gutegeka cyangwa gusenga tugamije kwemeza abatwumva. Ahubwo, twicishe bugufi imbere y'Umwami (Yakobo 4:10). Gusengana n'abandi bizeye bituma turushaho kwegerana no kwegera Imana (Mat. 18:20). Itorero rya mbere batubereye urugero rwiza rwo kwiyegurira Imana no kwiyegurira abandi *igihe baramyaga Imana kandi bagasengera hamwe* (Ibyakozwe n'intumwa 2:42–47).

2. **Senga wenyine**–nubwo mu isengesho tuba tutari twenyine mu buryo *bw'umwuka* (Rom. 8), gusenga uri wenyine *mu buryo bw'umubiri* bituma dukomeza kugira intego zitunganye. Biturinda gushukwa ngo dukore ibyo abandi bashaka cyangwa ngo duhangayikishwe n'ibyo abantu badutekerezaho. Gusenga wenyine ni byiza kandi bituma umuntu atarangara (nta kureba muri telefone, isaha, cyangwa mudasobwa). Yesu avuga ngo, "Ahubwo wowe igihe usenga ujye winjira mu cyumba cyawe ukinge, maze usenge So uba ahatagaragara. Nuko So we umenya ibiri mu ibanga azakwitura" (Mat. 6:6). Amasengesho yacu y'ibanga–yumvwa n'Imana gusa–ni ay'agaciro kuri Yo.

3. **Senga ukoresha umubiri.** Koresha umubiri wawe ugaragaza ibyiyumvo byawe. Umwifato mwiza werekana umutima uciye bugufi, ushobora rero gupfukama imbere y'Imana (Imig. 95:6). Ushobora kandi kubura amaso yawe ku ijuru (Yohani 17:1), kurambura ibiganza byawe kugira ngo wakire (Ezira 9:5), cyangwa kurambarara hasi imbere y'Imana (Mat. 26:39). Jya imbere y'Imana n'umutima mwiza hamwe n'inyifato nziza. Ni Imana, kandi turi abantu bapfa. Itanga byose, kandi ntacyo dufite twayiha keretse kuyisubiza ibyo yaduhaye. Sengana imbaraga zawe zose.

4. **Senga mu ijwi riranguruye.** Kuvuga mu ijwi riranguruye bituma udatakaza intego yawe. Bikwibutsa ko uri kuvugana n'umuntu nyawe.

5. **Andika isengesho ryawe.** Niba ushaka kudatandukira, andika ibyo usengera (mu ikayi yawe, niba bishoboka). Andika ibibazo cyangwa amashimwe yawe. Tumbira Imana gusa, hanyuma wandike imirongo uri gutekerezaho mu gihe **uteze amatwi icyo Imana ivugana nawe mu mutima wawe.** Ongeramo ibi bintu bine mu gihe usenga: Kuramya, Kwatura, Gushima, no Kwinginga. (Zirikana iri jambo ry'impine rya KKGK.) Ejo, tuziga ibijyanye no kwandika isengesho dufatiye ku rugero rw'umwami Yehoshafati.

Yakobo 5:16 havuga ngo, "isengesho ry'umuntu w'intungane rigira ububasha, kandi Imana irikoresha umurimo wayo." Imana yishimira kuganira nawe, fata umwanya rero uganire na Yo nonaha. Hanyuma, *wumve* icyo ikubwira. Gusenga bihindura ubuzima.

Reka Bibiliya Ivuge:

Matayo 6:1–18 (Wasoma na: Zaburi 86)

Reka Ubwenge Bwawe Butekereze:

1. Wasobanura ute gusenga kwawe? Kugira ngo ukomeze ibihe byawe byo gusenga, reba amasengesho ari muri Bibiliya. Imirongo myinshi ishobora kuba amasengesho; imirongo yerekana kamere y'Imana n'amasezerano Yayo ishobora kuvugwa mu bundi buryo igahinduka amasengesho tubwira Imana.

2. Uba mu itsinda ry'amasengesho? Niba utaribamo, hari itsinda ry'abizeye ushobora kubamo mukajya musengana?

3. Ni iki uri gusengera uyu munsi? Reba uko washaka ahantu ho gusengera haba mu nguni y'icyumba cyangwa ahandi hantu hiherereye. Manika ibyifuzo byo gusengera n'Ibyanditswe bigufashe gusenga ufite intego. Kugira gahunda yo gusenga wiherereye bizagufasha guha agaciro amasengesho.

Reka Ubugingo Bwawe Busenge:

Data, ntangazwa no kuba Wowe, Umuremyi w'isi ushaka kuvugana nanjye. Ndagushimiye! Mfasha gukura mu masengesho. Nshoboza gukomeza gusenga mu kuri nta buryarya. Umutima wanjye n'ibitekerezo byanjye ubihindure bise nk'ibyawe kugira ngo mbashe gusenga ibihuye n'ubushake Bwawe... Mu izina rya Yesu, amina.

Reka Umutima Wawe Wumvire:

(Ni iki Imana ishaka ko umenya, uha agaciro, cyangwa ukora?)

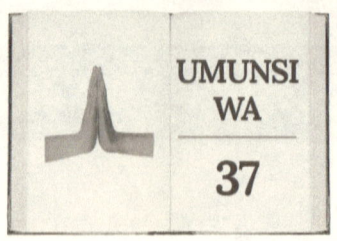

Senga kandi
Utege Amatwi

Ntabaza nzagutabara nkwereke ibintu bitangaje
kandi bihishwe, utigeze umenya.
Yeremiya 33:3

Intumwa zagiye i Yerusalemu ziruka zitwaye ubutumwa buteye
ubwoba buvuga ko hari ingabo ziteguye gutera uwo mujyi. "Ingabo
nyinshi zaguteye" (2 Amat. 20:2). Ibihugu byishyize hamwe kugira ngo
birwanye umwami Yehoshafati n'ubwoko bw'Abayuda. Aya makuru
atunguranye yateye ubwoba umwami. Ariko aho kwiyambaza ingabo
ze no gutegura urugamba, uwo mwami w'umunyabwenge yagize
kwizera. Yatanze itegeko ku gihugu cyose rivuga ngo: UMUNTU
WESE AGOMBA GUSENGA AKIYIRIZA UBUSA! Abantu bahagaritse
ibyo bakoraga maze baturuka mu mijyi yose y'i Buyuda baza mu
murwa mukuru kugira ngo bambaze Uwiteka bari kumwe. Umwami
yahagaze mu rusengero rw'Uwiteka, arangurura ijwi rye mu ijuru
kandi ayobora ayo masengesho rusange.

Imana yumvise amasengesho yabo kandi ibakiza mu buryo
bw'igitangaza: bya bihugu byishyize hamwe byateye umwami
Yehoshafati *byasubiranyemo*. Abayuda ntibigeze bafata intwaro.
Ariko banesheje ingabo nyinshi ku buryo byabafashe iminsi itatu
kugira ngo bakusanye ibyo abanzi babo bataye ku rugamba.

Dushobora kwiga isomo rikomeye mu isengesho ry'umwami
Yehoshafati. Uruhare rwe mu Nkuru y'Imana kwari ukuzana
ububyutse mu bwami bw'amajyepfo, ariko kandi yasenze isengesho
rikomeye. Iyo twitegereje isengesho rye igihe yasenganaga n'igihugu

cyose, tubona ko ririmo ibintu bine nyamukuru: kuramya, kwatura, gushima, no kwinginga (KKGK).

1. **Kuramya:** Yehoshafati yatangiye asenga ngo, "Uhoraho Mana ya ba sogokuruza, ni wowe Mana nyir'ijuru kandi ni wowe utegeka abami bose bo ku isi. Ufite imbaraga n'ububasha ku buryo nta waguhangara!" (2 Amat. 20:6). Iyo dutangiye gusenga turamya Imana, twibuka uwo turi kuvugana na we ko ari—Imana ishobora byose. Bitekereze nko kwinjira mu cyumba kirimo intebe y'Imana (Heb. 4:16) maze ukayereka uburyo uyikunda. **Kuramya Imana bikomeza kwizera kwacu.** Ibibazo tuyereka bitangira gushira na mbere yo kubivuga iyo twizeye ko imbaraga no gukomera by'Imana bibiruta. Ntitugategereze ko urugamba rushira ngo tubone guhimbaza Imana. Fata umwanya wo guha So wo mu ijuru icyubahiro.

2. **Kwatura:** Yehoshafati yakomeje kuramya Imana yicisha bugufi: "Mana yacu, ese ntiwabaha igihano kibakwiriye? Dore nta mbaraga dufite zo guhangana na kiriya gitero kinini kiduteye, rwose twabuze uko tugira. Ahubwo ni wowe duhanze amaso" (2 Amat. 20:12). Umwami Yehoshafati yamenye ko adakomeye kandi adafite ubwenge buhagije bwo guhangana n'ibyari bimuteye. Ariko yatumbiriye Imana. Dushobora kumufatiraho urugero. Nyuma yo gushima Imana ko itunganye, **emera ko udatunganye—udacumura gusa, ahubwo uri n'umunyantege nke.** Iyo ubikoze, ushora imizi mu buntu bw'Imana (Umunsi wa 24), ukamenya ko "Imana irwanya abirasi, ariko abicisha bugufi ibagirira ubuntu" (Yakobo 4:6).

3. **Gushima:** Nubwo yari yibasiwe n'akaga gakomeye, Yehoshafati yahisemo gushima Imana yitaye ku bwoko bwayo mu bihe bya kera:

"Mana yacu wamenesheje abaturage b'iki gihugu imbere y'ubwoko bwawe bw'Abisiraheli, maze uhatuza iteka ryose abakomoka ku ncuti yawe Aburahamu. Barahatuye bahakubakira Ingoro bagusengeragamo bati: 'Ibyago nibitugwirira, byaba kwicwa n'intambara cyangwa guhanwa, byaba kwicwa n'icyorezo cyangwa inzara, tuzaza imbere y'iyi Ngoro n'imbere yawe. Bityo tuzagutakambira turi mu kaga, utwumve maze udukize.' None ubu dore Abamoni n'Abamowabu n'Abedomu baduteye... None abo bantu inyiturano yabo, ni ukuza kutwirukana mu gihugu waduhayeho gakondo!" (2 Amat. 20:7-11)

Gushima bidufasha kubona uburyo Imana iturinda. Uko twibuka ko Imana ari yo kwizerwa ni na ko turushaho gukomera mu kwizera kwacu. Kandi uko tubona ukuboko kw'Imana mu buzima bwacu, ni ko turushaho kukubona muri byinshi Imana idukorera. Tumenya impano yose nziza iva ku Mana, ni cyo gituma tutayoba (Yakobo 1:16–17). Nk'uko umugani ubivuga ngo, gushima bituma tunyurwa n'ibyo dufite. Umwami Yehoshafati yahisemo kwibuka ubudahemuka bw'Imana n'impano itanga. Yamenye ko Imana imuhagije. Reka dushime Imana, turebe ibyo Imana imaze kuduha kandi twizere ko izaduha n'ibindi ejo hazaza.

4. **Kwinginga:** Yehoshafati yasabye Imana gukiza ubwoko bwe abanzi babo kuko yari azi ko atabyishoboza: "Mana yacu, ese ntiwabaha igihano kibakwiriye? Dore nta mbaraga dufite zo guhangana na kiriya gitero kinini kiduteye, rwose twabuze uko tugira. Ahubwo ni wowe duhanze amaso" (2 Amat. 20:12).

Nk'uko umwana yishingikiriza ku mubyeyi kugira ngo amuhe ibyo akeneye, ni ko natwe twishingikiriza kuri Data wo mu ijuru. Imana iduhamagarira kuyisaba ibyo dukeneye kandi yishimira kuduha impano nziza (Mat. 7:11). Ariko iyo tutayizeye, ntitubasha no kuyiyambaza mu bibazo byacu. "Nta cyo muhabwa kuko mudasaba Imana" (Yakobo 4:2). **Muyiture ibyifuzo byanyu byose, kandi mureke Imana ihitemo ibyiza bibakwiriye.** Ibyifuzo byawe ni ibihe? Saba Imana kubiguha. Sengera n'abandi bantu. Dushobora "gushishikarira gusabira intore z'Imana zose" (Ef. 6:18). Nta cyifuzo cyawe kiba kinini cyangwa ngo kibe gito. Zirikana kwandika ibyifuzo byawe mu ikayi kandi uhore ubivugurura buri cyumweru, andika igihe Imana yasubije amasengesho yawe n'uko yayasubije. Uko Imana isubiza ibyifuzo byawe byihariye, ni ko uzarushaho kuyiringira. Tuziga byinshi byerekeye gusengera abandi ku Munsi wa 41.

Gukoresha ingingo enye mu isengesho (KKGK) bizadufasha kudatandukira. Umwanzi ashaka kubangamira ikiganiro cyacu n'Imana kandi azagerageza kuturangaza. Ujye urwanya ibirangaza bye. Niwumva ugize ibitekerezo bikurangaza cyangwa akazi ugomba gukora, byandike, hanyuma ubyirengagize gato kugeza igihe usoza gusenga. Nukomeza kugira ibitekerezo bikurangaza, bizibukire mu izina rya Yesu.

Iyo dusenga, twaba turi twenyine cyangwa turi mu itsinda, tugomba kwibuka gutuza no *gutega amatwi* Imana. "Buri gitondo arankangura ngo numve ibyo anyigisha" (Ezay. 50:4). Fata umwanya wo kuvuga no gutega amatwi igihe usenga, nk'uko ubikora buri gihe iyo uganira n'abantu. Senga ngo, "Uhoraho, vuga umugaragu wawe nguteze amatwi" (1 Sam. 3:9). Ijwi ry'Imana akenshi riba rimeze nk' "akayaga gahuhera" (1 Abami 19:12), nuko rero turisha umutima wawe kugira ngo uryumve. Tuza kandi utumbire Yesu. Aravuga ngo, "Intama zanjye zumva ijwi ryanjye, ndazizi kandi na zo zirankurikira" (Yohani 10:27).

Yehoshafati amaze gusenga yateze amatwi Imana. Imana yasubije Yehoshafati ngo, "Mwitinya kandi mwikuka umutima kubera kiriya gitero kinini, kuko **atari mwe muzakirwanya, ahubwo ari Uhoraho**... Ntimuzigere mubarwanya, ahubwo muzashinge ibirindiro maze mwirebere uko Uhoraho azabaha gutsinda." (2 Amat. 20:15, 17). Biratangaje! Nta gitunguranye kirimo, Yehoshafati yarumviye maze abona agakiza k'Imana nk'uko yabisezeranijwe. Natwe dukwiye kugira ibyo byiringiro ko Imana itwumva: "Uhoraho aba bugufi bw'abamutakambira bose, aba bugufi bw'abamutakambira bose babikuye ku mutima. Abamwubaha abaha ibyo bashaka, yumva gutabaza kwabo akabagoboka. Uhoraho arinda abamukunda bose" (Zab. 145:18–20).

Dushobora kugambirira kumvira mbere yo gusenga, tuzi ko urugamba ari *Urwe*, atari urwacu. Hanyuma tukemera kuyoborwa na We.

Reka Bibiliya Ivuge:
2 Amateka 20:1–23 (Wasoma na: 2 Amateka 6:1–11, 34–35)

Reka Ubwenge Bwawe Butekereze:
Itoze kwandika amasengesho yawe wubahiriza ibi bikurikira. Andika amasengesho yawe mu ikayi kandi wandike n'amataliki kugira ngo ubashe gusubira inyuma urebe uko Imana yagusubije (ibuye ry'urwibutso—Umunsi wa 17).

1. **K**uramya (Ramya Imana.)
2. **K**watura (Atura ibyaha byawe n'intege nke zawe.)
3. **G**ushima (Shima ku bwa byose, no mu bigeragezo.)
4. **K**winginga (Tanga ibyifuzo.)
5. *Tega amatwi* ibyo Imana igusubiza, *andika* ibyo ivuga, *yisabe* kubyemeza, kandi *wumvire* uyoboka aho ikujyana.

Reka Ubugingo Bwawe Busenge:
Data, nyigisha gusenga. Dore ndi imbere yawe, nshoboza kukuramya, guca bugufi, kugushimira, no kwiringira ubuntu n'imbaraga Byawe. Nshoboza kumenya ijwi Ryawe. Nyigisha kugutega amatwi. Mfasha kwiga no gutekereza ku Ijambo Ryawe kugira ngo mbashe gusenga bihwanye n'ubushake Bwawe kandi numve ijwi Ryawe neza...
Mu izina rya Yesu, amina.

Reka Umutima Wawe Wumvire:
(Ni iki Imana ishaka ko umenya, uha agaciro, cyangwa ukora?)

Irinde Ibyakubuza Gusenga

Abo bantu bazantabaza ariko sinzabumva,
bazanshaka ariko ntibazambona,
Kubera ko banze gusobanukirwa ntibahitemo kubaha Uhoraho.
Imigani 1:28–29

Dushobora kutabaho igihe kirekire kugira ngo twigire ku makosa yacu. Rimwe na rimwe kwigira ku makosa y'abandi birafufasha. Ibyo ni na byo umwami Yehoshafati yakoraga. Ejo hashize twabonye uburyo yasenze, akisunga Imana yicishije bugufi maze akabasha gutsinda igitero cy'ingabo nyinshi. Mbere y'aho, se wa Yehoshafati ari we mwami Asa yatewe n'izindi ngabo nyinshi. Aho kwisunga Imana, yisunze ikindi gihugu akishyura amafaranga kugira ngo kimurwanirire. Nubwo amateka ya Asa yerekana ko imbaraga z'Imana zamukijije, yaguye mu ikosa ryo kumva yihagije no gushidikanya. Umuhanuzi Hanani yibasiye Asa aramubwira ngo:

"Koko rero Uhoraho areba ku isi hose, kugira ngo akomeze abamwiyeguriye babikuye ku mutima. None wowe wagenje nk'umupfapfa, ku bw'ibyo uzahora mu ntambara." (2 Amat. 16:9)

Kuko umutima wa Asa utagandukiye Imana imwe kandi y'ukuri nk'uko bikwiriye, yabaye mu ntambara ubuzima bwe bwose. Nka Yehoshafati, dushobora kwigira ku mwami Asa tukamenya ko Imana ishaka abayiyegurira. Ikorana n'abizeye bayishakana umutima wabo wose. Iyo ibonye ko twayeguriye imitima yacu, Imana isubiza amasengesho yacu kandi ikerekana imbaraga Zayo mu cyimbo cyacu.

Ariko rimwe na rimwe iyo dusenze, Imana ntisubiza. Amasengesho yacu asa nk'amanuka agwa hasi. Si uko dukeneye kurangurura amajwi cyane cyangwa kuvuga neza. Rimwe na rimwe Imana ntitwumva kuko tuba dufite icyaha mu buzima bwacu kizitira amasengesho yacu (Zab. 66:16-20; Ezay. 5). Cyangwa tukaba dusenga dufite intego mbi. Ni byo rwose, amahitamo yacu mabi (*atari* amahitamo mabi y'abandi) ashobora kuzitira amasengesho yacu. Uyu munsi, reka twige amakosa abantu bashobora gukora igihe begera Imana mu isengesho kugira ngo tuyirinde. Uru rutonde ntiruyavuga yose, ariko rukubiyemo impamvu zirindwi nyamukuru zituma Imana idasubiza amasengesho yacu.

1. **Kutatura icyaha:** Wigeze uhindura ingingo runaka igihe wumvaga ikiganiro urimo kitakuguye neza? Ibyo tujya tubikorera Imana. Iyo iduhishuriye icyaha ikakitwemeza binyuze kuri Mwuka Wera ariko tukanga kucyatura ahubwo tugakomeza gusengera ibindi byifuzo, tuba turemye inzitizi. **Imana ntizumva amasengesho yacu kugeza igihe tuzatura icyo cyaha yaduhishuriye.** Kuki dutekereza ko Imana yatwumva kandi ikadusubiza mu gihe tutayiteze amatwi ngo tuyumvire? Umwanditsi wa zaburi yaranditse ngo, "Iyo nza kugundira ibyaha byanjye, Nyagasani Imana ntaba yaranyumvise," (Zab. 66:18). Icyaha cyacu kirakaza Imana, kandi icyaha gikwiye kuturakaza natwe (Ef. 4:30). Ni cyo gituma dukwiye kwatura icyaha igihe Imana ikitwibukije. Ikiranukira kutubabarira (1 Yohani 1:9) no kudusubiza mu busabane bwacu na Yo. Reka Imana yongere iguhindure.

2. **Kutumvira:** Hamwe no kwatura, tugomba no kwihana tukava mu byaha tukegera Imana. Iyo twiyemeje gukora ibyo dushaka tukirengagiza amategeko y'Imana, amasengesho yacu aba impfabusa ku Mana. "Uwanga kubahiriza amategeko, isengesho rye ni kizira ku Mana" (Imig. 28:9). Hari itandukaniro hagati y'umuntu wumvira Umwami Yesu akagerageza kumwumvira n'umuntu usenga asaba umugisha w'Imana ariko akayisuzugura abigambiriye. Iyo dushaka imigisha y'Imana ariko tukanga kuyoborwa n'Imana, amasengesho yacu ahura n'inzitizi, nubwo twaba dukora ibindi bintu byinshi byiza.

"Mbese ikirusha ibindi gushimisha Uhoraho ni ibitambo cyangwa ni ukumwumvira? Menya ko kumwumvira biruta ibitambo, kandi ko kwitonda biruta ibinure by'amasekurume" (1 Sam. 15:22). Imana izi imitima yacu kandi yifuza kutubabarira, ariko dukwiye kuyizera no kuyikurikira.

3. **Kwikunda:** Kwikunda–kutita ku byo abandi bakeneye–byica isengesho. Imana ishaka ko twiyitaho, ariko dukwiye nanone kumva ibyo abo tubana bakeneye. Ubushake bw'Imana ni bwo bugena amasengesho yacu, kandi kimwe mu byo idushakaho ni ugukunda abandi no kubakorera: "Umuntu wese yirinde kuzirikana ibye gusa, ahubwo ajye azirikana n'iby'abandi" (Fil. 2:4). Buri gihe Imana yita ku mpamvu nyakuri zituma dukora ibyo dukora. "N'iyo musabye ntimuhabwa kuko musaba nabi, mushaka ibyo gutagaguza mu byo murarikiye" (Yakobo 4:3). Iyo amasengesho yacu arimo kwikunda, Imana ntishobora kuyasubiza.

4. **Gushidikanya:** Igihe dusengana kwizera, twiringira Imana iyo ari yo n'ibyo yakoze. Ariko, iyo dusenze tudafite kwizera, dushidikanya ku masezerano Yayo n'ububasha Byayo. **Gusaba Imana utizera ko yagufasha ni igihamya cyo gushidikanya.** Usenga ufite gushidikanya cyangwa kwizera? "Ariko asabe yizeye ari nta cyo ashidikanya, kuko ushidikanya yagereranywa n'umuhengeri wo mu kiyaga, umuyaga ukoza hirya no hino. Umuntu nk'uwo ntakībwire ko hari icyo Nyagasani yamuha" (Yakobo 1:6–7). Birashoboka ko hari igihe dushidikanya ku Mana, mu gihe bibaye, dusaba Imana gukomeza kwizera kwacu, tugasenga nka wa muntu watakiye Yesu ngo, "Ndizeye! Ngoboka unkize kutizera!" (Mariko 9:24). **Gusengana ukwizera bisobanuye kwizera *kugira neza kw'Imana*, si ukwizera ko Imana izakora ibyo tuyisabye byose.** Gushaka ikintu cyane si byo bituma Imana isubiza icyifuzo cyacu. Ibuka: *Imana ni nziza uko byamera kose.* Iyo tubyizeye, twiringira igisubizo Cyayo mu byo twahura na byo byose. Nidushidikanya ko Imana ari nziza, tuzashidikanya ko n'igisubizo Cyayo ari cyiza, cyaba yego, oya, cyangwa tegereza. **Saba ufite kwizera, hanyuma ureke *Imana* ifate icyemezo,** ibuka ko "igororera abayishaka" (Heb. 11:6).

5. **Kutababarira:** Nitugumana inzika, Imana ntizumva amasengesho

yacu. Kwanga kubabarira abandi byerekana ko tutazi agaciro gakomeye k'igitambo Yesu yatanze ku *bwacu*. Ariko iyo dukuriye mu buntu bw'Imana tukamenya imbabazi Zayo, tubabarira abandi nk'uko twababariwe—no mu gihe abantu bakomeza kutubabaza. "Nuko Petero yegera Yezu aramubaza ati: "Nyagasani, mbese umuvandimwe wanjye akomeje kuncumuraho nkwiriye kumubabarira kangahe? Ese namubabarira karindwi?"' (Mat. 18:21–22). Kubabarira abandi, n'igihe by'umwihariko—bisa n'ibigoye cyane, bihesha Imana icyubahiro kandi ni igihamya cyerekana ko tuyizera. Ni bumwe mu buryo twebwe nk'abigishwa ba Yesu twerekana abo turi bo muri Kristo. (Reba ku Munsi wa 10 n'Umunsi wa 25 umenye byinshi byerekeye kubabarira.)

Reka tubisobanure neza, kubabarira abandi ntibivuze ko tugomba kwemera ko badufata nabi. Ntugomba kwemera kwishyira mu kaga. Nk'uko twabivuze mbere, kubabarira ni ukudakomeza kurakara cyangwa gusharira abatubabaje no kwemera gukizwa n'urukundo n'ubuntu by' *Imana*. Birakubohora ukwishimira imbabazi z'Imana muri wowe. **Nubwo baba batabikwiriye, babarira abandi kuko *nawe* Imana yakubabariye *utabikwiriye*.** Kubabarira birakubohora bikabohora n'amasengesho yawe.

6. **Gucumura:** Wigeze ugirira nabi umuntu cyangwa umucumuraho? Yesu avuga ko tugomba kwitunganya mbere yo gusanga Imana dusenga. "Noneho nujyana ituro ryawe ku rutambiro kuritura Imana, wahagera ukibuka ko mugenzi wawe afite icyo apfa nawe, uzasige ituro ryawe aho imbere y'urutambiro, maze ubanze ugende wigorore na we, ubone kuza utange ituro ryawe" (Mat. 5:23–24). Rimwe na rimwe dushobora kutamenya ibyo twakoze nabi. Hari ubwo uwo twakoshereje atwitwaraho mu bundi buryo cyangwa akitandukanya natwe. Ni byiza kwegera uwo muntu tukamubaza niba hari ikibi twamukoreye. Saba imbabazi. Musabe kukubabarira. Itunganye na we. Igihe Zakayo yahuraga na Yesu, yihannye kwiba. Yitunganyije aha abakene kimwe cya kabiri cy'ibyo atunze kandi abo yambuye bose abariha kimwe cya kane (Luka 19:8). Iyo twihannye imbere y'Imana kandi tukitunganya n'abandi, tubasha gukora ibirenze ibyo dusabwa gukora. Hari igihe uwo twakoreye nabi yanga kutubabarira, na nyuma yo kugerageza kwitunganya na we. Tugomba kwibuka ko abantu bababara mu buryo butandukanye, kandi bikabafata igihe ngo bababarire. Mu gihe bigenze gutyo, senga kandi umenye ko **Imana**

ari yo ihindura imitima, atari twebwe. Biharire Imana, wowe ukore ibyo yaguhamagariye gukora. Pawulo yigisha ngo, "Uko bizashoboka kose, mu rwanyu ruhande mubane amahoro n'abantu bose" (Rom. 12:18).

7. **Amakimbirane y'abashakanye:** Amakimbirane y'abashakanye ashobora kubangamira amasengesho. Intumwa Petero yigisha ngo, "Namwe bagabo, buri wese abane n'umugore we amufata neza, kuko abagore badafite imbaraga nk'izanyu. Mujye mubaha agaciro rero kuko muzaherwa hamwe na bo umunani w'ubugingo Imana itanga ku buntu. Mugenze mutyo kugira ngo amasengesho yanyu ye kugira inkomyi" (1 Pet. 3:7). Nubwo Petero yerekeza uyu murongo ku bagabo, n'abagore ntibateza amakimbirane mu rushako ngo ingaruka zibure. Niturema ibibazo mu rushako rwacu, tuzaba nanone duhungabanyije ubusabane bwacu n'Imana. Ntuhangayikishwe n'imyitwarire n'ibikorwa by'uwo mwashakanye, zirikana gusa ko imyitwarire n'ibikorwa *byawe* byubahisha Imana.

Nitwigira kuri ayo makosa dushobora kwirinda kuyakora. Imana ntiyihanganira icyaha kuko idukunda. Iyo itwemerera gusenga dufite ibyaha bibangamira ubusabane bwacu na Yo, yari no kwemera imyitwarire n'ibikorwa bibi byangiza ukwera Kwayo, kandi bitubabaza. Imana iradukunda cyane ni cyo gituma irwanya icyaha.

Nuko rero niba amasengesho yawe abangamirwa na bimwe muri ibi twavuze, menya ko Imana ishaka kukubabarira. Niba ushidikanya, saba Imana gukomeza kwizera kwawe. Niba wikoreye umutwaro w'ibyaha wanze kwatura, wo kutumvira, cyangwa kwikunda, byaturire Imana. Hanyuma wihane. Niba ufite inzika, byirinde. Niba hari umuntu wacumuyeho cyangwa ufitanye amakimbirane n'uwo mwashakanye, itunganye. Hanyuma wongere utunganye ubushuti bwawe n'Umwami. "Nyamara UHORAHO yita ku bamwubaha, yita ku biringira imbabazi ze" (Zab. 33:18). Mu by'ukuri, Imana yishimira kumva amasengesho yawe no kuyasubiza.

Reka Bibiliya Ivuge:
Ezayi 59 (Wasoma na: Zaburi 66)

Reka Ubwenge Bwawe Butekereze:

1. Amasengesho yawe afite inkomyi? Nyuma yo gusoma isomo ry'uyu munsi, ni ibiki utekereza bishobora kuba bibangamira amasengesho yawe?

2. Iyo usenga, uyoborwa n'ubushake bw'Imana cyangwa n'ibyifuzo byawe? Kuki wumva ko ari byo?

3. Usengana ukwizera cyangwa ugira gushidikanya? Ni iki wakora ngo kwizera kwawe gukomere?

Reka Ubugingo Bwawe Busenge:
Data, nyereka ikintu cyose kibangamira amasengesho yanjye. Nshoboza kwihana ibyaha byanjye byose kugira ngo nishimire kuganira nawe. Mu gihe habayeho icyabangamira amasengesho yanjye, ukimenyeshe kugira ngo nitunganye muri ako kanya. Umva gusenga kwanjye. Vugana nanjye. Mfasha kugutega amatwi... Mu izina rya Yesu, amina.

Reka Umutima Wawe Wumvire:
(Ni iki Imana ishaka ko umenya, uha agaciro, cyangwa ukora?)

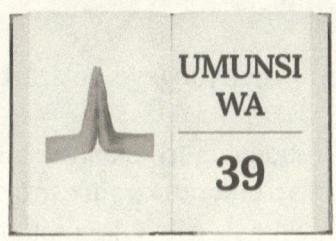

Isengesho ryo Kwiyiriza Ubusa

Nimusenga Uhoraho azabasubiza,
nimumutabaza azitaba.
Ezayi 58:9

Hari ibihe mu buzima bw'umuntu amasengesho adakora yonyine. Hari ibihe biba bikomeye cyane. Hakenewe ibikomeye cyane. Hasabwa gufata imyanzuro ikomeye cyane. Hari ibihe dukenera kumva Imana, kandi tugakenera kuyumva muri ako kanya.

Tekereza k'umwamikazi Esiteri n'uruhare rwe mu Nkuru y'Imana. Yashyize ubuzima bwe mu kaga kugira ngo akize ubwoko bw'Abayuda bwendaga kurimburwa (Esiteri 4). Uwari icyegera cy'umwami yasuzuguraga Abayuda cyane ndetse ategura umugambi wo kubarimbura mu bwami bwose. Yashyizeho umunsi wo kubica. Esiteri, imfubyi y'Umuyudakazi wari warashakanye n'umwami w'Ubuperesi, byamusabye kwinjira mu mbuga y'umwami atabisabiye uburenganzira kugira ngo yinginge umwami kubabarira ubwoko bwe, ibyo yakoze byari kumwicisha. Cyari igihe gikomeye cyane. Morodekayi, mubyara wa Esiteri akaba n'umurinzi we, yaramubwiye ngo, "ahari wabaye umwamikazi kugira ngo uzagire akamaro *mu gihe nk'iki*" (Esiteri 4:14). Esiteri yari akeneye imbaraga, kandi Abayuda bari bakeneye agakiza. Buri wese yari akeneye kurindwa ikibi. Nuko barasenga kandi biyiriza ubusa iminsi itatu. Ku bwo kwizera, Esiteri yinjiye mu mbuga y'umwami yicishije bugufi kandi yizera ko hari icyo Imana yakora. Imana yamugiriye ubuntu imuha igikundiro ku mwami. Icyo gihe, Imana yongeye gukiza ubwoko Bwayo kuko bayigarukiraga.[1]

Inshuro nyinshi, tubona muri Bibiliya ibihe byo gusenga *no kwiyiriza ubusa*, bikozwe n'umuntu ku giti cye cyangwa n'itsinda. Ubu ni uburyo bukomeye bwo gusenga kuko umuntu aba ari mu kibazo gikomeye. Igituma kwiyiriza ubusa ko muri Bibiliya gutandukanye n'ukundi kwiyiriza ubusa tuzi ni impamvu umuntu abikora: gushaka Imana. Rimwe na rimwe bigatuma n'umuntu arira. Uwiteka aravuga ngo, "Ngaho nimungarukire mubikuye ku mutima, nimwigomwe kurya, murire muboroge" (Yoweli 2:12). Kwiyiriza ubusa si ukutarya gusa; ni isengesho ririmo kwihana, kwinginga, cyangwa kwibabaza. Nanone kandi Yesu yavuze iby'igihe cy'agahinda ubwo abigishwa Be bagombaga kwiyiriza ubusa. "Nyamara igihe kizagera umukwe [Yesu] avanwe muri bo, ni bwo bazigomwa kurya" (Mariko 2:20). Ariko se kwiyiriza ubusa ko muri Bibiliya ni ukuhe? Kandi ni gute twabikora mu buryo bunezeza Umwami?

Kwiyiriza ubusa ni igikorwa cy'inyuma cyerekana ibiri imbere mu mutima. Ni igikorwa cyo kwiyanga tukareka kwirebaho (ibyo imibiri yacu ikeneye) ahubwo tugatumbira Imana. Kwiyiriza ubusa si ukwanga kurya ugamije kugabanya ibiro, si igihano, cyangwa igikorwa usabwa gukora ngo ubone agakiza. Mu kwiyiriza ubusa, ntitujya inama n'Imana; kwiyima ibiryo kwacu si ko gutuma Imana itwemera. Ahubwo, gusenga twiyiriza ubusa byerekana ko twiyambaje Imana kugira ngo itugoboke mu buryo *Bwayo* kandi tukiringira tudashidikanya ko izabikora. Mu kwiyiriza ubusa harimo imbaraga.

Iyo twiyirije ubusa, tureka kurya ibiryo bidufitiye akamaro tukerekana ko inzara dufite ari iyo gushaka Imana. Kwima ibyokurya imibiri yacu bituma turushaho kwita ku by'umwuka kuko umubiri wacu ugandukira Umwuka. Aho gushaka ibyokurya igihe twumvise dushonje, twemera ko iyo mibabaro y'inzara idusunikira mu gusenga tukabasha kwegera Imana. Inzara n'imiruho byacu bitwibutsa ko turi abanyantege nke kandi duhora dukenera ubuntu bw'Imana. Uko dukomeza gusenga no kurya ku Ijambo ry'Imana, ni ko turushaho kwisunga Imana no gusabana na Yo. Ni cyo gituma abakristo bamwe kwiyiriza ubusa babigize umugenzo wa buri gihe. Urugero rwiza ni ukwiyiriza ubusa mu gihe cy'igisibo (iminsi mirongo ine ibanziriza

---

1 Soma igitabo cya Esiteri kugira ngo umenye neza uburyo Imana yitaye ku bwoko Bwayo.

Pasika) aho baba bategura imitima yabo kugira ngo bizihize izuka rya Kristo.

Hari uburyo bwinshi bwo kwiyiriza ubusa. Akenshi, kwiyiriza ubusa bisobanura kwiyima ibyokurya n'ibinyobwa keretse amazi gusa mu gihe cy'amasaha makumyabiri n'ane, uhereye igihe wafatiye ifunguro rya nijoro. (Uribuka umwami Yehoshafati ku Munsi wa 37? Abantu biyirije ubusa muri ubwo buryo.) **Mbere yo kwiyima ibyokurya kandi hari ibyo wategetswe kurya, banza ubaze muganga.** *Kwiyiriza ubusa unywa amazi gusa si byiza keretse bigenzuwe na muganga.* Ubundi buryo bwo kwiyiriza ubusa ni ukunywa amazi, ikawa/icyayi, umutobe ku munsi, ukongera kurya gusa nijoro. Ushobora nanone kureka ifunguro rimwe ku munsi cyangwa ukarya gusa imboga, umufa, umutobe, ikawa/icyayi, n'amazi mu minsi runaka. Ubu buryo bwo kwiyiriza ubusa butuma ugira imbaraga zihagije zo gukora.

Niba uretse kurya no kunywa (ibyitwa "kwiyima byose"), uko kwiyiriza ubusa bikwiye kumara igihe gito. Ntukwiye kubikora utabanje gutegura umubiri wawe, no guhabwa ubujyanama na muganga. Niba uri munsi y'imyaka cumi n'umunani, utwite, cyangwa ufite ibibazo by'ubuzima bitakwemerera kwiyiriza ubusa, ukwiye kubikora wiyima ikindi kintu kitari ibiryo.[1] Urugero, ushobora kwiyiriza ubusa udakoresha ikoranabuhanga (urugero: telefone, mudasobwa, imbuga nkoranyambaga) cyangwa utinezeza (urugero: kureba televiziyo, filime, kumva umuziki).

Imana ntiyita ku *byo* twiyima igihe twiyirije ubusa, ahubwo yita ku *mpamvu* ituma twiyiriza ubusa. Nk'uko twabyize ejo hashize, Imana yita ku mpamvu ituma dukora ibyo dukora.

Hashize imyaka myinshi Abisirayeli biyiriza ubusa babitegetswe n'amategeko, hanyuma Imana yerekana uburyarya bwabo. Babikoraga nk'abashaka Imana, ariko mu by'ukuri babaga bagamije kwemeza abantu. Birataga ko ari abanyedini kandi ko n'Imana ikwiye kubibashimira. Bibazaga impamvu Imana itabibashimira, ni uko ibabwira iberuriye ngo: "Uhoraho arabasubiza ati!... Iyo mwigomwe kurya mwifata uko mushaka, mukandamiza n'abakozi banyu. Iyo mwigomwe kurya murarwana mugakubitana amakofi, iyo mwiyirije

---

1 Bibiliya ntacyo ivuga ku kwiyiriza ubusa kw'abana. Abana ntibemerewe kwiyiriza ubusa batarya mu rwego rwo kubungabunga ubuzima bwabo n'imirire yabo. Niba ufite ibibazo by'uburwayi cyangwa utwite cyangwa urwaye diyabete, ushobora gusengera mu mwuka wo kwiyiriza ubusa (ufata ifunguro wandikiwe na muganga) wiyima ikindi kintu kitari ibyokurya.

ubusa mutyo amasengesho yanyu ntangeraho" (Ezay. 58:3–4). Kwiyiriza ubusa bishyira hejuru, batarigeze batura ibyaha byabo, byababazaga Imana. Yesu yarababuriye ngo, "igihe mwigomwe kurya ntimukijime mu maso nk'abantu b'indyarya bakambya agahanga, kugira ngo abantu bamenye ko bigomwe kurya. Ndababwira nkomeje ko ingororano yabo baba bamaze kuyishyikira" (Mat. 6:16). **Imana yanga abiyiriza bagamije kwiyerekana.**

Kwiyiriza ubusa kwacu bikwiye gutandukana n'ibyo Yesu yamaganye muri Matayo 6. Ahubwo, agira inama abizeye ababwira ngo, "Naho wowe niwigomwa kurya, wiyuhagire mu maso kandi usokoze, kugira ngo abantu batamenya ko wigomwe kurya, keretse So uba ahatagaragara. Nuko So we umenya ibiri mu ibanga azakwitura." (Mat. 6:17–18). Kugira ibanga bizatuma icyaguteye kwiyiriza ubusa kirushaho gutungana. Niwiyiriza ubusa mu itsinda, abandi bazamenya ko wiyirije ubusa, ariko ntibazakwitaho. **Imana ikunda kwiyiriza ubusa ko mu ibanga.**

Hari impamvu nyinshi muri Bibiliya zituma[1] twiyiriza ubusa, ariko uyu munsi turibanda kuri ebyiri: kwiyiriza ubusa kugira ngo ikibazo gikemuke cyangwa kwiyiriza ubusa kugira ngo habeho ububyutse mu buryo bw'umwuka. Igihe umuhanuzi Ezira yavaga mu bunyage i Buperesi asubiye i Yerusalemu, yari afite ikibazo. Uruhare rwe mu Nkuru y'Imana kwari ugusubizaho amategeko y'Imana afatanyije n'abandi batambyi b'Uwiteka, ariko abanzi bo mu turere tubegereye barabarwanyije. Iki cyari ikibazo gikomeye cyane, ariko Abisirayeli bagize ubwoba kandi bumva biteye isoni gusaba ubufasha umwami w'Ubuperesi. Ezira yaravuze ngo, "ntangaza ko twigomwa kurya, kugira ngo twicishe bugufi imbere y'Imana yacu" (Ezira 8:21). Imana yarasubije, maze Ezira akomeza avuga ngo, "Nuko twigomwa kurya kandi dusaba Imana yacu kuturinda, na yo itwemerera ibyo tuyisabye" (Ezira 8:23). Imana yemeye kwiyiriza ubusa kwa Ezira n'abantu bose, ibyo rero bishobora kutubera urugero rwiza. Hano tuhabonamo ibintu bitatu by'ingenzi:

---

1 Ijambo ry'Imana riduha ingero nyinshi zo kwiyiriza ubusa twakurikiza. Mu Isezerano rya Kera, abantu b'Imana barihannye kandi biyiriza ubusa kugira ngo bahemburwe mu buryo bw'umwuka (1 Sam. 7:1–8), ku bw'amahoro no gusaba Imana kubakemurira ikibazo (Ezira 8:21–23), ku bw'imbabazi no kwemerwa (Neh. 1–2), ku bw'imibereho myiza (Dan. 1:12–20), no ku bwo kurindwa ikibi (Esiteri 4:16). Mu Isezerano Rishya, abizeye na bo biyirizaga ubusa kugira ngo umuntu umwe yiyegurire Imana (Luka 2:37), itsinda (abantu bafatanyije) biyegurire Imana (Ibyakozwe n'intumwa 13:2), no ku bwo kwitegura gukora umurimo w'Imana (Ibyakozwe n'intumwa 14:23).

1. **Ezira yasabye abantu bose barebwa n'ikibazo kugira ngo biyirize ubusa.** Iyo ikibazo kireba itsinda ry'abantu, kwiyiriza ubusa bikwiye kuba iby'abantu bose mu gihe bishoboka. (Ikibazo cy'umuntu umwe gisaba kwiyiriza k'uwo muntu ku giti cye.) [1]

2. **Biyirije ubusa babishishikariye kandi bicishije bugufi.** Bari bihebye batazi ko Imana yabasubiza, bashishikariye gushaka Imana kugira ngo ibafashe. Senga ubudacogora mu gihe wiyirije ubusa.

3. **Biyirije ubusa *mbere* yo kugerageza gukemura ikibazo.** Ntukagire icyo ukora utarasenga, utariyiriza ubusa ngo wumve icyo Imana ikubwira. Ni ngombwa ko *dutegereza* igisubizo Cyayo.

Ushobora kuba udafite ikibazo gikomeye nk'icya Ezira, ariko gusenga wiyiriza ubusa bizagufasha mu gihe ushaka ubwenge bwatuma ufata icyemezo cyiza.

Imana ishobora kuguhamagarira kwiyiriza ubusa kugira ngo uhemburwe mu buryo bw'umwuka–kwiyiriza ubusa kugira ngo ubohorwe mu buryo bw'umwuka, ku bw'ububyutse, kugarukira Imana mu rushako rwawe, mu muryango wawe, mu gihugu cyawe, cyangwa mu buzima bwawe. Umuhanuzi Samweli yahamagariye abantu b'Imana kwiyiriza ubusa kuko bari abanyantege nke mu buryo bw'umwuka kandi barigometse ku Mana igihe kirekire. Isanduku y'isezerano yashushanyaga ubwiza bw'Imana, yanyazwe kubera ibyaha by'Abisirayeli. Bumvise bameze nk'aho Imana yabaretse, nuko Samweli abahamagarira kwiyiriza ubusa. Mbere yo gusengera abantu, yabategetse kureka gusenga ibigirwamana byabo byose. Basutse amazi imbere y'Uwiteka muri uwo muhango, nk'ikimenyetso cyerekana kwitunganya no guhemburwa mu buryo bw'umwuka. "Biyiriza ubusa baravuga bati: "Koko twacumuye ku Uhoraho" (1 Sam. 7:6). Imana yabasubije ibatsindira abanzi babo kandi yongera kubasubiza isanduku y'isezerano. Kwiyiriza ubusa kwa Samweli bitwereka ibintu bibiri by'ingenzi:

---

1   Elmer L. Towns, *Fasting for Spiritual Breakthrough: A Guide to Nine Biblical Fasts* (Ventura, CA: Regal Books, 1996), 46–47.

1. **Nka Ezira, Samweli yashishikarije buri wese kwiyiriza ubusa.** Abantu bose bashakaga guhemburwa mu buryo bw'umwuka, ni uko rubanda rwose biyiriza ubusa.

2. **Batuye kandi bihane ibyaha byabo bari kumwe.**[1] Bemeye ko ibyaha bakoze byabatandukanyije n'Imana bituma bicwa n'inzara mu buryo bw'umwuka. *"Twacumuye* ku Uhoraho" (1 Sam. 7:6). Ntibatuye ibyaha byabo gusa ahubwo barihannye ndetse basenya ibigirwamana byabo bagarukira Imana.

Dushobora kureba uruhare bagize mu Nkuru y'Imana tukabafatiraho urugero. Kwiyiriza ubusa si ikintu cyo gukerensa. Kwiyiriza ubusa ni igikorwa gisaba kwitonda cyane. Imana iduhamagarira kwiyiriza ubusa no gusenga kuko biyubahisha kandi bikatugirira akamaro ndetse bikatumenyesha ko iri kumwe natwe mu bibazo byacu. Tekereza ku buzima bwawe, ushobora kuba uri gutakira Imana nka Ezira na Samweli ngo igutabare. Niba Imana iri kugusaba kwiyiriza ubusa, tekereza ku bibazo biri hano hasi mbere yo gutangira:

1. Garagaza intego yawe yo kwiyiriza ubusa. Kuko wiyirije ubusa?
2. Hamya kwizera kwawe ko Imana ibasha kugukiza (Ezay. 59:1).
3. Tegura uko uziyiriza ubusa (niba uzanywa amazi n'umutobe gusa, cyangwa uzarya rimwe ku munsi, n'ibindi). **Baza muganga wawe mbere yo kwiyima bimwe mu byokurya wemerewe kurya.**
4. Emeza igihe uzatangirira kwiyiriza ubusa n'igihe uzasoreza.
5. Shaka isezerano ryo muri Bibiliya rigutera intege mu gihe wiyirije ubusa: "Nimusenga Uhoraho azabasubiza, nimumutabaza azitaba" (Ezay. 58:9).

Kwiyiriza ubusa bitwereka kandi bikereka Imana ko twifuza gusabana na Yo cyane. Iyo wiyirije ubusa wifuza gukora ubushake bw'Imana, uba witeze ibisubizo biva ku Mana igukunda kandi yifuza ko wayibona (Yer. 29:13). Egera Imana kandi ukomere mu kwizera mu gihe uramya Imana wicishije bugufi binyuze mu gusenga no kwiyiriza ubusa.

---

1 Byavuye mu gitabo kimwe kuri paji ya, 66–89.

Reka Bibiliya Ivuge:
Ezayi 58 (Esiteri 4)

Reka Ubwenge Bwawe Butekereze:
1. Wigeze gusenga wiyiriza ubusa? Niba warabikoze, wumva hari icyo bugufashije mu gihe cyawe cyo gusenga? Sobanura.

2. Hari ibibazo ubona mu buzima bwawe cyangwa mu gace utuyemo bigusaba gusenga wiyirije ubusa?

3. Wowe n'inshuti zawe murifuza gusenga mwiyiriza ubusa kugira ngo muhemburwe mu buryo bw'umwuka? Niba ari byo, mubiganireho kandi mubisengere kugira ngo mumenye uko mwakwiyiriza ubusa mufatanyije.[1]

Reka Ubugingo Bwawe Busenge:
Data, mfasha gukura mu buryo bw'umwuka, kumenya uko nasenga niyiriza ubusa n'igihe nabikora. Mu gihe niyirije ubusa, nshoboza kutabikora niyerekana cyangwa nishyira hejuru, ahubwo mbikore nshishikaye kandi mfite kwizera kwinshi Nshoboza guhora ngufitiye inzara kuruta ibindi byose... Mu izina rya Yesu, amina.

Reka Umutima Wawe Wumvire:
(Ni iki Imana ishaka ko umenya, uha agaciro, cyangwa ukora?)

---

1 Sura allinmin.org ubashe gukurura imfashanyigisho zivuga ku kwiyiriza ubusa nk'itsinda.

Sengera mu Ijambo ry'Imana, Menya Ubushake bw'Imana

Nimuguma kuri jye, n'amagambo yanjye agahora muri mwe, musabe icyo mushaka cyose muzagihabwa.
Yohani 15:7

Aho waba uherereye hose ku isi, uzasanga abantu ari ibiremwa bigira umugenzo. Tubyuka igihe kimwe buri gitondo. Duteka ibyokurya bimwe buri munsi. Dushaka kwicara ahantu hamwe mu materaniro ya buri cyumweru. Ariko nubwo iyo migenzo ya buri munsi ishobora kugira icyo idufasha, igatuma tugira gahunda tukabasha no kugira ibyo duteganya, ishobora no guhungabanya imigenzo yacu yo gusenga buri gihe. Kwegera Imana utabiteguye mu buryo wamenyereye, mu isengesho rimwe, buri munsi, bishobora gutuma ubusabane bwacu na Yo bumera nk'ubutariho. Rimwe na rimwe, tuba dukeneye kongera guha ubuzima amasengesho yacu, kandi ibyo tubikora twifashishije Ibyanditswe byahumetswe n'Imana.

Gusengera mu Byanditswe bikomeza gushyikirana kwacu n'Imana. Ibi tubibona muri Bibiliya aho abizeye bakomeye—n'Umwami wacu Yesu Ubwe—basengeye mu Byanditswe bafite kwizera. Gusengera mu Byanditswe bidufasha gukomeza gushyikirana n'Imana, neza, kandi ari Yo dutumbiriye gusa (tutirebaho) kandi ku bw'icyubahiro Cyayo (aho kuba icyacu). **Mu gukoresha amagambo Yayo, tuba twifuza guhuza ibitekerezo byacu n'iby'Imana no gusengera mu bushake Bwayo.** Twizera isezerano ritubwira ko itwumva kandi isubiza gusenga guhuye n'ubushake Bwayo (1 Yohani 5:14–15). Ni cyo gituma, umwanditsi wa Zaburi, Dawidi yavuze yizeye ngo, "Ujye wishimira Uhoraho, na we azaguha ibyo wifuza" (Zaburi 37:4).

Ariko abantu bamwe bakoresha nabi ibi Byanditswe nk'uburyo bwo kugera ku byo bashaka. *Wishimira Uhoraho? Yego, Ndagukunda Uhoraho! Nishimira kuguhimbaza Uhoraho! Nifuza ko wasubiza amasengesho yanjye yose nonaha Uhoraho.* Ibyo si byo iyi mirongo isobanura. "Kwishimira Uhoraho" ni ukumwifuza, na We akaguha ibyifuzo bishya—Ibyifuzo Bye. Ni iki Imana ishaka? Ubushake Bwayo buhora ari ubwo

- kuyihesha ikuzo (Rom. 11:36);
- gusabana natwe (Mat. 23:37);
- kubana na Yo binyuze muri Kristo (Rom. 5:1);
- guhinduka nka Kristo (Rom. 8:29);
- kugira ngo twishime, tuyishime, kandi dusenga ubudasiba (1 Tes. 5:16–18);
- kutugira abaziranenge no kuturinda ubusambanyi (1 Tes. 4:3);
- kuzana abantu bose kuri Yo (2 Pet. 3:9);
- kutwuzuza ukuri (Kol. 3:16);
- gushaka imitima yacu kuruta imirimo yacu (Hoseya 6:6);
- kuguma mu buzima bwuzuye no kubwishimira (Yohani 10:10; 15:1–17).

Tuzi ko ibi bintu ari ubushake bw'Imana kuko n'Ijambo Ryayo ni ko rivuga, kandi dushobora gusenga twizeye ko Imana izasohoza ibyo yifuza gukora. Ariko iyo ari ibyemezo by'umuntu ku giti cye kandi byihariye—nko kumenya aho werekeza cyangwa kubona akazi—nta mabwiriza arambuye tubona muri Bibiliya. Ibyo bishobora kumera nk'ibiduca intege. Ariko uko dukomeza gushora imizi mu Ijambo ry'Imana, ibitekerezo byacu birahinduka. Hanyuma tukabasha gusobanukirwa neza ubushake Bwayo *bwihariye* kuri twe kandi tukamenya ko ukuboko Kwayo kuri gukemura ibibazo byacu mu buryo bwihariye. Ibanga ni uguhindura ibitekerezo by'isi tukabisimbuza ibya Kristo: "Ntimugakurikize imibereho y'ab'iki gihe, ahubwo mureke Imana ivugurure ibitekerezo byanyu mube muhindutse rwose. Ni bwo muzashobora kumenya neza ibyo Imana ishaka, kugira ngo muhitemo ibyiza biyishimishije kandi bitunganye rwose" (Rom. 12:2).

Rimwe na rimwe, n'iyo dusenze dusaba kumenya icyo Imana ishaka, ntitumenya icyo kuvuga. Mu gihe tutazi icyo kuvuga, Icyanditswe gishobora kuduha amagambo twavuga. Ndetse dushobora no kwisunga Umwuka Wera kugira ngo *adusengera*. Imana izi ibyo twifuza byose n'ibyo dushaka, ndetse izi n'ibidukwiye twe tutaramenya. Dukwiye kwizera ko izakemura ibibazo byacu kandi ikaduha ibyo dukeneye mu gihe gikwiriye, mu buryo bwiza, nubwo twaba tudafite amagambo meza twabisabamo:

> Bityo Mwuka adusanga dufite intege nke akatwunganira. Koko ntituzi gusenga nk'uko bikwiye, ariko Mwuka ubwe adusabira ku Mana na we aniha, kandi uko aniha nta wabona uko abivuga. Nyamara Imana ireba mu mitima izi imigambi ya Mwuka, kuko asabira intore zayo ibihuje n'ibyo ishaka. (Rom. 8:26–27)

Ku bwa Mwuka Wera, tubasha kwegurira Imana ibyifuzo byacu twizera ko izadusubiza bihwanye n'ubushake Bwayo. Ntitugomba kumenya ubushake bw'Imana *mbere* yo gusenga. **Gusenga bidufasha kumenya ubushake bw'Imana.** Mu isengesho, Imana ihindura umutima wawe ikawuhuza n'ubushake Bwayo. Sengera ibyo ushaka uciye bugufi, ariko usengane umutima wemera imigambi y'Imana: "Icyakora bye kuba uko nshaka, ahubwo bibe uko ushaka" (Luka 22:42). Mu gihe Imana itangiye kukwereka ubushake Bwayo, komeza kuyizera utera izindi ntambwe zo kumvira. Intumwa Pawulo yatubereye urugero rwiza kuri iyi ngingo. Yasabye Imana inshuro eshatu kumukuraho "igisa n'ihwa mu mubiri [we kimuhanda kikamubera] nk'intumwa ya Satani" kandi Imana yanze ubusabe bwe inshuro eshatu (2 Kor. 12:7–10).

Nyamara, Pawulo yakomeje kuba umwizerwa ku Mana kuko yifuzaga gukora ubushake bw'Imana kuruta ibindi byose. Yigiye muri icyo kigeragezo ko ubuntu bw'Imana bumuhagije kugira ngo abashe gusohoza ubushake Bwayo. Ni cyo cyatumye, Pawulo "yageze aho dusiganirwa kugera" kandi "yakomeye kuri Kristo" kugeza ku iherezo (2 Tim. 4:7), ndetse imibereho ye yaheshje Imana icyubahiro.

Iyo twisunze Imana n'Ijambo Ryayo mu isengesho, by'umwihariko mu bihe bikomeye, duhabwa izindi mbaraga zidushoboza kubaho nk'uko yabigambiriye. **Ahari muri ibyo bihe bikomeye ni bwo tumenya uko Icyanditswe gikomeza amasengesho yacu. Gusengera mu Ijambo ry'Imana bituma imbaraga z'Imana zihindura imitima yacu n'ibibazo byacu.** Nanone kandi "Ibyanditswe byose byahumetswe n'Imana, kandi bifite akamaro ko kwigisha umuntu ukuri no kwamagana ibibi, gukosora umuntu no kumumenyereza gutunganira Imana, kugira ngo umuntu w'Imana abe ashyitse kandi atunganyirijwe rwose gukora ibyiza byose" (2 Tim. 3:16–17). Ijambo ry'Imana ntirinanirwa; rivugana natwe kandi rikadutegurira gukora imigambi y'Imana.

Iyo tuzi ko Ijambo ry'Imana rihora risohoza umurimo waryo, tubasha kwatura amasezerano y'Imana tukizera ko izayakomeza. Hari amasezerano arenga ibihumbi birindwi mu Byanditswe, kandi amenshi muri yo afite ibyo ashingiyeho. Amwe muri ayo masezerano ni ay'abantu bihariye. Ndetse hari amasezerano asaba ko umuntu akora igikorwa cyihariye. Igihe usomye isezerano, suzuma neza aho ryanditse kugira ngo umenye niba ridafiye icyo rishingiyeho. Reba neza niba *udasabwa* gukora ikintu mbere y'uko *Imana* ikora. Mu gihe dusengera amasezerano afite ibyo ashingiyeho, dusaba Imana kudufasha gusohoza inshingano zacu. Hanyuma tukayisaba kudusubiza ishingiye ku kuyumvira kwacu nk'uko yabisezeranyije. Dore ingero zimwe zibyerekana:

- "Nuko rero nimwemere kugengwa n'Imana, ariko murwanye Satani na we azabahunga. Nimwegere Imana na yo izabegera" (Yakobo 4:7–8).

  Mana, mfasha kukugandukira no kurwanya umwanzi kugira ngo ampunge. Mfasha gushaka wowe gusa. Umutima wanjye urifuza kukwegera kano kanya. Ndakwinginze unyegere, Mwami.

- "Nyamara nitwemera ko twakoze ibyaha, Imana yo ni indahemuka n'intabera, ku buryo itubabarira ibyaha byacu kandi ikatweza, ikatumaraho ikibi cyose" (1 Yohani 1:9).

  Data, ndagushimiye ku bw'ubudahemuka Bwawe mu kumbabarira. Ndatura ko _____. Ndagusaba kunyezaho gukiranirwa kose no kumfasha kugendera mu Mwuka Wawe ku bw'icyubahiro Cyawe.

- "Ahubwo mbere ya byose muharanire ubwami bw'Imana no kuyitunganira, bityo n'ibyo bindi byose na byo muzabihabwa" (Mat. 6:33).

  Mwami, mfasha gushyira imbere imigambi Yawe no kugendera ku mahame Yawe nyarutishe ibintu byose byo kuri iy'isi. Ndabizi ko nimbikora, uzampa ibyo nkeneye byose. Ndakwiringiye.

Gusenga bituma Imana isohoza ibyo yasezeranye mu buzima bwacu. **Dushobora kutamenya igihe Imana izasohoza isezerano cyangwa uko izarisohoza, ariko tuzi ko gusengera mu isezerano Ryayo bidufasha kuyizera no kubaho uko ishaka.** "Yego" ya Kristo ni yo cyemezo cy'amasezerano y'Imana uko angana, natwe rero akaduha kwikiriza tuti: "Amina" kugira ngo duheshe Imana ikuzo" (2 Kor. 1:20). Imana iradukunda kandi ishaka ko dusenga, tukavuga Ijambo Ryayo twizeye, tukatura amasezerano Yayo, ndetse tugashyira ibyiringiro byacu byose muri Yo. "Ujye uzirikana ijambo wambwiye, jyewe umugaragu wawe, wararikoresheje ungaruramo icyizere" (Zab. 119:49).

Reka Bibiliya Ivuge:
Matayo 6:9–13 (Wasoma na: Abanyaroma 12:1–2)

Reka Ubwenge Bwawe Butekereze:
1. Kumenya ubushake bw'Imana bidufasha guhangana n'ibibazo no gufata ibyemezo. Ni irihe sezerano ryo mu Byanditswe wishingikirizaho? Uyu munsi ushake iryagufasha.

2. Ibyifuzo by'umutima wawe byarahindutse bitewe n'uko ubushuti bwawe n'Imana bumaze gukura? Sobanura.

3. Niba hari ibikikugora, shaka umurongo cyangwa inkuru yo mu Byanditswe kano kanya yagufasha gukemura ikibazo ufite. Wandike kandi uwufate mu mutwe (Umunsi wa 34). Senga aya amagambo yo Byanditse buri gihe. Imana yishimira kumva Ijambo Ryayo, kandi ikunda kugutega amatwi kugira ngo imenye uko yagufasha kunesha ibikugora.

Reka Ubugingo Bwawe Busenge:
Data, Ijambo Ryawe rirakomeye. Mfasha gusengera mu Ijambo Ryawe kugira ngo mbashe gusenga ibihwanye n'ubushake Bwawe. Nyereka amasezerano uri gusohoza mu buzima bwanjye, kandi umfashe kuyafata mu mutwe no kongera kuyasenga nyakubwira. Umpe kwifuza ibyo ushaka... Mu izina rya Yesu, amina.

Reka Umutima Wawe Wumvire:
(Ni iki Imana ishaka ko umenya, uha agaciro, cyangwa ukora?)

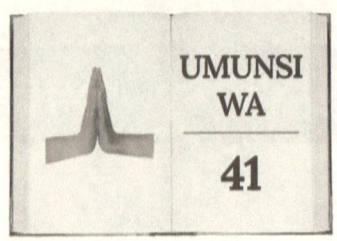

Sengera Abandi–Uburyo Bwagutse bwo Gusenga

Mbere ya byose ndabihanangiriza ngo mu
masengesho yanyu mujye musabira abantu bose,
mwinginga Imana kandi muyishimira ku bwabo.
1 Timoteyo 2:1

Habura gato ngo Yesu yitange kugira ngo abambwe, yahaye abigishwa Be impano itagereranywa. *Yarabasengeye–asengera nawe.*[1]

Gusenga bihoraho ni byo byaranze ubusabane bwa Yesu n'abigishwa Be. Yarabasengeye mbere yo kubatoranya (Luka 6:12–16). Yarabasengeye igihe bakoraga umurimo We. Kandi amasengesho Ye kuri bo no kuri wowe ntiyigeze ahagarara kuva yasubira mu ijuru. **Uyu munsi, muri aka kanya, Yesu akomeje kugusengera yicaye ku ntebe Ye yo mu ijuru** (Rom. 8:34; Heb. 7:25). Yesu ahisha abo akunda abasengera, natwe–nk'abigishwa Be–ni ko dukwiye kubigenza.

Ni bande Imana ishaka ko dusengera?

- Abayobozi (1 Tim. 2:1–2)
- Abizeye bo hirya no hino ku isi (Ef. 6:18)
- Abarwayi (Yakobo 5:14–15)
- Abanyabyaha (Yakobo 5:15–16)
- Abanzi (Mat. 5:44; Luka 6:28)
- Abasaruzi (Mat. 9:38)

---

1 Ushobora kubona iryo sengesho–ni isengesho rirerire muri Bibiliya ritari muri Zaburi–ahubwo riri muri Yohani 17.

- Abantu bose (1 Tim. 2:1)

Kuki gusenga mu buryo bwagutse (gusengera abandi) ari ngombwa? Gusengeranira bituma Imana iba mu busabane bwacu–biduhuriza hamwe mu rukundo n'ubumwe. Gusengera abandi bihindura uburyo twitwara ku muntu tukabasha kwicisha bugufi, "[twe] kuzirikana [ibyacu] gusa,... [tujye] tuzirikana n'iby'abandi" (Fil. 2:4). Ntitunyura mu nzira y'Imana turi twenyine. Dufite bene Data bagendana natwe, kandi duhamagarirwa kubitaho no kubatera intege. **Ariko biratugora gukorera abandi ikibafitiye akamaro kandi cy'iteka ryose *tutabanje* kubasengera. *Nyuma* yo kubasengera, ijambo ryose ryiza twavuga n'igikorwa cyose cyiza twakora biba birimo imbaraga z'Imana.** Tekereza kuri izi ngero zo muri Bibiliya ku bijyanye no gusengera abandi:

- Aburahamu yasengeye Loti maze Imana imukiza kurimbukira muri Sodomu (Intang. 18).
- Musa yasengeye igihugu cyose–Abisirayeli bari barayobye–maze Imana ireka kubarimbura (Kuv. 32–33; Zab. 106:23).
- Samweli yasengeye ubwoko bw'Imana maze Imana ibababarira ibyaha byabo kandi itsinda abanzi babo (1 Sam. 7).
- Eliya yasengeye igihugu maze Imana itanga imvura (1 Abami 18:41–46).
- Yobu yasengeye inshuti ze zamushinje ibinyoma maze Imana irabababarira (Yobu 42).
- Esiteri yasengeye Abayuda maze Imana ibakiza Abaperesi (Esiteri 4:15–17).
- Itorero rya mbere ryasengeye Petero wari ufunzwe maze Imana ikingura inzugi za gereza (Ibyakozwe n'intumwa 12).
- Yesu yaradusengeye maze Imana idukiza ibyaha byacu (Ezay. 53:12).

Dufite ingero nyinshi zo gusengera abandi mu Ijambo ry'Imana kuko bifite akamaro ku Mana. Kimwe mu byo Imana ishaka ni uko dusengera abo ikunda. Nuko rero dukwiye kuyisaba kudufasha kubona abandi nk'uko na Yo ibabona. **Imana izaguha ubwenge n'ubushishozi bwo kumenya uko usengera ibyifuzo wahawe.** Niba ufite inshuti iri kubabazwa no gutotezwa, Imana izakuyobora uburyo wayisengera kugira ngo yihangane cyangwa irokoke. Niba iyo nshuti iri kubabazwa n'amahitamo mabi yagize, Imana izakuyobora uburyo wayisengera kugira ngo *yihane* kandi ikizwe. Iyo Imana ihinduye umutima wawe ukabona abandi nk'uko ibabona, n'amasengesho yawe arahinduka. Ntukabasengera uvuga ngo, "*Mana, bakemurire ibibazo,*" "*Bakize imibabaro bafite,*" "*Bahe amafaranga.*" Ahubwo basengere uvuga ngo,

Mana, bahe ku migisha Yawe myinshi, nubwo kubona iyo migisha bisaba kubabara. Bakize vuba bishoboka, kandi ubahe imbaraga mu gihe gikwiriye. Bakize umubi. Babohore ibyaha n'ikindi cyose cyabangamira ubusabane Bwawe na bo. Uhabwe icyubahiro mu buzima bwabo. Bahe kwihangana kandi ubahe kurushaho kukumenya. Bahe ibyishimo n'amahoro. Nyereka uko nabafasha kandi nabatera intege.

Mu gihe dusengera abandi, tugomba kwibuka ko amasengesho arimo kwizera kandi ajyana n'ibikorwa yubahisha Imana kandi igahesha umugisha abandi. Urumva udafite kwizera guhagije? Niba Imana yaraguhaye kwizera Yesu, uko kwizera kurahagije kugira ngo uzane abandi kuri Yesu binyuze mu isengesho. Kwizera guto nk'ukw'akabuto ka sinapi gushobora kwimura imisozi. "Ndababwira nkomeje ko muramutse mufite ukwizera nibura kungana urwara, mwabwira uyu musozi muti: 'Va aha ujye hariya' maze ukahajya, nta kintu na kimwe cyabananira" (Mat. 17:20). Kugira ngo Imana isubize amasengesho yacu ntibisaba ko tugira kwizera kunini. Waba warizeye kera cyangwa wari umunyabyaha cyangwa ukaba wumva amasengesho yawe adafite imbaraga, menya ko gusenga kwawe bishobora kwimura imisozi. Dushobora gusenga amasengesho akomeye dusaba Imana gukora ibidashoboka kandi dufite kwizera guto. *Byose birashoboka* hamwe n'Imana yacu izi byose, ishobora byose, kandi ibera hose icyarimwe (Mat. 19:26; Mariko 10:27).

Ubwa nyuma, **ibuka gusenga ukora**. "Mwese mugumye gusenga mubihugukiye, mushimira Imana" (Kol. 4:2). Niba hari umuntu uzi ukwiye gusengera cyangwa ikibazo gikeneye amasengesho, senga muri ako kanya. Iyo dutinze, dushobora kugira ibindi biturangaza. Umuntu nagusaba kumusengera, bifate nk'amahirwe adasanzwe, kandi ibyifuzo bye ubigire ibanga. Mu gihe usengera abandi, Imana izakwereka uko wanabafasha.

- Niba uri gusengera umuntu kugira ngo abone akazi ukaba uzi umuntu ukeneye abakozi, iyo nshuti yawe yihuze n'uwo muntu uri gutanga akazi.
- Niba uri gusengera inshuti yawe irwaye ukibuka ko ufite ibyo kurya byamugirira akamaro, shyira inshuti yawe ibyo byokurya.
- Niba usengera umuntu kugira ngo amenye Kristo, shaka uburyo wamubwira Yesu.
- Niba warashakanye n'umuntu utizera, amasengesho yawe n'ibikorwa byawe byiza bizahindura uwo mwashakanye. Intumwa Petero yavuze ku bagabo batizera ngo, "nubwo bamwe baba batemera Ijambo rya Nyagasani, baryemezwe n'imyifatire yanyu mutiriwe mugira icyo muvuga. Bazareba gusa imyifatire yanyu itagira amakemwa n'ukuntu mwubaha" (1 Pet. 3:1–2).

Gusenga si ukuvuga gusa bisaba no gukora. Ntugatinde gukora icyiza (Imig. 3:28).

Abo twageraho mu buryo bw'umubiri ni bake, ariko dushobora kugera kuri bose mu buryo bw'isengesho. Dushobora kugeza ubutumwa bwiza kure cyane mu isi binyuze mu gusengera abandi no guhindura abantu benshi ku bw'icyubahiro cy'Imana!

Reka Bibiliya Ivuge:

Yohani 17 (Wasoma na: Abanyakolosi 1:9–12; 3; 4:2–6)

Reka Ubwenge Bwawe Butekereze:

Uribuka uburyo bushya dukwiye kubona ibintu nk'intumwa za Kristo (Umunsi wa 17–19)? Uyu munsi, reka uwo muhamagaro ukuyobore mu masengesho yawe mu gihe usenga wishingikirije Abanyakolosi.

1. **Sengera urubyiruko (Kol. 1:9–12).** Senga kugira ngo bamenye Imana, basobanukirwe ubushake Bwayo (umurongo wa 9), babeho ubuzima bwo kwera imbuto (umurongo wa 10), bamenye imbaraga z'Imana (umurongo wa 11), kandi bashime Data banezerewe (umurongo wa 12).

2. **Sengera bagenzi bawe n'amahanga (Kol. 4:2–6).** Basengere kugira ngo babone amahirwe yo kuvuga Kristo (umurongo wa 3) no kumuhagararira neza barangwa n'ubuhamya bwiza kandi babwira abandi amagambo yuzuye ubuntu n'urukundo (umurongo wa 5–6).

3. **Senga kugira ngo uhe Imana icyubahiro (Kol. 3).** Saba Imana kugufasha gutumbira Kristo (umurongo wa 1) no kuyiha icyubahiro kurusha ibindi byose (umurongo wa 3). Senga kugira ngo ubuzima bwawe burangwe n'impuhwe, kugira neza, kwicisha bugufi, kugwa neza, no kwihangana–kwera no guha Imana icyubahiro ukunda abandi kandi ubababarira (umurongo wa 5–15).

Reka Ubugingo Bwawe Busenge:

Data, uravuga ngo, "Nantabaza nzamutabara, nagira amakuba sinzamutererana, nzamukiza akaga muheshe icyubahiro" (Zab. 91:15). Nshoboza guhora nkwiyambaza nkwambariza n'abandi... Mu izina rya Yesu, amina.

Reka Umutima Wawe Wumvire:

(Ni iki Imana ishaka ko umenya, uha agaciro, cyangwa ukora?)

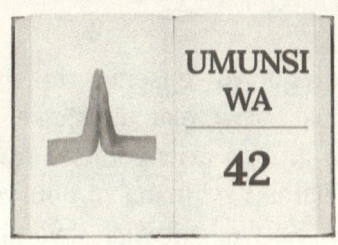

Banza Usenge. Senga Buri Gihe. Senga Nonaha.

Mwese mugumye gusenga mubihugukiye, mushimira Imana.
Abanyakolosi 4:2

Kimwe mu bintu umuntu yamenya cy'ingenzi, gikomeye kandi gitangaje kurusha ibindi mu isi ni iki: **Imana isubiza gusenga**. Ntitukabimenyere. Kumenya ko Imana yumva kandi isubiza amasengesho yacu ntitukabifate nk'ibisanzwe. Isubiza amasengesho yacu kubera icyo iri Cyo. Dukwiye kwakira ubuntu Bwayo n'ineza Yayo tuvuga ngo: Ubwami bw'Imana buze kandi ubushake Bwayo bube mu buzima bwacu, mu rushako rwacu, mu miryango yacu, mu matorero yacu, no mu bihugu byacu (Mat. 6:10). Muri iki cyumweru twize byinshi byerekeye aya mahirwe adasanzwe dufite yo gushyikirana n'Imana:

- Gusenga biva mu busabane ufitanye n'Imana kandi bigatuma bukura.
- Gusenga ni ukuganira n'Imana ku buryo bishobora guhindura imibereho yawe kandi *bihora* bihindura umutima wawe.
- Tugomba kwirinda ibyabangamira amasengesho no kubikemura ako kanya.
- Dushobora kwiyiriza ubusa cyangwa gusengera mu Byanditswe kugira ngo dukomeze imibereho yacu yo gusenga.
- Dusengera abo tuzi n'abandi tutazi bitewe n'uko Imana ituyoboye.

Ikiruta byose, intego yo gusenga ni ukumenya ubushake bw'Imana, kandi akenshi itwereka ubushake Bwayo binyuze mu Ijambo Ryayo. Ni cyo gituma ari ngombwa kwiga Ibyanditswe no kubifata mu mutwe. Ijambo ry'Imana ni uburyo Imana yashyizeho ngo ibashe kuvugana natwe. Nitwiga Ibyanditswe tukabimenya, Umwuka Wera azatwibutsa imirongo igihe tuyikeneye (Yohani 14:26). Mu gihe abigukoreye, ujye usengera muri yo.

Imana ivuga no mu bundi buryo. "Mu minsi y'imperuka nzasuka Mwuka wanjye ku bantu bose, abahungu n'abakobwa banyu bazahanura, abasore banyu bazagira iyerekwa, abasaza bo muri mwe bazabonekerwa mu nzozi" (Ibyakozwe n'intumwa 2:17). Rimwe na rimwe Imana ivuga ibinyujije mu bihe ducamo, ibyiyumvo, ibitekerezo bitunguranye dutekereza, inzozi, amayerekwa, cyangwa ikavugana n'abandi binyuze mu itorero. Dore ingero zitandukanye zo muri Bibiliya zibyerekana:

- **Imana yavuganye** na Aburahamu (Intang. 12:1), Hagari (Intang. 16:7–13), Musa (Kuv. 3:5), n'abahanuzi bose, Sawuli (Pawulo) (Ibyakozwe n'intumwa 9:5), na Yohani (Ibyah. 1:17–18).
- **Imana yahaye inzozi** Yakobo (Intang. 28:12), Yozefu (umuhungu wa Yakobo) (Intang. 37:5), Farawo (Intang. 41), Nebukadinezari (Dan. 2), Yozefu (umugabo wa Mariya) (Mat. 1:20–21; 2:13), n'abanyabwenge (Mat. 2:12).
- **Imana yahaye amayerekwa** Ezayi (Ezay. 2:1), Yeremiya (Yer. 24:1), Ezekiyeli (Ezek. 1:1), Daniyeli (Dan. 10), Petero (Ibyakozwe n'intumwa 10:9–16), Pawulo (Ibyakozwe n'intumwa 16:9), Yohani (Ibyah. 1), n'abandi benshi.
- **Imana yahaye itorero** abantu b'i Yudeya, Galilaya, Samariya (Ibyakozwe n'intumwa 9:31), Antiyokiya (Ibyakozwe n'intumwa 13), Yerusalemu (Ibyakozwe n'intumwa 15), natwe.

Uko Imana ivugana natwe si cyo cy'ingenzi nk'uko *twakira* ibyo dutekereza ko itubwira. Birashimishije kumenya ko Imana ivugana natwe mu buryo butandukanye, ariko shishoza. Kutumva Imana bishobora guteza akaga. **Icyo twamenya neza ni uko–Imana nivugana natwe, ntizigera na rimwe ivuguruza Ijambo Ryayo.** Bamwe bageragereje guhanura iby'iminsi y'imperuka, bibwira ko bahawe ihishurirwa ridasanzwe, ariko Ijambo ry'Imana rivuga ko nta n'umwe uzi umunsi cyangwa igihe Yesu azazira (Mat. 24:36). Abayobozi bamwe bigisha ko indwara *zose* ziterwa no kutihana ibyaha. Ariko Bibiliya yigisha ko ingaruka z'icyaha zigera ku bantu bose, zirimo n'indwara (Rom. 8:20–22).

Iyo wizeye ko wumvise Imana, saba Imana guhamya ubwo butumwa wumvise. Nubikora, umushumba cyangwa inshuti yawe bazakubwira umurongo ujyanye n'ibihe uri gucamo. Cyangwa, mu gihe cyawe cyo gusenga, uri kumwe n'Umwami, uzisanga uri gusoma umurongo uhamya ibyo wumvise. Abizeye bakuru n'abayobozi b'itorero basobanukiwe Bibiliya bashobora kugufasha kumenya niba ubutumwa wumvise ari ubw'Imana. Nyuma yo guhamya ko ibyo wumvise byavuye ku Mana, yumvire n'umutima wawe wose ako kanya. Umwuka Wayo Wera azagushoboza kujya aho Imana ikuyobora. Gutinda kumvira cyangwa kumvira bidahagije ni ukutumvira, kandi nk'uko twabyize mbere, kutumvira bishobora kubangamira amasengesho yacu.

Mu gihe dukomeje urugendo rwacu rwo gusenga turi kumwe n'Imana, dore inama eshatu zadufasha gukomeza ibihe byacu byo gusenga:

1. **Tegura amasengesho.** Dushobora kumva twisanzuye kubwira Imana ibyo dushaka kandi mu buryo butunguranye, ariko dukwiye kugira intego mu *byo* dusenga–**hakabamo kuramya Imana (gusingiza), kwatura, gushima, no kwinginga** (Umunsi wa 37). Naho ubundi, dushobora gusimbuka umwanya wo kuramya Imana maze tugahora buri gihe dusaba Imana ibyo dushaka gusa, cyangwa tugaherera mu kwatura gusa tukibagirwa gushima Imana. Nk'uko bivugwa ku Munsi wa 37, andika ibyifuzo ujye ubivugurura buri cyumweru, kandi wandike igihe Imana yasubije ayo masengesho n'uko yayasubije. Ushobora nanone gushyiraho gahunda yo gusenga buri cyumweru "winginga" iryo rikaba isengesho rigufasha gusengera abantu bihariye cyangwa ibyifuzo byihariye buri munsi mu cyumweru. Urugero:

Ku Cyumweru: Ibyifuzo Byawe n'Icyumweru Ugiye Gutangira
Ku wa Mbere: Abamisiyoneri n'Abavugabutumwa (bahabwe umugisha kandi bagirirwe ubuntu)
Ku wa Kabiri: Abigisha, Abayobozi b'Igihugu, Abasirikare, n'Abapolisi (bagire ubwenge kandi Imana ibarinde)

<u>Ku wa Gatatu</u>: Abagize Umuryango Wawe (ibyifuzo byabo)

<u>Ku wa Kane</u>: Inshuti (ibyifuzo byabo)

<u>Ku wa Gatanu</u>: Bagenzi bawe n'Amahanga (kugira ngo bagire ububyutse, bakanguke mu buryo bw'umwuka, kandi Yerusalemu ibone amahoro [Zab. 122:6–9])

<u>Ku wa Gatandatu</u>: Abashumba (kuruhuka neza no kubwiriza bafite imbaraga z'Imana)

Niba umuryango usengeramo utanga gahunda y'amasengesho–yaba ituruka ku itorero ryawe cyangwa kuri interineti–mushobora no gukoresha na gahunda y'ibyifuzo nyamukuru byo gusengera, ibitabo by'amasengesho, cyangwa kalindari y'amasengesho.

2. **Shyira imbere amasengesho.** Akenshi Yesu yavaga mu bantu akajya ahiherereye kugira ngo atangire umunsi we asenga, maze akabasha kuvugana na Se umunsi wose. Yareberaga kuri Se. Yakoraga ibyo yabonye Se akora (Yohani 5:19). Yumvaga amagambo ya Se akavuga ibyo yumvanye Se avuga (Yohani 12:49). Abigishwa ba Yesu babaye aba mbere mu guhamya ko Yesu yishingikirizaga amasengesho. Igihe babaga abayobozi mu itorero rya mbere, hari inshingano beguriye abandi kugira ngo bite ku gusenga no kwigisha Ijambo ry'Imana (Ibyakozwe n'intumwa 6:4). Umwuka Wera yasubizaga amasengesho yabo mu buryo bukomeye (Ibyakozwe n'intumwa 1:14–2:4). Ashobora kubikora no kuri twebwe.

3. **Tekereza ko uri gusengera mu cyumba kirimo intebe y'Imana.** Gusenga ntibisaba gukora gusa bisaba n'ahantu. "Nuko rero nidushire umususu twegere intebe ya cyami y'Imana igira ubuntu, kugira ngo duhabwe imbabazi tugirirwe n'ubuntu, bitume dutabarwa mu gihe gikwiye" (Heb. 4:16). Igihe dusenga, twegera intebe y'Imana. Umwanditsi w'Abaheburayo atwibutsa ko Yesu ari Umutambyi wacu Mukuru (Heb. 2:17; 4:14) kandi adusaba kwegera intebe y'Imana tudatinya. Gutekereza ko uri gusenga muri ubwo buryo bihindura uburyo twegera Imana mu masengesho yacu. Ushobora guhitamo gupfukama cyangwa kubika umutwe kugira ngo witegure guhura n'Imana.

Intebe y'Imana ntacyo wayinganya mu isi. Yicaye ku ntebe y'ubuntu. Atugirira ubuntu. Ubuntu Bwayo burahagije kandi buduha ibyo dukeneye mu gihe gikwiriye. Kuko Yesu ari we Mutambyi wacu Mukuru, dushobora kwegera intebe y'ubuntu. Umwami avuga ngo, "Ubuntu ngira buraguhagije, kuko ububasha bwanjye bugwira ahiganje intege nke" (2 Kor. 12:9). Duhamagarirwa kwihangana, kandi ubuntu budufasha gukomera mu rugendo rwacu−ari rwo nkuru yacu nyakuri n'Imana n'umugambi ifite kuri twe. Mbega ishusho nziza kandi ihebuje dukwiye guhora twibuka igihe twegereye Imana dusenga!

Nshuti yanjye, turagushishikariza gukomeza kwishimira ikiganiro ugirana n'Imana kuva ubyutse kugeza usoje umunsi wawe wose. Izere uwo usenga kuko "agira imbabazi n'impuhwe, atinda kurakara kandi yuje urukundo" (Zab. 145:8). Ni Umubyeyi mwiza, kandi yishimira kumva amasengesho y'abana Be (Imig. 15:8).

Reka Bibiliya Ivuge:

Luka 18:1–14 (Wasoma na: Abaheburayi 4:14–16)

Reka Ubwenge Bwawe Butekereze:

1. Kumenya ko wegera intebe y'Imana y'ubuntu bihindura iki ku buryo wegera Imana mu isengesho?

2. Subiza Ibibazo byo Kuganiraho by'Icyumweru cya 6.

Reka Ubugingo Bwawe Busenge:

Data, ndagushimiye ko wemera ko negera intebe Yawe y'ubuntu. Nyobora mu gihe nsenga. Mbega ukuntu ari byiza kumva ko wifuza kuntega amatwi, kandi ushaka ko nkubwira ibiri mu mutima wanjye byose. Ndagusaba kumfasha kumenya ibyo ushaka mu gihe ntangiye kuganira nawe mu buryo buhoraho. Ngirira imbabazi n'ubuntu mu gihe mbikeneye... Mu izina rya Yesu, amina.

Reka Umutima Wawe Wumvire:

(Ni iki Imana ishaka ko umenya, uha agaciro, cyangwa ukora?)

IBIBAZO BYO KUGANIRAHO MU CYUMWERU CYA 6:

Subiramo amasomo y'iki cyumweru maze usubize ibibazo biri hano hasi. Sangiza inshuti zawe ibisubizo byawe nimuterana muri iki cyumweru.

1. Ni ibiki bigufasha kuguma ku ntego yawe mu gihe usenga? Gusenga mu ijwi riranguruye? Gupfukama? Kwandika? Gutegura gahunda y'amasengesho? Ikindi?

2. Twaganiriye ku bintu bine by'ingenzi (KKGK) bigize isengesho: kuramya, kwatura, gushima, no kwinginga. Ni ibihe muri ibi bikorohera cyane? Ni ibihe wifuza kurushaho gukora? Isengesho ry'Umwami ni urugero rwiza rukubiyemo ibi bice nyamukuru. Niba utazi Isengesho ry'Umwami, jya muri Matayo 6:9–13 urisome.

3. Ni ryari Imana yakoresheje isengesho igahindura umutima wawe aho guhindura ibihe wari urimo? Ni ikihe gisubizo gikomeye kuruta ibindi cy'isengesho waba wibuka?

4. Haba hari ibibangamira isengesho mu buzima bwawe? Ni iki wakora uyu munsi kugira ngo urwanye izo nzitizi? Saba umuntu kureba ko uri guhindura ibyo Imana igusaba guhindura.

5. Muhane ibyifuzo byo gusengera kandi mwitoze gusengeranira. Bwira abandi niba Imana yarasubije ayo masengesho ubabwire n'igihe yayasubirije.

ICYUMWERU CYA KARINDWI

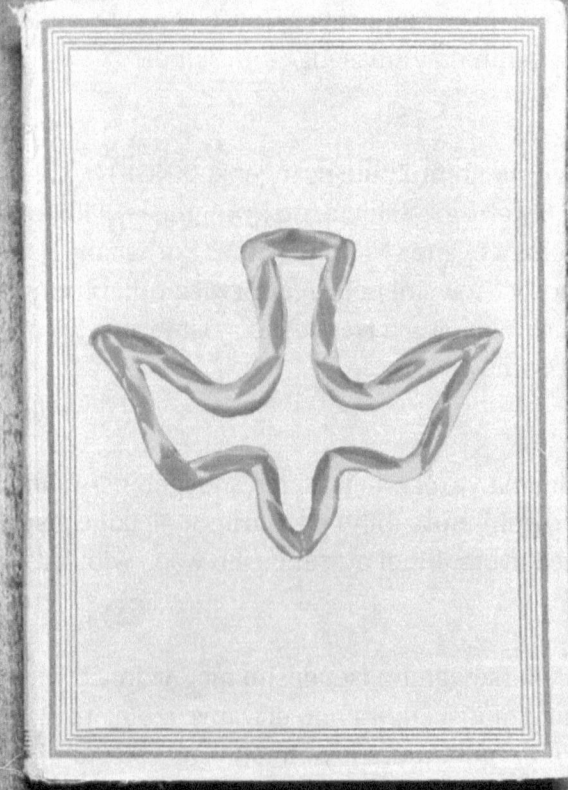

UMWUKA WERA—KUBAHO INKURU YAWE MU MBARAGA Z'IMANA

Menya Imbaraga z'Imana ziri muri Wowe

Nanjye nzasaba Data kubaha undi Mujyanama kugira
ngo agumane namwe iteka. Uwo ni we Mwuka
w'ukuri. Ab'isi ntibabasha kumwakira kuko batamureba
ntibanamumenye. Naho mwebweho muramuzi kuko
ari kumwe namwe kandi azaba muri mwe.
Yohani 14:16–17

Twazigamye impano ihebuje ubwo twari kumwe mu cyumweru gishize. Waramwumvise muri uru rugendo kuko bidashoboka kuvugana na We. Ariko noneho, reka twibonanire ku mugaragaro n'udushoboza kumenya Imana, kuguma muri Yesu, no gusohoza uruhare rwawe mu Nkuru y'Imana. Harageze kugira ngo umenye Umwuka Wera kandi usobanukirwe uko wakwishimira kubaho Kwe.

Ukuri ni uko abizeye benshi bo hirya no hino ku isi bazi ko Umwuka Wera abaho ariko ntibazi uko bashyikirana na We. Bashobora kuba bitabira amateraniro buri gihe, biga Bibiliya, kandi ari abakorerabushake mu murimo w'Imana. Nyamara hakiri ikintu kibura mu busabane bwabo n'Imana. Bashobora kwibaza impamvu batagira ibyishimo n'ubushoboza bwo kunesha icyaha ndetse bakumva bihebye kandi bababaye. Ntibazi ko atari *ikintu* babura mu buzima bwabo ahubwo ko ari *umuntu* babura. Ntawabigishije uko babaho buri munsi basabana n'Imana binyuze muri Mwuka Wera, bashingiye ku murimo Yesu yarangije gukora. Imana ntiyigeze yifuza ko abana Bayo bakwiyumva gutyo. Ni cyo gituma igihe Yesu yasubiraga mu ijuru, yadusigiye ibintu bitatu:

1. **Umubiri We: Itorero (Kol. 1:18)**

Itorero ni umuryango w'Imana, si inyubako.[1] Iryo teraniro ry'abizeye Bibiliya iryita umubiri wa Kristo (Umunsi wa 12). Nk'uko ingingo zitandukanye z'umubiri zikora imirimo itandukanye ariko zigize umuntu umwe, ni ko natwe abizeye tugize umubiri wa Kristo. Duterana intege kandi tugashyigikirana. **Umwuka Wera aduha ubushobozi budasanzwe–impano z'umwuka–kugira ngo dukorane neza nk'abagize umuryango w'abizeye** (1 Kor. 12). Kuko twese tudafite impano zimwe, dufashanya mu buryo butandukanye, ariko intego y'uko gufashanya buri gihe ni uguhesha Imana icyubahiro. Umwuka Wera n'Itorero bakorera hamwe mu Byanditswe.

2. **Ibitekerezo Byayo: Ijambo ry'Imana (1 Kor. 2:16)**

Yesu Kristo ni Jambo wahindutse umuntu (Yohani 1:14). Igihe Yesu (Ijambo ry'Imana mu buryo *bw'umuntu*) yasubiraga mu ijuru, Ibyanditswe (Ijambo ry'Imana mu buryo *bw'inyandiko*) byagumanye natwe. Mu Ijambo ry'Imana, tumenya ibyo Imana yibwira–ubushake n'ibitekerezo Byayo–maze tukavugurura imitekererere yacu (Rom. 12:1-2). **Binyuze kuri *Mwuka Wera*, duhabwa ibitekerezo bya Yesu Kristo kandi tukabisobanukirwa.** "Ibyo Imana yabiduhishuriye ikoresheje Mwuka wayo... 'Ni nde uzi ibyo Nyagasani atekereza? Ni nde ubasha kumugira inama?" Nyamara twebwe twahawe gutekereza kimwe na Kristo" (1 Kor. 2:10, 16). Umwuka Wera n'ubutumwa bwiza biragendana mu Byanditswe.[2]

3. **Umwuka w'Imana: Umwuka Wera (Rom. 8)**

Nanone kandi Yesu yadusigiye Umwuka Wera, Umufasha, Umwuka w'Ukuri. Umwuka Wera ntatandukanye n'Imana ahubwo *ni* Imana (2 Kor. 3:17). Iyo tuvuye mu byaha tukizera Yesu wenyine tugakizwa, Imana itubabarira ibyaha byacu kandi **ikaduhindura bashya** binyuze muri Mwuka Wera (Tito 3:5). *Umwuka Wera* **aratwuzura, akadukomeza, akatwigisha, akadusengera, kandi akadukomeza.** Mu magambo ya nyuma Yesu yabwiye abigishwa Be, yibanze cyane kuri iyi mpano y'Umwuka Wera (Yohani 14:15-27; Ibyakozwe n'intumwa 1:8). Umwuka Wera n'uwizeye wavutse ubwa kabiri bahora ari umwe mu Byanditswe.[3]

---

1 Soma Umunsi wa 12 uvuga "Uko Wabona Itorero Ryiza."

2 J. D. Greear, *Jesus, Continued ... : Why the Spirit Inside You Is Better than Jesus Beside You* (Grand Rapids, MI: Zondervan, 2014), 21.

3 Yesu yakoresheje ijambo "kuvuka ubwa kabiri" igihe yaganiraga n'umukuru w'idini amubwira

Ni byo, Umwuka Wera ni we ukorera mu itorero kandi akarikoresha, ahishura ibitekerezo bya Kristo, kandi akadufasha kubaho ubuzima bwo kwizera. Ubushobozi bwacu bwo gusohoza umugambi w'Imana bushingira ku busabane dufitanye n'Imana binyuze kuri Mwuka Wera. Tugomba kumenya byinshi kuri We, no kumwisunga kuko ari We utwereka Yesu (Yohani 15:26). Reka noneho turebe intangiriro y'iri somo.

Umwuka Wera ni nde? Bibiliya ivuga ko Umwuka Wera ari Imana mu buryo bwuzuye. Hambavu y'Imana Data n'Imana Mwana (Yesu), Imana Umwuka ni uwa gatatu mu bagize Ubutatu. Imana imwe mu butatu—buri hamwe, ariko kandi butandukanye. Tubona Ubutatu mu gihe cy'iremwa (Intang. 1:2, 26), ku mubatizo wa Yesu (Mat. 3:16–17), n'igihe hatangazwaga Inshingano Nkuru (Mat. 28:19), buvugwa mu nzandiko z'Isezerano Rishya (2 Kor. 13:14), no mu bindi Byanditswe. Kuko Umwuka Wera ari Imana, angana n'Imana Data n'Imana Umwana mu buryo bwose.

Kimwe nka Data n'Umwana, Umwuka na We ni *umwe mu bagize Ubutatu*, si imbaraga zidasobanutse. Umwuka Wera si imbaraga ndengakamere ahubwo agira ibitekerezo, amarangamutima, n'ubushake. Ashyikirana natwe, avugana natwe, kandi aradufasha. Ni "Umwuka uhoraho" (Heb. 9:14) azabana natwe *iteka ryose* (Yohani 14:16).

Igihe Yesu yari hafi kuva mu isi, yabwiye abigishwa Be ngo, "icyabagirira akamaro ni uko ngenda" (Yohani 16:7). Icyabagirira akamaro? Tekereza kuri iyo nteruro. Ni gute kugenda kwa Yesu byagombaga kutugirira akamaro? Yesu yakomeje kubisobanura, "kuko nintagenda wa Mujyanama atazaza muri mwe, ariko ningenda nzamuboherereza." (Yohani 16:7). Yesu amaze kugenda ni bwo Umuvugizi, Umwuka Wera yagombaga kuza kuri bo. **Yesu yari azi ko Imana Umwuka kuba *imuri* bo ari byo byiza cyane kuruta kuba Imana Umwana ari *kumwe* na bo.** Biratangaje ariko ni ko kuri.

Umwuka Wera ahabwa abizeye bose. Kano kanya, Umwuka Wera aba muri wowe. Ubu uri urusengero rw'Imana.[1] Nk'insengero zera zigenda, dufite Umwuka Wera ukorera muri twe kandi udukoresa kugira ngo tumurike umucyo n'urukundo bya Yesu mu isi. Ntidukizwa ngo *tuve* mu byaha byacu gusa; dukizwa *ku bw'* imigambi

iby'agakiza (Yohani 3:3–8).

1 1 Kor. 3:9, 16–17; 6:17–19.

y'Imana kandi tugahabwa imbaraga na Mwuka Wera w'Imana. Ku bwacu ntacyo twakora ngo kirambe cyangwa ngo giheshe Imana icyubahiro. "'Uhoraho Nyiringabo aravuze ati: 'Ububasha bwawe cyangwa imbaraga zawe,si byo bizagushoboza umurimo wanjye, ahubwo uzawushobozwa na Mwuka wanjye.'" (Zak. 4:6).

Kugira ngo dusohoze uruhare rwacu mu Nkuru y'Imana, dukeneye Mwuka Wera mu mibereho yacu yose nk'

- Umwigisha bana natwe–uduhishurira kandi akatwibutsa ukuri kw'Ijambo ry'Imana (Yohani 14:26).
- Umufasha uhoraho–utuyobora kandi udufasha buri gihe (Yohani 14:16).
- Umuyobozi w'ivugabutumwa–uduha imbaraga nk'abahamya ba Yesu mu isi (Ibyakozwe n'intuma 1:8).
- Umwinginzi–udusengera igihe tutazi icyo gusenga (Rom. 8:26).
- Ukuraho ibyaha–utubohora ibyaha (Rom. 8:2, 12–13).
- Uhishura ukuri–utuyobora mu kuri kose (Yohani 16:13).
- Utanga impano–uduha impano z'umwuka (Rom. 12:3–8; 1 Kor. 12).
- Uweza imbuto–usarura imbuto z'umwuka mu buzima bwacu (Gal. 5:22–23).
- Ikimenyetso cy'agakiza–uhora aduhamya ko turi abana b'Imana (Ef. 1:13–14).

Ni yo mpamvu Yesu *yongeye* kumuvuga amaze kuzuka. Habura gato mbere y'uko asubira mu ijuru, Yesu yasezeranyije abigishwa Be ngo:

Icyakora Mwuka Muziranenge nabazaho muzahabwa ububasha. Bityo muzaba abagabo bo guhamya ibyanjye i Yeruzalemu no muri Yudeya hose, no muri Samariya ndetse no kugeza ku mpera z'isi. (Ibyakozwe n'intumwa 1:8)

Mu baraga za Mwuka Wera, bagombaga guhagararira Yesu aho bari (i Yerusalemu), mu turere bari begeranye natwo (Yudeya), aho abantu bishishaga (Samariya), n'ahandi hose ku isi. Mu byo Yesu yabwiye abigishwa Be byose byo kubakomeza no kubagira inama, amagambo Ye ya nyuma yibanze cyane kuri Mwuka Wera. Ubuzima bwa Yesu bwari bushingiye kuri Mwuka Wera–kuva avutse, abatizwa, asigwa amavuta, mu mibereho Ye, no mu rupfu.[1] Ubwa nyuma, Yesu yazutse mu bapfuye bikozwe na Mwuka (Rom. 8:11). Niba mu gihe Yesu yabayeho hano ku isi yarishingikirizaga kuri Mwuka Wera, kuki twe twabaho mu buryo butandukanye n'ubwo? Ibaze ibi bibazo bikurikira:

- Mbese nkeneye ubushishozi kugira ngo nsobanukirwe Ibyanditswe? (Yohani 14:26; 1 Kor. 2:13–14)
- Nkeneye kwibutswa Ijambo ry'Imana mu gihe gikwiriye? (Yohani 14:26)
- Nkeneye guhabwa imbaraga kugira ngo nsohoze imigambi y'Imana? (Ibyakozwe n'intumwa 1:8)
- Ndashaka kuyoborwa n'Umwuka Wera? (Rom. 8:14; Gal. 5:18)
- Nkeneye ubusha rimwe na rimwe igihe nsenga? (Rom. 8:26–27)
- Nkeneye kubohoka ingoyi y'icyaha? (Rom. 8:2, 12–13)
- Nshaka kumvira Ijambo ry'Imana? (Ezek. 36:27)
- Nshaka gukura nubahisha Imana? (2 Kor. 3:18; 2 Tes. 2:13)
- Nkeneye ibisubizo by'ubwenge igihe nibaza ku Mana? (Luka 12:12)

Niba wasubije yego ku bibazo byose biri hano hejuru, witeguye kwakira Mwuka Wera kugira ngo agukoreshe byinshi mu murimo We. Kandi na We yiteguye gukorana nawe. Uko urushaho kwemerera Mwuka Wera gukora mu buzima bwawe, ni ko uzarushaho kumenya ko Imana iri kumwe na we kandi ko igukunda. Ibyo bizatuma urushaho gukunda Yesu–kandi iyo ni yo mpamvu Mwuka Wera yaje. Nk'uko Yesu yaje gukuza Imana Data no kumuhishura (Mat. 11:27), ni ko Umwuka Wera yaje gukuza Yesu no ku muhesha icyubahiro (Yohani 16:13–14).

"Mu minsi y'imperuka nzasuka Mwuka wanjye ku bantu bose,... Umuntu wese uzatakambira Nyagasani azakizwa." (Ibyakozwe n'intumwa 2:17, 21)

---

1 Luka 1:35; Luka 3:22; Luka 4:18; Luka 4:1; Heb. 9:14.

Mu Isezerano rya Kera, abantu benshi birengagije Imana Data. Mu Isezerano Rishya, abantu benshi birengagije Imana Mwana. Muri iki gihe, twe gukora ikosa ryo kwirengagiza Imana Umwuka. Ahubwo reka dukomeze ubusabane bwacu n'Imana binyuze kuri Mwuka Wera tumusabe gukorera muri twe no kudukoresha. Azabikora. Ejo uzabimenya ejo. Kizaba ari cyumweru cya nyuma cyiza cyo kuba hamwe.

Reka Bibiliya Ivuge:
Yohani 14:15–27 (Wasoma na: Acts 1–4. Nubona umwanya muri iki cyumweru, **soma igitabo cy'Ibyakozwe n'intumwa mu Isezerano Rishya**, akenshi cyitwa "Ibyakozwe n'Umwuka Wera," kugira ngo usobanukirwe neza Umwuka Wera n'uko akorera mu buzima bw'abizeye.)

Reka Ubwenge Bwawe Butekereze:
1. Umwuka Wera ni nde? Ongera usome imwe mu mirongo ya Bibiliya yavuzwe haruguru maze umusobanure mu magambo yawe.

2. Ni mu buhe buryo yahindura ubuzima bwawe?

3. Tumenyereye abantu bakorana natwe cyangwa badukorera. Kuba Umwuka Wera *adukoresha* bisobanuye iki?

Reka Ubugingo Bwawe Busenge:
Data, ndagushimiye ku mpano nziza y'Umwuka Wawe Wera. Nifuza gusabana na We byimbitse, binyuze muri Mwuka Wera, bishingiye ku murimo Yesu yarangije gukora. Mfasha kwishimira mu Mwuka Wawe mu gihe ngendera mu nzira Zawe. Ntacyo nashobora gukora tutari kumwe. Nyibutsa gufungura impano ya Mwuka Wawe buri munsi, mbaho ku bw'ubuntu Bwawe, no ku bw'icyubahior Cyawe... Mu izina rya Yesu, amina.

Reka Umutima Wawe Wumvire:
(Ni iki Imana ishaka ko umenya, uha agaciro, cyangwa ukora?)

Uzura Umwuka–Mwiyegurire

Mwuzure Mwuka w'Imana.
Abanyefezi 5:18

Ni iki wakora Yesu agusuye? Birashoboka ko wamwakira, ukamuzimanira ibyokurya byiza, kandi ukamwereka igice cy'ubuzima bwawe cyiza kurusha ibindi. Wabyakira ute akubwiye ko yifuza kubana nawe *iteka ryose*? Ibintu byose byahinduka. Waruhuka kandi ukamwegurira ubuzima bwawe bwose. Buri munsi wawubamo uhamya Yesu, urukundo agukunda, n'ubushobozi afite mu gukemura ibibazo byose. Ubuzima bwahinduka rwose.

Uko ni ko ubuzima bukwiye kumera. Umwuka Wera ari kumwe natwe, kandi ntari kumwe natwe gusa, ahubwo ari *muri* twe. Iyo dusabye Yesu kuba Umwami wacu, Umwuka Wera ahora yiteguye kudufasha no kutuyobora–mu buzima bwacu bwose. Oya, ibintu byose ntibizagenda nk'uko tubyifuza cyangwa mu gihe dushaka, ariko nta mpamvu yo guhangayika kuko tuzi ko tubasha kuruhukira mu rukondo Rwe. Tubimenya gute?

Imana iduha Umwuka Wera iyo twizeye Yesu.[1] Atari iby'igihe gito gusa, ahuwo by'igihe cyose. Yesu asezeranya ko Umwuka Wera azaba muri twe *iteka ryose* (Yohani 14:15–17). Ariko kuba Mwuka Wera aba *muri* twe kuva dukizwa bitandukanye no kuba Mwuka Wera *atwuzura*. Si twe duhitamo ko Umwuka Wera aba muri twe iyo twizeye Yesu–ibyo ni ibintu byikora, ni umugisha utagira icyo

---

1 Yohani 7:37–39; Rom. 8:9; 1 Kor. 12:13; Gal. 3:2; Ef. 1:13–14. Hari impaka nyinshi kuri iyi ngingo, ariko abizeye bo ku isi bemera ko Imana ishaka gukorera mu bana Bayo no kubakoresha. Ndagusaba gukomeza gusoma n'ibindi byinshi.

ushingiraho (Ef. 1:13). *Duhitamo* kwiyegurira Umwuka Wera kugira ngo akorere muri twe kandi adukoreshe—uyu ni umugisha ufite icyo ushingiraho (Ef. 5:18).

Ubu busabane tububona mu gitabo cy'Ibyakozwe n'intumwa. Umwuka Wera yerekanye imbaraga Ze mu bizeye bari "buzuye Umwuka Wera." Zirikana iyi mirongo by'umwihariko ivuga kuri Mwuka Wera:

- "Petero yuzuye Mwuka Muziranenge arabasubiza ati: "Batware namwe bakuru b'imiryango,'" (Ibyakozwe n'intumwa 4:8).
- "Bamaze gusenga ahantu bari bakoraniye haratigita. Bose buzura Mwuka Muziranenge maze batangaza Ijambo ry'Imana bashize amanga." (Ibyakozwe n'intumwa 4:31).
- "None rero bavandimwe, nimwitoremo abagabo barindwi bazwiho ko buzuye Mwuka w'Imana kandi ko bafite ubwenge, tubashinge uwo murimo." (Ibyakozwe n'intumwa 6:3).
- "Nuko batoranya Sitefano umuntu wemeraga Kristo byimazeyo kandi wuzuye Mwuka Muziranenge" (Ibyakozwe n'intumwa 6:5).
- "Naho Sitefano yuzura Mwuka Muziranenge, ahanga amaso mu ijuru abona ikuzo ry'Imana na Yezu ahagaze iburyo bwayo." (Ibyakozwe n'intumwa 7:55).
- "Barinaba yari umuntu mwiza wuzuye Mwuka Muziranenge no kwizera Kristo. Bityo abantu benshi biyongera ku bemeraga Nyagasani." (Ibyakozwe n'intumwa 11:24).
- "Nyamara Sawuli ari we Pawulo yuzuye Mwuka Muziranenge, ahanga ijisho uwo mupfumu aramubwira ati: "Yewe mwana wa Satani, mwanzi w'ubutungane bwose wuzuye uburiganya n'amahugu'" (Ibyakozwe n'intumwa 13:9–10).

Ababonye ijuru mu kanya gato? Ababwirije ubutumwa mu mbaraga? Abayobozi b'intwari? Yego, aba bizeye bose bamenyekanye ku bwo kwizera kwabo n'imbaraga bari bafite mu Mwami, *buzuye* Umwuka Wera. Imana yabahaye imbaraga, ibaha ibyo bari bakeneye, kandi ibashyira hamwe kugira ngo batangaze ubutumwa bwa Yesu bahereye i Yerusalemu kugeza ku mpera z'isi. Uku ni ko kuri: Muri iki gihe, Imana ishaka kutwuzuza izo mbaraga z'Umwuka Wera (Ef. 1:19). Ibikora gute?

Reka dusuzume mu buryo burambuye Abanyefezi 5:18. Ijambo ry'umwimerere ry'Ikigiriki ryo "kuzura" muri uyu murongo ni itegeko kandi ni inshinga iri mu ndagihe, ni ukuri guhoraho. Mu gusuzuma iryo jambo mu rurimi rw'umwimerere, tubona ko *Imana yonyine* ari yo itwuzuza, atari twebwe. Nanone Imana *idutegeka* kuzura, inshuro nyinshi, ari byo bisobanura ko ari igikorwa gikomeza kimwe nk'uko dukeneye kuguma muri Yesu mu buryo buhoraho (Icyumweru cya 4).

Ahari ushobora kwibaza ngo, "Ni gute nahabwa Mwuka Wera mwinshi?" **Ntidukeneye *guhabwa* Mwuka Wera mwinshi; dukeneye kurushaho *kwiyegurira* Mwuka Wera.** "Imana itanga Mwuka wayo itazigama." (Yohani 3:34). Umwuka w'Imana azakuzura bitewe n'umwanya uzamuha. Rimwe na rimwe, twemera kuzurwa n'ibindi bintu bitari Mwuka Wera. Ubuzima bwuzuye icyaha ntibushobora kuzura Umwuka nk'uko indobo yuzuye umwanda idashobora kuzura amazi meza. Ikintu kibi cyabuza umuntu gusabana na Mwuka ni ukwanga gukorana na We. Abizeye bashobora kutababazwa cyangwa kudahangayikishwa no kuba abigishwa b'abatsinzi ba Kristo maze bakibaza impamvu batagira ibyishimo cyangwa bumva ko atari abatsinzi. Nitudaha umwanya Umwuka Wera, tuzababara kandi kwizera kwizera kwacu kuzacogora. Ibuka ko tutagenewe kuba abigishwa ba Kristo mu mbaraga zacu.

Wifuza guha umwanya Umwuka Wera? Ubwa mbere, banza umenye ibiri mu mutima wawe kano kanya. Subiza ibibazo biri hano hasi *usenga* kandi uvugisha kuri. Nusoza, urebe aho hantu hose muri wowe wuzuzamo ikindi kintu kitari Umwuka Wera w'Imana.

1. Urukundo—Mbese nita ku bandi kandi mbaha igihe cyanjye, barimo n'abo tutumvikana cyangwa dufite ibyo dutandukanyeho?

2. Ibyishimo—Ndishima iyo abandi bateye imbere, cyangwa birangora kwishimana na bo?

3. Amahoro—Mparanira kubana amahoro n'abandi, nsaba imbabazi mu gihe bikenewe?

4. Kwihangana—Nyoborwa n'ukuri cyangwa n'amarangamutima yanjye n'ibihe ndimo?

5. Kugira neza—Mbese mpora ngirira neza abandi, cyangwa ndabanegura nkabarakarira?

6. Imico myiza—Nikorera imitwaro y'abandi, cyangwa nishimira mu ibanga iyo batsinzwe?

7. Kudahemuka—Ndi umwizerwa, mu bitekerezo n'ibikorwa byanjye, ku nshuti zanjye (cyangwa ku wo twashakanye niba narakoze ubukwe)?

8. Kugwa neza—mbana neza n'abandi, cyangwa mbasubizanya uburakari?

9. Kwifata—ngira imico myiza, cyangwa nabaswe n'ikintu kibi kimbabaza kandi kikababaza n'abandi?

10. Gushima—mpora nshima, cyangwa nitotomba?

11. Kwicisha bugufi—Nicisha bugufi imbere y'abandi, cyangwa numva hari ibyo narenze ntashobora gukora?

12. Gutanga—Mbese mbwira abandi Yesu iyo Umwuka Wera abinsabye?

13. Kumvira—Numvira Imana cyangwa ntinda kumvira?

14. Kunyurwa—Nyuzwe n'ibyo Imana yampaye, cyangwa nifuza ibyo abandi bafite?

15. Kubabarira—nababariye abambabaje cyangwa ndacyabarakariye?

16. Gukomeza abandi—Mbese ntera intege abantu cyangwa nshaka kubemeza?

17. Kubaha Imana—Nemera kwiga kandi mfite ubushake bwo kunguka ubumenyi, cyangwa iyo bankosoye ndarakara kandi sinubahiriza amahame ya Bibiliya?

18. Ibyiringiro—Ese ibyiringiro byanjye bishingira ku wo ndi we muri Kristo cyangwa nirebaho?

19. Kwiyubaha—Ndwanya amazimwe nkirinda kuvuga iyo nyumvise, cyangwa nishimira kuvuga amazimwep?

20. Umuryango wiga Bibiliya—ndi umwizerwa ku itorero ryanjye, cyangwa sinshyira imbere umuryango mbarizwamo wiga Bibiliya?

21. Ukwera—mparanira kuba uwera mu byo mvuga, nkora, ndeba, numva, cyangwa nsoma?

Nubwo ibi bibazo bisa n'ibikomeye ariko ni ngombwa kwisuzuma (2 Kor. 13:5). Ishimire ahantu Imana iri guhindura mu buzima bwawe. Menya ibyaha wahishuriwe muri urwo rutonde kandi ubyihane. "Nuko rero nimwisubireho, mugarukire Imana kugira ngo ibyaha byanyu bihanagurwe" (Ibyakozwe n'intumwa 3:19). Kwihana ni umurimo ukomeye, ukomeza, utaba rimwe gusa, ariko Imana *iri* mu ruhande rwawe. **Umwuka Wera ni Umufasha wacu, kandi ni Data wo mu ijuru wishimira kubabarira.** "Nta yindi mana ibaho yagereranywa nawe, ubabarira abanyabyaha, ntuhana abasigaye bo mu bwoko bwawe bagucumuyeho, ntuhora ubarakariye,wishimira kubakunda." (Mik. 7:18). **Iyo dusabye imbabazi bivuye ku mutima, Imana iravuga ngo, "urababariwe!" Tubasha kuruhukira mu buntu bw'Imana no mu mudendezo w'agakiza.** Noneho "abari muri Kristo Yezu nta teka bacirwa... Mwuka w'ubugingo buri muri Kristo Yezu yankuye mu buja bwo gutegekwa n'ibyaha n'urupfu" (Rom. 8:1-2).

Umuburo: Guhinduka ugakurikira Umwuka Wera aho gukomeza kugendera mu bya kera bisaba ubushake no kwihangana. Muri Matayo 12:43-45, Yesu yigisha ko inzu ikubuye ariko *itarimo umuntu* ni nko gutunganya ubuzima bwacu dukuramo ibintu bibi, ariko *ntitwemerere* Umwuka Wera kuzura muri uwo mwanya twamuteguriye. Ni nko gutumira umwanzi akaguruka mu mwanya yari arimo kandi akazana n'abandi badayimoni benshi, tugasigara turi babi kuruta uko twari tumeze mbere. Mu by'ukuri, ibi bisobanura ko imico mibi n'ibyaha byatubase tubisimbuza ibitekerezo n'ibikorwa byiza byubahisha Imana *tubishobojwe n'imbaraga z'Umwuka Wera*. Ukize ubusinzi, yuzura Umwuka Wera, akagira ubuzima bwiza kandi akabana neza n'abandi. Iyo mibereho ituma atongera kugwa mu bishuko (Yakobo 1:13-18). Imitekerereze yuzuye Umwuka Wera ituma tugira imyitwarire myiza tukabasha kwirukana umwanzi. Senga kugira ngo "inzu" yawe ikomeze kuzura Umwuka Wera.

Iyi ntambwe ikomeye mu rugendo rwawe rwo kwizera ishobora guhindura inkuru yawe nyakuri ntikomeze kuba inkuru isanzwe ahubwo ikaba idasanzwe. Witeguye kwegurira ubuzima bwawe Mwuka Wera? Mbere yo kubikora ntusabwa kunesha ibyaha byose. Ahubwo Umwuka Wera ni we uzagufasha.

1. **Aturira Imana ibyaha byawe.** Tangira ukuraho ibibi byose wakoze, ibyakunaniye, n'ibyo wahishe Imana byose. Icishe bugufi.

2. **Ihane.** "Zibukira ibibi ukore ibyiza" (Zab. 34:14). Iyegurire Imana n'ibyawe byose. Umwuka Wera akenshi aradukebura iyo dukoze ibyo atubuza ("kumushavuza" [Ef. 4:30–31]) cyangwa iyo tunaniwe gukora ibyo ategeka ("kumucubya" [1 Tes. 5:16–19]). Jya wita ku miburo Ye, umwumvire muri ako kanya, kandi wihane icyaha vuba.

3. **Saba Umwuka Wera kukuzura, kandi wizere ko azabikora.** Imana yishimira kutwuzuza Umwuka Wera: "None se ko muzi guha abana banyu ibyiza kandi muri babi, So uri mu ijuru ntazarushaho guha Mwuka Muziranenge abamumusabye?" (Luka 11:13). Kandi idutegeka kuzura Umwuka: "mwuzure Mwuka w'Imana" (Ef. 5:18). Izere isezerano Ryayo, kandi wizere ko izakuzuza.

4. **Sohoza umurimo w'Imana wiyuzuza Ijambo ry'Imana.** "Inyigisho za Kristo zibacengere rwose zibakungahaze" (Kol. 3:16). Umwuka Wera ahishura ubushake bw'Imana mu Ijambo ry'Imana. **Iyo dushishikariye umurimo w'Imana, tuba mu mwanya mwiza aho Umwuka Wera atwuzura maze akadutembamo tukabasha guhesha umugisha abandi.** Suzuma urebe umwanya urimo. Uzabona ubutunzi bwinshi bwo mu mwuka n'imbaraga nukora ibyo Umwuka Wera agusaba gukora bishingiye ku Ijambo ry'Imana. Senga mu gihe agusabye gusenga. Bwira abandi Yesu mu gihe abigusabye.

Ushobora kumva Umwuka Wera atari muri wowe cyangwa atari kugukoresha, ariko menya ko ari mu kazi mu buryo budasanzwe kandi butaziguye. Uzatera imbere, ugire kwizera, n'imbaraga, hamwe n'urukundo nushyira mu bikorwa inkuru yawe nyakuri. Nk'uko twabyize mu cyumweru gishize, nitugira icyo dusaba gihuye n'ubushake bw'Imana, izatwumva kandi iduhe icyo twasabye (1 Yohani 5:14–15). Icyo Imana ishaka ni uko Umwuka Wera yakuzura–kenshi (Ef. 5:18). Uzagira ibyishimo bitavugwa kandi ube inshuti ya Yesu **Umwuka Wera nakuzura akarushaho kuguhishurira Yesu.** Nshuti yanjye, uzura Mwuka Wera.

Reka Bibiliya Ivuge:
Abanyaroma 6 na 8:1–17 (Wasoma na: Ibyakozwe n'intumwa 5–8)

Reka Ubwenge Bwawe Butekereze:
1. Ni gute kwihana no kumvira bidushyira mu mwanya wo kuzura Umwuka Wera? Ni iyihe myitwarire usabwa kugira ngo wiyegurire Umwuka Wera muri byose kandi mu buryo bwuzuye?

2. Urutonde rwerekana ko wuzuye ibiki?

3. Ni gute waha umwanya Umwuka Wera mu buzima bwawe? Niba Umwuka ari muri wowe, uri nde ubu mu by'ukuri? (Rom. 8:10)?

4. Fata umwanya wo kwatura imyitwarire yawe mibi n'ibyaha byawe kandi wihane. Saba Imana kukuzuza Umwuka Wayo, kandi wizere ko ibikora.

Reka Ubugingo Bwawe Busenge:
Mwami, nyuzuza Umwuka Wawe Wera. Nshaka kumenya Yesu neza. Sinifuza kubabaza Umwuka Wawe nkora ibyaha, nta nubwo nshaka kumucubya nirengagiza gukora ibyo unsaba gukora. Ndatura ko umutima wanjye nawujuje ibitagira umumaro. Mbabarira. Nyereka uko nahinduka. Yobora ibitekerezo byanjye, amagambo yanjye, ibikorwa n'amarangamutima byanjye kugira ngo ngushimishe... Mu izina rya Yesu, amina.

Reka Umutima Wawe Wumvire:
(Ni iki Imana ishaka ko umenya, uha agaciro, cyangwa ukora?)

Tunganywa ku bw'ubugingo bw'umuzuko–Wezwa

Imana ubwayo yo sōko y'amahoro ibagire abayo rwose, irinde buri wese uko ari kose: umwuka n'ubuzima n'umubiri, maze Umwami wacu Yezu Kristo naza azasange mutariho umugayo.
1 Abanyatesalonike 5:23

Imana ntiyadukijije gusa kugira ngo itugire abantu beza. Yadukijije kugira ngo idukize igihano cy'ibyaha kandi idusubize mu busabane bwacu na Yo–ku bw'icyubahiro Cyayo. Duhinduka abantu beza *binyuze muri ubwo busabane*: "Erega iyo umuntu ari muri Kristo aba icyaremwe gishya, ibya kera biba bishize byose bikaba bihindutse bishya." (2 Kor. 5:17). Icyarwemwe gishya! **Imana idukiriza *muri* Yezu no mu mbaraga z'Umwuka Wera, ikaduhindura kugira ngo *duse na* Yesu.**

Yego, iki gikorwa cyo guhinduka–cyitwa **kwezwa**–kirakomeza mu rugendo rwacu rwo kwizera. Kwizera ni intangiriro y'urugendo rwacu rwo kwezwa. Kubaho ufite imyitwarire myiza usa na Yesu bisaba igihe kandi tubifashwa n'Imana. Umwuka *Wera* ni we uduhindura *abera*–yongera kuturema ngo duse n'ufite ishusho twifuje kugira kuva kera (Intang. 1:27).

Mu minsi iri imbere, tuziga uko

> **Kwezwa:**
> Guhindurwa uwera. Ijambo ry'umwimerere ry'Ikigiriki ni hagiazo, risobanura "kwitandukanya," "kwegurirwa," cyangwa "kugirwa uwera." "gukura ku buryo bwose, twunze ubumwe na Kristo" (Ef. 4:15).

Umwuka Wera adukuza binyuze mu gukorera Yesu, kumubwira abandi, ndetse no mu mibabaro. Uyu munsi, reka twige uko dukorana na We.

Kwezwa bisaba kumvira (1 Pet. 1:2). Ijambo ry'Imana iyo rimaze kutubwira icyo gukora, Umwuka Wera adufasha kumenya uko dukwiye gukora (Rom. 8). Iyo dutekereje ku Ijambo ry'Imana, tuvugurura imitekerereze yacu maze tugatangira guhinduka (Rom. 12:1–2). Dutangira gutekereza cyane "icyitwa ingeso nziza cyose n'igikwiye gushimwa cyose" (Fil. 4:8). Ibitekerezo byacu bihindura amagambo tuvuga n'ibikorwa byacu maze tukavuga "ijambo ryose ryakubaka kandi ryagira akamaro." (Ef. 4:29) kandi "tugakora ibitunganye" (1 Yohani 2:29).

Ariko kwezwa si ugukurikiza amategeko. Kwezwa ni ugukurikira Yesu. Imana ishishikazwa n'abo duhinduka bo kuruta uko twitwara. **Niduhinduka nka Kristo, *tuzakora* byinshi nka We kandi tuzarushaho kwezwa muri We wenyine.** Guhinduka nka Kristo bikurira mu mutima ushaka gusa nka Kristo, aho gukurira mu mategeko y'idini twize ku Munsi wa 25. Yesu yaciriye iteka Abafarisayo kuko berekanaga ko batunganye inyuma, ariko imitima yabo yanduye:

> "Muzabona ishyano mwa ndyarya mwe z'abigishamategeko n'Abafarizayi, mumeze nk'ibikombe n'amasahane boza inyuma gusa, kuko imbere mwuzuye ubwambuzi no kutifata!... Namwe ni nk'uko mugaragariza abantu ko muri intungane, nyamara imbere mwuzuye uburyarya n'ubugome." (Mat. 23:25, 28)

Ntitugomba kwita ku myitwarire igaragarira inyuma ahubwo dukwiye kwita ku *mutima* ukura ukarushaho gusa nk'uwa Kristo (Ef. 4:15). Si ku bw'amategeko; ni ku bw' *ubusabane*. Kugira ngo ubyumve neza, reka dutekereze ku rugero rumwe rwa Yesu. Inshuro nyinshi mu Byanditswe, Yesu yagereranyije abantu n'ingano. Mu gusuzuma uko ingano zikura, turushaho kumenya uko dukurira muri Kristo.

1. **Ntitwabasha guhatiriza gukura mu buryo bw'umwuka, ahubwo dukwiye kwizera *Umwuka Wera* kugira ngo adukuze.** Imbuto y'ingano ntiyahatiriza gukura kwayo. Ntiyibwira iti, "nkwiye kwisunika. Nkeneye gukurira mu giti, nyuma y'ibyo, nkahatiriza kwivanamo akabuto." Intumwa Pawuo yababajwe n'abizeye biringiye ko Kristo yabakiza ibyaha ariko ntibiringira ko Kristo yabakuza mu buryo bw'umwuka. Abanyagalatiya bari barabaswe no gukurikiza amategeko hamwe n'inyigisho z'ibinyoma zivuga ko agakiza kaboneka ku bwo kubahiriza *ayandi* mategeko. Pawulo yababajije ngo, "Bishoboka bite ko muba abapfu bigeze aho? Ibyo mwatangiye mubishobojwe na Mwuka w'Imana, none murashaka kubyirangiriza n'imbaraga zanyu?" (Gal. 3:3). Tugomba kwakira Umwuka Wera kugira ngo akore umurimo We muri twe. Kuzuzwa na We (Umunsi wa 44). Tubasha kubona uburyo adukuza buri gihe:

> "Iby'ubwami bw'Imana wabigereranya n'umuntu utera imbuto mu murima. Yasinzira cyangwa yaba maso ijoro n'amanywa, izo mbuto ziramera zigakura atazi uko bigenda. Ubutaka ubwabwo ni bwo bwera imyaka: habanza ingemwe zigakura zikaba imigengararo, hanyuma na yo ikaba amahundo arimo impeke zeze." (Mariko 4:26–28)

2. **Dufatanya na Mwuka Wera tumwemerera kudukuza.** N'imbuto nziza ntizishobora gukura hatari ubutaka bwiza, amazi, n'izuba. Imbuto z'ingano zimaze imyaka myinshi zibitswe mu nzabya za kera, zishobora kugaragara nk'izitagifite ubuzima, ariko iyo umuntu azicukumbuye akazitera mu butaka bwiza, zikura nk'uko imbuto nziza ikura. Iryo hame rikora no kuri twebwe. Niba ushaka gukurira muri Kristo, ukeneye ibintu bitatu:

- Ubutaka bwiza: Umutima wawe ni ubutaka bwiza? Wizera Imana kandi ukayumvira binyuze mu Ijambo Ryayo (Umunsi wa 30)?
- Amazi Meza: Ukura ushora imizi mu Ijambo ry'Imana kugira ngo uhabwe amazi y'ubugingo ya Mwuka Wera (Umunsi wa 24)? Uguma muri We?
- Izuba: Ugendera mu mucyo wa Yesu? Usaba Imana kukwereka ibyaha byawe kugira ngo ubashe gukira (Umunsi wa 26)?

Zirikana ko uko umeze ari byo bihindura umutima wawe kuruta uko wahindurwa n'imibereho urimo. Nubwo waba ahantu banga abigishwa ba Yesu cyangwa ukaba ufite ibibazo, ushobora kwita ku gukura kwawe ko mu mwuka ubikoreye mu mutima wawe no mu bitekerezo byawe.

3. **Gukura mu mwuka bibera mu muryango.** Igihingwa cy'ingano nigiterwa cyonyine, ntikizashobora kubaho. Ntikizashobora guhangana n'ingano yacyo, kandi mbere y'uko gikura kizagwa, cyangwa gicikemo kabiri. Ariko nigiterwa mu murimo urimo imbuto nyinshi z'ingano, uwo muba umwe w'ingano uzaangana n'imiyaga izawibasira. No mu miyaga ikomete, ibyo biti birakomezanya kandi bikanyeganyerezwa hamwe ntibigire icyo biba. Uko ni ko bimeze no kuri twebwe. **Ntidushobora gukura twenyine.** Niba udafite umuryango w'abizeye ubarizwamo, saba Imana kubigufashamo. Shaka itorero ryigisha Ijambo ry'Imana kandi rikarikurikiza (soma Umunsi wa 12, "Uko Wabona Itorero Ryiza"). Niba utuye ahantu hatari amatorero menshi, ujye uganira kenshi n'inshuti yawe imwe cyangwa babiri bakurikira Yesu (reba Umunsi wa 17, "Guetrana Buri Cyumweru"). Umwuka Wera azakoresha kwizera kwawe kugira ngo agukomeze kandi agufashe gukura mu buryo bw'umwuka.

4. **Gukura mu mwuka bibaho iyo ingeso zacu za kera zipfuye.** Ni gute ingano zikura kandi zikagwira? Yesu yigisha ngo, "Ndababwira nkomeje ko iyo akabuto k'ingano kadatewe mu gitaka ngo gapfe kagumaho konyine, ariko iyo gapfuye ni ho kera imbuto nyinshi. " (Yohani 12:24). Kugira ngo ingano zikomeze kugwira, zigomba kubanza kugwa mu butaka zigapfa. Agahu k'urubuto gacikamo kabiri, amazi y'urubuto agatuma rwongera kugira ubuzima kugezaho rwa rubuto rukura rukaba igihingwa. Uko urubuto rukura, ni ko rubasha no kwera izindi mbuto nyinshi ntirukomeze kuba urubuto rumwe.

Nk'abigishwa ba Kristo, natwe duca muri iyo nzira yo gupfa mu buryo butandukanye:

- Tubanza gupfa ku **byaha** iyo twizeye Kristo. "Tubambanwa na Kristo" kandi "tugapfa ku byaha" (Gal. 2:20; Rom. 6:11).
- Uko dukurikira Yesu, dukomeza gupfa ku **ngeso za kera** buri munsi. "Ushaka kunyoboka wese nareke kwiyitaho, ahubwo

atware umusaraba we uko bukeye ankurikire" (Luka 9:23).

- **Kwifuza iby'isi** bipfa buri munsi uko turwanya ibishuko kandi tukica n'icyaha ku bw'imbaraga za Mwuka Wera (Rom. 8:13; Kol. 3:5).

- **Kwikunda** bipfa buri munsi iyo twita ku byo abandi bakeneye kandi tukabahesha umugisha dukoresheje ubutunzi bwacu (Fil. 2:4).

Ubu buryo bwo gupfa bushobora gusa nk'ubuteye ubwoba, ariko nk'abizeye, **tubasha *kwemera* urupfu kuko rutugeza ku muzuko.** Yesu yigisha ngo, "ushaka gukiza ubuzima bwe azabubura, naho uhara ubuzima bwe ari jye ahōrwa azaba abukijije." (Luka 9:24). **Kwezwa ni uburyo bwo gupfa ku cyaha kugira ngo ubuzima bwa Kristo burusheho kutwuzura.** Umwuka nagusaba gupfa mu buryo runaka, ujye wibuka ko ashaka kukuzuza ubugingo bushya buva ku Mana.

Yesu yitaye cyane ku kwezwa kwacu mbere y'uko afatwa, Yaradusengeye ngo, "Si ab'isi nk'uko nanjye ntari uw'isi. Ubiyegurire ukoresheje ukuri kwawe, ijambo ryawe ni ryo kuri." (Yohani 17:16–17). Yesu yari azi ko isi na kamere zacu za kera zicumura bizarwanya umurimo Mwuka Wera akorera muri twe. Nanone, yari azi ko Ijambo ry'Imana rishobora kunesha abo banzi. Ni cyo gituma umwitozo wa BURI MUNSI wo kwita ku busabane bwacu n'Imana binyuze mu Ijambo Ryayo ari ingenzi cyane. Mu Ijambo ry'Imana, Umwuka Wera atwereka ibyo dukwiye guhindura kandi akatugirira ubuntu tukabasha kubihindura (Gal. 5:16–17). Buhoro buhoro, Umwuka Wera aradukuza tukaba abera. Ahindura ibitekerezo byacu (Rom. 12:2) akica imizi y'icyaha iri mu buzima bwacu. **Uzagerageze ibi mu gihe bikugoye kumvira:**

1. Saba Mwuka Wera kugufasha (Luka 11:13).
2. Reka afungure amatwi yawe n'umutima wawe kugira ngo umenye ikikuzitiye (Zab. 19:8). Shaka ibisubizo mu Ijambo ry'Imana.
3. Tegereza Imana. Ihane mu gihe bibaye ngombwa. Sengana ufite ubutware (Umunsi wa 36)! Nubikora, Umwuka Wera azakuraho ibikubuza kwizera byose cyangwa ibituma umutima wawe winangira. Uzumva unyuzwe muri Yesu Kristo. Amaherezo uzareka byose ku bw'inyungu umubonaho (Fil. 3:8).

Dore urugero rw'uko bigenda: Reka tuvuge ko uhangayikishwa n'icyaha cyo kuvuga amazimwe. Ushutswe no kuvuga nabi undi muntu umubwira inshuti yawe, ariko ugahita wibuka gusenga. Usaba Imana kugufasha kurinda ururimi rwawe (Yakobo 1:26). Umwuka ahishura ibyo utabonaga mu buryo bw'umwuka (Zab. 119:18). Uko agufungura amaso, utangira kubona wa muntu n'impuhwe nyinshi, ukamubona nk'uko Imana imubona. Ndetse ubona neza ko kuvuga amazimwe ari ikintu kibi cyane. Ugahitamo kutavuga iyo nshuti yawe. Uko kumvira bikurira mu mutima wawe bigahindura imyitwarire yawe. Noneho, ibyishimo ufite mu Mwami bikanyura umutima wawe maze bimwe wakundaga gukora—kuvuga amazimwe—bigatakaza agaciro.

Ibuka kwihangana. Kwezwa bifata igihe, ariko buhoro buhoro ubona impinduka nyazo muri kamere yawe no mu mico yawe. Urushaho gukunda, kugira impuhwe, no kwihangana uko uguma muri Kristo ukumvira n'Ijambo ry'Imana. Kwitotomba bihinduka gushima. Uburakari buragabanuka ahubwo amashimwe akiyongera. Agaciro kawe n'uwo uri we bikabonekera muri Kristo gusa. Kwiga Bibiliya no gusenga bihinduka kimwe mu bintu wishimira gukora buri munsi. Utangira kubona ibintu nk'uko Imana ibibona no gukora ibyo ishaka kuruta ibindi byose.

Iyo tubonye izo mpinduka nziza, dukomezwa no kumenya ko Umwuka aduhindura buri munsi. "Twebwe twese rero dutwikuruwe mu maso turabagirana ikuzo rya Nyagasani. Bityo tugumya guhindurwa kugira ngo duse na we, tugahabwa ikuzo rigenda ryiyongera ubutitsa. Ibyo Mwuka wa Nyagasani ni we ubikora." (2 Kor. 3:18). Duhinduka mu buryo bumwe gusa bw'ingenzi—guhinduka kw'imbere kugaragarira inyuma kukerekana icyubahiro cy'Imana!

Reka Bibiliya Ivuge:
Abanyefezi 4:1–16 (Wasoma: Ibyakozwe n'intumwa 9–12)

Reka Ubwenge Bwawe Butekereze:
1. Nk'ingano, dukurira mu muryango. Kuki umuryango ari ingenzi ku bigishwa ba Yesu?

2. Niba udafite itorero cyangwa utaba mu muryango w'abizeye, ni iki wakora ngo wifatanye n'abandi bizeye?

3. Gupfa buri munsi biguhindura gute? Bihindura gute imibanire yawe n'abandi, harimo n'umuryango wawe w'abizeye?

Reka Ubugingo Bwawe Busenge:
Data, nkuza binyuze mu kwiyeza. Mpindura nka Yesu buri munsi. Komeza umuryango wanjye w'abizeye kugira ngo dukurire hamwe. Dufashe gupfa buri munsi kugira ngo Umwuka Wera arusheho kutwuzura kandi cyane... Mu izina rya Yesu, amina.

Reka Umutima Wawe Wumvire:
(Ni iki Imana ishaka ko umenya, uha agaciro, cyangwa ukora?)

Kurira mu Mwuka– Ukorera Abandi

Ahubwo ushaka kuba mukuru muri mwe agomba kujya abakorera, kandi ushaka kuba uw'imbere muri mwe agomba kuba umugaragu wanyu. Ni na ko Umwana w'umuntu atazanywe no gukorerwa, ahubwo yazanywe no gukorera abandi no kubapfira, kugira ngo abe incungu ya benshi.
Matayo 20:26–28

Imana ntikeneye imirimo yacu. Imana iduhamagarira gukora kuko *idukunda.* Uko ukorana na Yo, ni ko urushaho kuyimenya. Umenya urukundo Rwayo rutemba muri wowe rukagera no ku bandi, ari rwo rutanga ubugingo *kandi* ruhindura ubuzima. Yego, gukorera Imana ukorera abandi ni ubundi buryo Umwuka Wera atwezamo. Uko turushaho kumenya ko turi amaboko n'ibirenge bya Yesu, dukora nk' "abashaka gukora" ntidukora nk' "abahatirwa gukora". Nubwo rimwe na rimwe dushobora kwanga gukora. Dushobora kumva duhamagarirwa gukora ariko tukagorwa no kutagira amakuru ahagije–ku byo dukwiye gukora, aho twabikorera n'igihe twabikora, cyangwa se tukibaza uwo dukwiye gufasha. Ntituri twenyine. Musa na we yagowe no kutagira amakuru ahagije.

Musa ni umwe mu bayobozi bakomeye babayeho mu mateka y'Abayuda akaba n'umwe mu bizeye bake bayobowe n'Umwuka mu Isezerano rya Kera. Nyamara, yatakaje uruhare rwe mu Nkuru y'Imana. Twize bike ku nkuru ya Musa mu Cyumweru cya 3. Ibuka ko Imana yahamagaye Musa ngo akure ubwoko Bwayp mu bucakara bwo mu Misiri kandi ngo abagezeho amategeko y'Imana. Igihe

Imana yahamagaraga Musa ngo ayikorere, Musa yaramubwiye ngo, "urebe undi utuma." Uku guhakana kwa Musa kwababaje Imana (Kuv. 4:13–14). Imana yiyeretse Musa mu gihuru cyaka umuriro ariko kidakongoka, nyamara Imana iba yaratwikishije Musa uwo muriro. Ariko ntiyabikoze. Yihanganiye Musa, kandi natwe iratwihanganira (1 Tim. 1:16).

Zirikana uburyo Imana yakoresheje bimwe mu bintu by'ingenzi byaranze ubuzima bwa Musa.[1] Mu buryo budasanzwe, Musa yari umuhungu w'Umuheburayo warerewe i bwami mu Misiri nk'umwuzukuru wa Farawo. Dore bumwe mu buryo imibereho yamufashije gusohoza umuhamagaro we:

- Yarize, ibi byaramufashije igihe Imana yamuhumekeragamo akabasha kwandika ibitabo bitanu bya mbere bya Bibiliya.
- Yari yaratojwe guhagarara imbere y'abami, ari byo byamufashije igihe Imana yamuhamagariraga kujya kuvugana na Farawo mushya.
- Yigishijwe kuyobora no gushyira ibintu kuri gahunda, ari na byo byamufashije igihe Imana yamuhamagariraga kuyobora ishyanga rya Isirayeli.
- Igihe yahungiraga i Midiyani (mbere y'uko ahamagarirwa kuyoborwa ubwoko bw'Abaheburayo), yize kwihangana no kugendera mu butayu, ari na byo byamufashije mu yaka mirongo ine yamaze azerera mu butayu.

Twese ntiduhamagarwa nka Mose, ariko *twese* duhamagarirwa gukora. Ni gute uhamagarirwa gukora? Tangira kureba amateka yawe. Utuye he? Uvuga izihe ndimi? Ufite ubuhe bumenyi n'izihe mpano? Ni ibihe bigeragezo wanyuzemo? Uko usubiza ibibazo nk'ibyo, usenge kandi usabe Umwuka kugufasha kumenya ibigize inkuru yawe Imana ishaka gukoresha mu murimo Wayo.

Uko ubaza Imana uko wayikorera, tekereza no ku byo *ukunda* gukora.[2]

---

1 Jill Briscoe, *Here Am I, Lord ... Send Somebody Else: How God Uses Ordinary People to Do Extraordinary Things* (Nashville: W Publishing, 2004).
2 Glenn Reese (Pastor, Chets Creek Church in Jacksonville, FL), in discussion with the author,

1. Mu gihe cyashize, ni ryari wakoreye Imana ukagira ibyishimo byinshi n'umusaruro mwinshi?
2. Ni ryari wumvise Imana ikorera muri wowe kandi ikagukoresha cyane?
3. Ushingiye kuri ibyo bisubizo, ni gute warushaho kuzana impinduka mu bwami bw'Imana?

Niba ari bwo ugitangira, reba ibyo itorero ryawe cyangwa umuryango wawe ukeneye cyane. Tekereza uburyo ibyo ukunda n'ubumenyi ufite byagufasha gukemura byabindi bikenewe. Ukunda gusenga? Ushobora guteka cyangwa kuririmba? Gutoza imikino ya siporo cyangwa kuyobora amakinamico? Ufite ibintu ukunda wakora bigafasha abandi kubona ibyo bakeneye (urugero, kuboha uburingiti ku badafite aho kuba)? Wabasha kwigisha abandi cyangwa gutegura iteraniro ry'abantu benshi? Wabasha gutangira umushinga w'ubucuruzi cyangwa gukoresha neza amafaranga? No gutega amatwi ni ubumenyi bw'agaciro kandi bukenerwa. *Buri wese* afite icyo yatanga. Ushobora kutamenya icyo watanga kano kanya, ariko **Imana izaguhishurira impano zawe *uko uzakomeza kuyikorera***. Tangira kugerageza ibintu bitandukanye no kubikuramo ubumenyi; bifata igihe ngo umenye aho kwiriye kubarizwa, kandi singombwa ko uhita ubimenya ako kanya. Izere Imana ko izaguhishurira icyo ukwiye gukora, maze utere intambwe ufite kwizera. Bidatinze, uzabona umugambi ukomeye uhishurwa, kandi uzishimira umugisha wo gukorera abandi. Yesu yishimira *kuguhesha umugisha* no kuwuhesha abandi *binyuze muri* wowe. Ni yo mpamvu yavuze ngo, "Gutanga kuzana ihirwe kuruta guhabwa" (Ibyakozwe n'intumwa 20:35).

Kimwe mu bigize uwo mugisha ni ugukura mu buryo bw'umwuka: **Umwuka Wera *adukuza* mu gihe dukorera Imana dukorera *abandi*.** Umwuka Wera yitwa nanone Umwuka wa Yesu (Fili. 1:19), kandi nk'uko Yesu yicishije bugufi ngo abe umugaragu wa bose, ni ko n'Umwuka wa Yesu azakugira umugaragu nukurira mu ishusho Ye. Muri Kristo, "dukorera Imana mu buryo bushya dushobozwa na Mwuka," atari ku bwacu (Rom. 7:6). **Umwuka adushishikariza gukorera mu *rukundo*, atari ku gahato, kugira ngo dukore ku bw' *icyubahiro cy'Imana*, atari ku bw'icyubahiro cyacu.** Mu gihe "dusenga Imana tubikesha Mwuka Wayo," tugomba kwisunga imbaraga za Kristo kandi "ntitwiyemere ubwacu" (Fil. 3:3). **Tubona ibyishimo nyakuri iyo dukoze ibyo Imana yaturemeye gukora mu mbaraga Zayo, no ku bw'icyubahiro Cyayo.** Kandi ibuka ko Imana itazigera igusaba gukora ikintu ruanaka ngo ireke kuguha ubuntu n'imbaraga zo kugikora (Yoz. 1:9; 2 Kor. 12:9).

Wowe wenyine ni *wowe* ufite uruhare rwihariye mu Nkuru y'Imana. Reka twige uko twakora *neza*. Intumwa Pawulo yatwigishije uburyo bwo gukorera abandi:

1. **Kora witanga**. Gukorera abandi *igihe tumeze neza gusa* ntibishoboka. Ni gake twiyemeza gukorera abandi mu gihe tudafite umwanya wabyo. Tugomba kugambirira gukorera abandi, kandi bisaba ko dutanga igihe cyacu cyangwa ubutunzi bwacu–cyangwa byombi. Iyo dukoreye abandi, duhinduka "igitambo kizima" (Rom. 12:1), ari cyo gitambo cyiza dukwiriye guha Umwami. Ibyo abandi bakeneye tubirutisha ibyo dukeneye nk'uko Yesu yabikoze. Yesu yitanze na mbere y'uko atanga ubuzima Bwe ku musaraba. Igihe yarananijwe n'umurimo yakoraga, yirengagizaga ibyo akeneye kugira ngo yigishe abo bari kumwe kandi abagaburire–akenshi babaga bagera mu bihumbi byinshi (Mariko 6). Iyo witanze mu bito cyangwa binini–ukigomwa ibigufitiye akamaro, ikiruhuko cyawe, n'igihe cyawe–"uwo murimo uyikorera, ni igitambo utura Imana" (Fil. 2:17).

2. **Kora wicisha bugufi.** Rimwe na rimwe turashukwa tugasha gukora ngo twemeze abandi. Mu gihe twita ku byo abandi bakeneye, twibagirwa ko tugomba gukuza Yesu, aho kwishyira hejuru. Yesu yaravuze ngo, "Ibikorwa byiza byanyu murajye mwirinda kubikorera imbere y'abantu kugira ngo babarebe, mutazivutsa ingororano ya So uri mu ijuru." (Mat. 6:1). Kwicisha bugufi tugakorera abandi tutagamije ko batureba ni kimwe mu bigize urugendo rwacu rutarimo kwikunda. Iyo dukoreye abandi twicisha bugufi by'ukuri, twita cyane ku byo abandi bakeneye kurusha kwita ku byacu (Rom. 12:10). Pawulo yandikiye amatorero ya mbere ashimangira kenshi ingingo yo gukorera abandi bicisha bugufi. "Ntimukagire icyo mukora mubiterwa no kwishyira imbere cyangwa kwikuza, ahubwo mujye mwiyoroshya, umuntu wese yibwire ko mugenzi we amuruta. Umuntu wese yirinde kuzirikana ibye gusa, ahubwo ajye azirikana n'iby'abandi." (Fil. 2:3–4). Yabasabye gukorera abandi batitaye ku butunzi bafite n'abo bari bo (Rom. 12:16).

Yesu, Umwami w'abami, yatweretse urugero rwiza rwo gukorera abandi yicisha bugufi. "Ntiyigeze yibwira ko guhwana na yo ari ikintu cyo kugundīrwa. Ahubwo yaretse ibye byose, ahinduka nk'umuntu, ndetse afata kamere y'inkoreragahato. Yabonetse ameze nk'umuntu" (Fil. 2:6–7). **Uwo twese twagombaga gukorera yabaye umugaragu wa bose!** Yesu yabwiye uyu mugani abigishwa Be ngo: "Nihagira ushaka kuba uw'imbere muri mwe, abanze yigire uw'inyuma abe n'umugaragu wa bose" (Mariko 9:35). Mwicishe bugufi imbere ya Nyagasani na We azabakuza (Yakobo 4:10). **Agaciro kawe ntigashingiye ku byo ukora; agaciro kawe gashingiye ku wo uri we muri Kristo.**

3. **Korera mu rukundo.** Waba warahawe impano ku bw'itegeko? Cyangwa umuntu akaba yaragufashije gukora umushinga ariko akabikorana inzika? Ntibishimisha umuntu. Wahitamo ko uwo muntu agumana impano ye cyangwa atagira icyo agufasha. Iyo dukoze ikintu kitarimo urukundo, bisa nko guha Imana impano muri ubwo buryo. Umurimo wose twakora—uko waba umeze kose—ntacyo umaze mu gihe udakoranywe urukundo (1 Kor. 13:3). Ku Munsi wa 6, twize ko tuzahembwa bitewe n'uko *twakunze*, bidashingiye ku mirimo myiza twakoze. Urukundo rukora gute?

- Urukundo ruratanga, rwakira abantu (Rom. 12:13).
- Urukundo rugaragarira mu bikorwa, rukemura ibibazo bihari (1 Yohani 3:18).
- Urukundo rugira impuhwe, rwishimira abantu (Rom. 12:15).
- Urukundo rutuma ubana n'abandi neza kandi mu mahoro utitaye ku cyubahiro ufite (Rom. 12:16, 18).
- Urukundo rugira ubuntu, kandi ruhesha umugisha abanzi barwo (Rom. 12:14, 17, 19–20).

4. **Korera mu Mwuka.** Iyo abizeey twizeye Yesu tugakizwa, Umwuka Wera aduha impano zidasanzwe—impano z'umwuka.[1] Abagabo n'abagore b'ibihe byose *bakorera hamwe* kugira ngo basohoze umurimo w'Imana.[2] Buri muntu afite inshingano yihariye agomba

---

[1] Ukeneye kumenya urutonde rw'impano z'umwuka mu buryo bwihariye wazisanga muri Bibiliya, soma Abanyaroma 12:3–8, 1 Abanyakorinto 12:8–11, n'Abanyefezi 4:10–12.

[2] Kubera kutagira ubumenyi buhagije, abagore bo hirya no hino ku isi akenshi ntibamenya

gukora kuko yahawe ishusho y'Imana. **Umwuka Wera akuza** *imbuto* **z'Umwuka muri wowe iyo ukoresha** *impano* **z'Umwuka ku bw'icyubahiro cy'Imana.** Ujye wita ku kuntu Umwuka Wera agukuza n'uko akuza impano zawe igihe uzikoresha. Nk'uko twabyize, itorero ryitwa umubiri kuko buri rugingo, nubwo rutandukanye n'urundi, rufite akamaro mu mikorere y'umubiri wose. Nk'uko ingingo zitandukanye z'umubiri zikorera hamwe, ni ko n'abizeye batandukanye bagomba gukorera hamwe bakoresha impano zabo kugira ngo bubake umubiri wa Kristo ku bw'icyubahiro cy'Imana (Ef. 4:12). Iyo dukorera bene Data, tuba twubahisha igitambo Kristo yatanze ku bw'itorero (Eph. 5:25) kandi tukarushaho kuba umuryango mwiza Imana yifuzaga kuva mu iremwa–umuryango w'ubumwe, urukundo, no guhanga udushya.

Twaremewe gukorera n'imiryango yacu. Imana yita cyane ku byo dukorera umuryango wacu w'abizeye, ariko kuwukorera ntibikuraho inshingano dufite mu miryango dukomokamo. Ntidushobora gukorera abandi neza mu itorero imiryango yacu iri mu bibazo. Ni yo mpamvu kimwe mu biranga umuyobozi w'itorero ari ukuyobora neza umuryango we (Tito 1:6-7). "None se unanirwa kuyobora urugo rwe bwite yashobora ate kwita ku Muryango w'Imana?" (1 Tim. 3:5). Yesu yacyashye abakuru b'idini bemeraga ko abantu babaha ubutunzi bwabo aho kubufashisha ababyeyi babo babaha ibyo bekeneye (Mariko 7:11). Pawulo yabwirije ibisa na byo avuga ngo: "Niba umuntu atita kuri bene wabo cyane cyane abo mu rugo rwe, uwo aba yarahakanye Kristo twemera ndetse aba arutwa n'abatemera Kristo." (1 Tim. 5:8). Imana ntishaka ko duhitamo kimwe hagati yo gukorera umuryango w'abizeye n'imiryango dukomokamo. Ishaka ko dukorera iyo miryango YOMBI. Ariko kandi ntishaka ko hari icyo twakora tutagikoreye mu buntu Bwayo.

Gukorera abandi ni ayandi mahirwe atuma Umwuka Wera agukuza–aguhindura mushya–kugira ngo urusheho gusa nka Kristo wabaye Umukiza akorera abandi. Mu gukorera abandi uzavumbura izindi mpano Imana yaguhaye, kandi uzamenya uko warushaho kuyisunga. Uzagira ubusabane bukomeye hamwe n'abandi kandi

---

uko bakorera itorero cyangwa bakwamamaza ubutumwa bwiza. Iga Ibyakozwe n'intumwa n'inzandiko zo mu Isezerano Rishya umenye ingero z'abagabo n'abagore bakoreye hamwe nk'itsinda. Abagore bo mu bihe byose, bahawe impano z'umwuka kugira ngo basohoze inshingano zabo zihariye mu muryango, mu itorero, no mu rugo.

utangire no kugira izindi nshuti kuko uzaba wita mu *gukorera abandi* aho *gukorerwa*. Ikiruta byose, ubushuti bwawe n'Imana bukura iyo ukorana na Yo kandi ugakora uruhare rwa mu Nkuru Yayo.

UMUNSI WA 46

Reka Bibiliya Ivuge:
1 Abanyakorinto 12–13 (Wasoma no mu: Ibyakozwe n'intumwa 13–16)

Reka Ubwenge Bwawe Butekereze:
Ibi bibazo birebana n'ibyo twasomye uyu munsi bishobora kugufasha
kumenya impano n'ibyo ukunda byagufasha mu gukorera abandi:

1. Mu gihe cyashize, ni ryari wakoreye Imana ukagira ibyishimo
    byinshi n'umusaruro mwinshi?

2. Ni ryari wumvise Imana ikorera muri wowe kandi ikagukoresha
    cyane?

3. Ushingiye kuri ibyo bisubizo, ni gute warushaho kuzana
    impinduka mu bwami bw'Imana?

Reka Ubugingo Bwawe Busenge:
*Data, nguhaye ubuzima bwanjye ngo ubukoreshe icyo ushaka gukora,
ubutware aho ushaka kunjyana, ubushyire ahi ushaka ko mba.
Mfasha gukoresha impano z'umwuka wampaye ku bw'icyubahiro
Cyawe. Umpindure nka Yesu, wabaye umugaragu wa bose. Mwami,
ndagushimiye ko wadukoreye witanga, wicisha bugufi kandi mu
rukundo... Mu izina rya Yesu, amina.*

Reka Umutima Wawe Wumvire:
(Ni iki Imana ishaka ko umenya, uha agaciro, cyangwa ukora?)

Kurira mu Mwuka– Ubwiriza Ubutumwa

"Yezu arabegera arababwira ati: "Nahawe ubushobozi kuri byose mu ijuru no ku isi. Nuko rero nimugende muhindure abo mu mahanga yose babe abigishwa banjye, mubabatize mu izina rya Data n'Umwana we na Mwuka Muziranenge, mubigishe gukurikiza ibyo nabategetse byose, kandi dore ndi kumwe namwe iminsi yose kugeza ku mperuka y'isi."
Matayo 28:18–20

Tekereza uko isi yamera igihe Imana *itatwemerera* kubwira abandi inkuru nziza ya Yesu. Ahubwo igakiza abantu bidasabye uruhare rw'abizeye. Iyo si yaba imeze gute? Ibaze ukuntu muri iyo si idasanzwe wagenda gusenga mu itorero aho buri wese ahinduka umwigishwa wa Yesu bidasabye uruhare rw'umuntu. Ukicara mu mwanya wawe maze bagatangira gucuranga. Ariko muri iyo si idasanzwe bakaririmba ubundi bwoko bw'indirimbo. Indirimbo "Ubuntu Butangaje" hamwe n'izindi ndirimbo zishingiye ku nyigisho z'Isezerano Rishya ntizabaho kuko Isezerano Rishya ryaba ridahari.

Mu isi yacu y'iki gihe, Isezerano Rishya ryanditswe n'abigishwa bahawe inshingano yo guhindura abantu benshi abigishwa. Ariko hatariho abantu bo guhindura abandi abigishwa, kwandika ubutumwa bw'Imana ntacyo byaba bimaze.

Icyo gihe, intego yacu–kubaho kwacu–byarushaho kuba bibi. Ibyishimo byacu byo kubwira abandi Yesu no kubigisha inyigisho Ze byayoyoka. Ntitwabasha kubona umuntu ava mu rupfu yinjira mu bugingo mu buryo bw'umwuka. Twatakaza amahirwe yo kuba ibikoresho by'Imana bihindura ubugingo bw'abantu. Twagira imyitwarire, ibikorwa n'umuhamagaro bitandukanye cyane. Imana itaduhamagariye kugira uruhare mu murimo Wayo w'agakiza, ubuzima bwacu ntibwagira ibyishimo, ibyiringiro, n'intego.

Imana ishimwe ko iyo si tuvuga *atari* iyacu! **Kuko Imana yakunze abari mu isi cyane ikaduha umurimo wo kwiyunga** (2 Kor. 5:18–20). Iyi mpano y'agaciro idufitiye akamaro. Twegera Imana iyo *dukorana na* Yo duhindura abantu abigishwa. Yego, Imana ishobora gukiza abantu bidasabye uruhare rwacu kandi hari igihe ibikora, ariko ni amahirwe adasanzwe twagiriwe kuba Imana ihitamo kwamamaza inkuru nziza *binyuze muri twebwe* (2 Kor. 2:14). Duhabwa iyi mpano kugira ngo tubwire abandi Yesu maze bababarirwe, bahinduke bashya, kandi biyunge n'umuryango w'Imana uhoraho. Dufite umuti uhindura abantu iteka ryose dushobora guha abari gupfa mu buryo bw'umwuka. Ntidushobora kugumana iyo mpano y'ubuntu bw'Imana. Uruhare rukomeye Yesu yamaze kurukora. Icyo dusabwa gusa ni ukuvuga Inkuru Ye. Kandi iyo tubikoze, nta *kidushimisha* nko kubona Imana ikorera muri twe kugira ngo ikize abajya mu nzira mbi. Iyo bavuye mu byaha bakemera Yesu, guhinduka kwabo kw'iteka ryose tubirebesha amaso yacu!

Igitangaje, hari amatorero n'abizeye bamwe bakora nk'abari mu isi idasanzwe yo mu bitekerezo byacu gusa. Ntibakora uruhare rwabo; kubwira abandi inkuru nziza ya Yesu (ari byo byitwa ivugabutumwa) si cyo cy'ibanze kuri bo. Ahubwo, bahisha Inshingano Nkuru ya Yesu, bakayihisha nk'abahisha amafaranga mu kabati. Bashobora kubura ibyishimo, gukura, ibyiringiro, ubumwe, cyangwa intego. Bashobora kwibaza impamvu badakura ku giti cyabo cyangwa muri rusange. Ntibazi ko batari gukora icyo Imana yabaremeye gukora. Kuko ukuri ni uko **kutabwira abandi ubutumwa bwiza ari ukwica itegeko ry'Imana**.

Imana ishimwe kuko umurimo wa Yesu *buri gihe* ari ugushaka no gukiza uwazimiye (Luka 19:10). Ku bwa Mwuka Wera, ayo matorero n'abo bizeye *bashobora* guhinduka. Umwuka Wera ashobora kurema imiryango myiza y'abizeye aho abigikizwa vuba bigishwa bakaba abizeye bakuze. Urifuza gutangira bundi bushya? Imana ishobora kugufasha kugaruka ku ntego nyamukuru zo kubaho kwawe:

Kunda Imana,
Kunda buri wese, kandi
Hindura abantu abigishwa!

Guhindura abantu abigishwa bitangirira kuri Yesu—Inkuru nziza Ye n'Inshingano Nkuru Ye. Igihe Yesu yahaga abigishwa Be ubutumwa Bwe, yabahaye amabwiriza yihariye muri Matayo 28:18–20. Noneho ni twe tugezweho. Imana yaduhaye ubutumwa bwiza, reka rero dusuzume iki cyanditswe maze tube abantu bahindura abandi abigishwa muri iki gihe.

1. Yesu **"yahawe ubushobozi kuri byose"**—bwo guhindura abantu abigishwa, tugomba kuba abigishwa. Ubwa mbere muri Matayo, Yesu yaravuze ngo, "Ushaka kunyoboka wese nareke kwiyitaho, ahubwo atware umusaraba we ankurikire" (Mat. 16:24). Mbese twamaze kwiyanga kugira ngo dukurikire Yesu kandi tugandukire ubushobozi Bwe?

2. **"Nuko rero, nimugende"**—Nk'abahawe ubushobozi bwa Yesu, dufite ubushake bwo kujya kubwira abandi?

3. **"muhindure abantu abigishwa"**—iri tegeko risobanura guhindura abantu abayoboke ba Yesu, bazi byinshi kuri We. Mbese tuzabwira abandi urukundo rwa Yesu, tubaho nk'uko Yesu yabayeho, kandi twigisha Ijambo rya Yesu?

4. **"amahanga yose"**—Ubugingo bwose bufite akamaro ku Mana. Dufite ubushake bwo kubwira buri muntu ibyerekeye Yesu?

5. **"mubabatize"**—Umubatizo ni ikimenyetso kigaragarira inyuma cyerekana impinduka zabereye imbere, ndetse ni intambwe ya mbere yo kumvira ku bizeye bose. Twarabatijwe? Tuzayobora abandi kugira ngo babatizwe?

6. **"mubigishe gukurikiza ibyo nabategetse byose"**—Dusabwa kumvira, aho kumenya gusa inyigisho za Yesu. Mbese tuzigisha *kandi twumvire* ubutumwa bwa Yesu?

7. **"ndi kumwe namwe iminsi yose"**–Twizera ko Yesu ari kumwe natwe iminsi yose? Tuzamwizera?

Imana yagutoranyije ngo ube intumwa Yayo.
Yesu asezeranya ko azabana nawe.
Umwuka Wera aguha imbaraga kugira ngo usohoze iri tegeko
(Ibyakozwe n'intumwa 1:8).
Wabikora.

Yesu aravuga ngo, "uko Data yantumye ni ko nanjye mbatumye" (Yohani 20:21). **Iyo uteye intambwe yo kumvira, Imana iguha ibyo ukeneye byose kugira ngo ukore ubushake Bwayo.** Iyo ubwira abandi Yesu, Umwuka Wera aguha imbaraga *n'* amagambo yo kuvuga.[1] Muri icyo gihe, Umwuka Wera akuza kwizera kwawe–akakweza–binyuze mu guhindura abantu abigishwa.

Ni gute duhindura abantu abigishwa? Reka dutekereze ku cyifuzo Yesu yadusabye gusengera: "Imyaka yeze ari myinshi nyamara abasaruzi ni bake. Nuko rero nimusabe Nyir'imyaka yohereze abasaruzi mu murima we" (Luka 10:2). Yesu yakoresheje urugero rw'isarura asobanura uko abantu bari hafi gukoranyirizwa hamwe mu muryango w'Imana. Nk'umurima witeguye isarura, abantu na bo biteguye kumva ubutumwa bwiza. Turasaba Imana, Umwami w'isarura (Mat. 9:38), gutanga abasaruzi maze tugendana na We aho atwohereza. Guhindura abantu abigishwa akenshi bikorwa mu byiciro bine by'isarura:[2]

1. **Biba** imbuto z'ubutumwa bwiza <u>usenga</u>. Nk'uko Yesu yabisabye, tangirana n'isengesho. Iyo dusenze, tuba tubibye imbuto nzima z'ubutumwa bwiza. Tujya hanze, aho dusanga abantu bavuye ku Mana (mu mihanda, cyangwa ahandi hirya no hino ku isi).

2. **Vomerera** izo mbuto ukoresheje Inkuru y'Imana–<u>ubutumwa bwiza</u>. Iyo tubwiye abandi Inkuru y'Imana n'inkuru yacu

---

1 Mat. 10:19; Luka 12:12; Ibyakozwe n'intumwa 1:8; 2 Kor. 5:20.
2 Imiryango ishinga amatorero yo hirya no hino ku isi ikurikiza ubu buryo bwitwa "Inyigisho y'Ibyiciro Bine".

duhamya Imana, tuba tugaburira imbuto z'ubutumwa bwiza mu buzima bw'abantu.

3. **Kuza** izo mbuto zatangiye gukura ukoresha umucyo w'Ijambo ry'Imana. Mu gihe abigishwa bashya bakwigiraho, bafashe kumenya <u>gusenga no kwiyigisha Bibiliya</u> kugira ngo bakomere.

4. **Sarura** abantu uteranyiriza hamwe abizeye kugira ngo mukore itorero. Nk'abizeye, twunga ubumwe kugira ngo duterane intege, twigishanye, kandi dukorere hamwe nk'umuryango. Twigisha <u>abasaruzi bashya</u> kugira no bajye mu <u>mirima mishya</u> kubiba no kuvomerera imbuto z'ubutumwa bwiza mu buzima bw'abandi bantu. Uku gutumwa bikongera kuba intangiriro yo guhindura abantu abigishwa.

Noneho, reka dukoreshe amasomo twungutse muri uru rugendo rwo kwizera maze turebe ko akwiranye n'uburyo bwo guhindura abantu abigishwa bushingira ku byiciro bine:

1. **Biba** imbuto z'ubutumwa bwiza <u>usenga</u>.
   a. Kora **ikarita y'ubusabane** iriho abantu uzi bagiye kure y'Imana (iri ku Mugereka). Sengera kandi utegure uko wabyaza umusaruro amahirwe yose ubonye yo kubwira abandi urukundo rwa Yesu.
   b. Sengera abandi, sengana ubutware, senga kandi wiyirize ubusa kugira ngo habeho ububyutse mu buryo bw'umwuka (Icyumweru cya 6).

2. **Vomera** izo mbuto ukoresheje Inkuru y'Imana—ubutumwa bwiza.
   a. Vuga Inkuru y'Imana ikubiyemo ibice by'ingenzi bigize **Umugati w'ubutumwa Bwiza** (Umunsi wa 18).
   b. Tangira ikiganiro ukoresha uburyo bwo **Kumva, Kumenya, Gukunda, Umwami** (Umunsi wa 18).

    c. Vuga inkuru yawe ukoresheje urugero rwitwa "**Vuga Inkuru Yawe Sharing Your Story**" (Umunsi wa 18).

3. **Kuza** izo mbuto zatangiye gukura muterana mu matsinda mato buri cyumweru kugira ngo ubigishe kandi ubafashe.

    a. Teranya abizeye bashya batatu kugera kuri batanu koresheje uburyo bwo "**Guterana Buri Cyumweru**" (Umunsi wa 17).

    b. Toza abizeye kumvira inyigisho za Yesu (Ibyumweru 3–7).

    c. Koresha gahunda yo gusoma Bibiliya kugira ngo **mwigire hamwe Bibiliya** (Umunsi wa 33).

4. **Sarura** abantu uteranyiriza hamwe abizeye kugira ngo mukore itorero kandi ubategura kuba abahindura abandi abigishwa.

    a. Muteranire hamwe nk'umuryango w'abizeye kugira ngo muramye Imana, musangire Igaburo ry'Umwami, mukorere Imana, kandi mwigishe abandi (Umunsi wa 12 na 43).

    b. Igisha abizeye uko bakoresha impano zabo z'umwuka kugira ngo bakorere Yesu n'abandi (Umunsi wa 46).

    c. Shishikariza abizeye kugendera hamwe bajya kubwiriza ubutumwa bakoresha imfashanyigisho yitwa **Kumva, Kumenya, Gukunda, Umwami** (iri ku Mugereka). Kora isuzuma buri cyumweru usenga kandi ureba ko buri wese yubahirije inshingano ze (soma Luka 10:1–11).

Wamenya gute ko uburyo bwo guhindura abantu abigishwa ari bwiza? Igihamya ni uguhinduka k'ubuzima bw'abantu. Ushobora kuvugurura uburyo cyangwa imfashanyigisho zavuzwe haruguru, ariko menya neza ko Imana ari Yo yonyine yongera umusaruro w'abantu Bayo bayizera (1 Kor. 3:6–7). Dushobora kutabwiriza buri muntu, ariko kubwiriza umuntu umwe birashoboka. Nuko rero, shishikariza uwo muntu kubwiriza undi no kumwigisha. Nubwo waba uri umwizera mushya, ushobora guhindura abantu abigishwa.

Tekereza iyo uza kuba warabwirije umuntu buri mwaka. Hanyuma, umwaka ukurikiyeho, uwo muntu agatangira kubwiriza undi muntu umwe buri mwaka. Nyuma, buri wese wabwirijwe agakomeza kubwiriza undi muntu umwe buri mwaka. Mu myaka mirongo itatu, uko guhindura abantu abigishwa bidahagaze, abantu barenga miliyari imwe bashobora kwizera Kristo! Bitekerezeho. Imana ishobora guhindura umuryango wawe, umujyi wawe, n'igihugu cyawe ibinyujije muri wowe!

Reka Bibiliya Ivuge:
Luka 10:1–11; Abanyaroma 10:9–17 (Wasoma na: Ibyakozwe n'intumwa 17–20)

Reka Ubwenge Bwawe Butekereze:
1. Waba uzi umuntu ukeneye cyangwa ushaka kwigishwa? Saba Umwuka Wera kukuyobora ku bizeye babiri cyangwa batatu bashya kugira ngo mukore iteraniro rya buri cyumweru ryo guhindura abantu abigishwa.

2. Suzuma Luka 10:1–11 maze umenye ibyemewe n'ibitemewe Yesu yategetse abigishwa Be mbere yo kubohereza gusarura. Ni ibihe bigukoraho cyane?

3. Uzuza cyangwa usuzume imfashanyigisho yitwa **Kumva, Kumenya, Gukunda, Umwami** iri ku mugereka kandi uyisuzume buri gihe uri kumwe n'itsinda ryawe (1 Pet. 3:15).

Reka Ubugingo Bwawe Busenge:
Data, ndagushimiye ko wanshinze umurimo Wawe wo kwiyunga nawe. Mpa amahirwe yo kubwira abantu Kristo. Mfasha kubabwira urukundo rwa Yesu, kubereka urugero rwiza rwa Yesu mu mibereho yanjye, no kwigisha Ijambo rya Yesu abo duhura na bo bose. Nshaka kuba umwigishwa uhindura abandi abigishwa binyuze mu mbaraga Zawe kandi ku bw'icyubahiro Cyawe gusa... Mu izina rya Yesu, amina.

Reka Umutima Wawe Wumvire:
(Ni iki Imana ishaka ko umenya, uha agaciro, cyangwa ukora?)

Kurira mu Mwuka– Ubabazwa

Bavandimwe, igihe mugezweho n'ibigeragezo by'uburyo bwose mujye mubyishimira. Mumenye ko iyo ukwizera Imana kwanyu kugeragejwe bibatera kwihangana. Mureke ukwihangana kurangize umurimo wako, kugira ngo mube indakemwa, mushyitse, nta cyo mubuze.
Yakobo 1:2–4

Njye na we dushobora kwibeshya twibaza ko nitubaho ubuzima bwiza, tuzahabwa imigisha y'ibintu bifatika kandi abo ku isi bakamenya Yesu. Birashoboka ko abo mu isi bakurikira Yesu mu gihe yadukiza ibibazo dufite akaduha ubutunzi bwinshi, ariko ubwo ntibwaba bukiri ubukristo. Ahubwo twaba turi mu byago yo gusenga ibigirwamana–kuko abantu baba bizera Kristo kubera ibyo *abaha*, atari ukubera uwo *ari* We. Akenshi ubuhamya bwacu bugira imbaraga iyo imibereho yacu irangwa n'imibabaro gusa ariko tugahora duhamya ko, "Yesu aduhagije."

Kwemera uko kuri bisaba kwizera, rimwe na rimwe no kumenya ko Imana idufashe ukuboko, idufasha, kandi ibasha no kuduhindura muri ibyo bigeragezo. Uburyo *twitwara* muri ibyo bihe bikomeye ni byo byerekana kamere yacu kandi bikerekana niba turi gukura cyangwa twaraguye. Dushobora guhitamo umujinya cyangwa ibyishimo, kwitegeka cyangwa kwemera gutegekwa. **Uo twitwara mu bigeragezo n ibyo bihishura ubusabane dufitanye na Yeu.** Uko Umwuka Wera adukuza binyuze mu gukorera abandi no kubabwiriza ubutumwa, ni ko adukuriza mu mibabaro.

Amakuba atera kwihangana, kwihangana na ko kukadutera gutsinda ibitugerageza, kubitsinda na ko kukadutera kwiringira Imana. Uyiringira kandi ntabwo azakorwa n'isoni, kuko urukundo rw'Imana rwasakajwe mu mitima yacu bitewe na Mwuka Muziranenge twahawe. (Rom. 5:3-5)

Wabonye ko Imana isakaza urukundo mu mitima yacu binyuze kuri Mwuka Wera? Uru rukundo ni rwo rudukomeza mu mibabaro. Urwo rukundo ni na rwo rudutembamo rukagera ku bandi. Imibabaro ntituma dukura dusa nka Kristo gusa ahubwo ituma n'abandi basanga Kristo. Nta kintu gikomeye nko kubona umuntu uri kubabazwa ariko yihesha agaciro, anezerewe kandi yiringira Kristo.

Dukwiye kumenya ko imibabaro imwe iterwa n'ingaruka z'icyaha; cyangwa ingaruka z'amahitamo yacu mabi. Ariko uyu munsi, reka twibande ku mibabaro iterwa n'umwanzi. Yesu yavuze ko, "Umujura azanwa gusa no kwiba no kwica no kurimbura. Jyewe nazanywe no kugira ngo intama zibone ubugingo, ndetse busendereye." (Yohani 10:10). Imibabaro ubwayo *ni* mibi kandi *ikoreshwa* na Satani kugira ngo yibe, yice, kandi arimbure, ariko **Yesu arwanya imibabaro. Aharanira kuyihagarika cyangwa kuyikuraho, kandi uko yaba imeze kose ayikoresha *buri gihe* ku neza yacu.**

Uribuka Yozefu (Umunsi wa 15)? Yagurishijwe nk'umucakara kandi afungwa arengana. Ariko yabwiye bene se ngo, "Mwari mwagize imigambi yo kungirira nabi, ariko Imana iyihinduramo ibyiza *kugira ngo ikize abantu benshi* nk'uko namwe mubyirebera" (Intang. 50:20). Abantu benshi bakijijwe bitewe n'imibabaro n'ibigeragezo byinshi Yozefu yaciyemo. Imibabaro wagira yose, menya ko "Tuzi kandi ko *byose* bifatanyiriza hamwe kuzanira *ibyiza abakunda Imana,* abo yahamagaye nk'uko yabyiyemeje" (Rom. 8:28). Byose—ibyiza, ibibi, n'ibindi byose—Imana ibikoresha *ku neza y'abayikunda.* Ibyo bisobanura ko **rimwe na rimwe ibyo twita byiza *atari* ko bitugwa neza.** Umurongo wa 29 ubisobanura neza ngo: "Abo yamenye kuva kera yabageneye *kumera nk'Umwana wayo*". Iyo dusomeye hamwe iyo mirongo ibiri, tubasha kwanzura tuvuga ko icyatubera cyiza kurusha ibindi byose ari ugusa nka Kristo. Yesu atuburira avuga ngo:

"Ab'isi nibabanga mumenye ko ari jye babanje kwanga. Iyo muba ab'isi, bari kubakunda nk'uko bakunda ababo. Ariko ntimuri ab'isi ahubwo narabatoranyije mbatandukanya na bo, ni cyo gituma babanga. Mwibuke iri jambo nababwiye nti; 'Nta mugaragu uruta shebuja.' Ubwo bantoteje bazabatoteza namwe." (Yohani 15:18–20)

Tugomba kwitega ko abizeye Kristo bazangwa kandi bagakorerwa ivangura bazira Kristo.[1] Leta z'ibihugu zitekereza ko Yesu abangamira ubutegetsi, cyangwa zumva ko idini rifitanye isano n'umuco w'abantu zifata nabi abakristo. Akenshi izo leta zibuza abizeye uburenganzirwa bwabo bwibanze. Ntidukwiye rero gutungurwa igihe dutotejwe cyangwa igihe badusabye gusengera itorero ritotezwa. "Erega n'ubundi abashaka bose guhora bubaha Imana, kubera Kristo Yezu ni ukuri bazatotezwa!" (2 Tim. 3:12).

Noneho ko tumenye ko tugomba guhora tubyiteze, ni gute twaba mu mibabaro n'itotezwa tunesha? Dutotezwa tuzira kuguma muri Kristo, Umukiza wacu wadukunze kandi watotejwe ndetse akababazwa *ku* bwacu kandi akaba akibabara *hamwe* natwe. Igihe Yesu yahuraga na Sawuli (waje kwitwa intumwa Pawulo) watotezaga abizeye, yaramubajije ngo, "Sawuli! Sawuli! Untotereza iki?" (Ibyakozwe n'intumwa 9:4). Yesu ntiyivuze agira ati "ndi Yesu, Umwami w'abo utoteza." Oya, ahubwo yaravuze ngo, "ndi Yezu *uwo utoteza*" (Ibyakozwe n'intumwa 9:5). Yesu yishyizeho itotezwa ry'abizeye. Iyo tugumye muri We na We akaguma muri twe, ntatureba tubabazwa n'itotezwa ngo bigarukire aho gusa; ababarana natwe. **Kuba inshuti na Kristo ni umwe mu migisha ikomeye y'itotezwa**. Igihe dutotezwa, tubasha kunamba kuri Yesu kandi tukamenya ko turi abanyamugisha.[2]

Dukeneye kumenya uko twitwara mu mibabaro n'itotezwa kugeza igihe Yesu azazira, ubwo azahanagura amarira yose (Ibyah. 21:4). Reka turebe mu Ijambo ry'Imana:

1. **Takira Imana.** Dawidi yaravuze ngo, "Nageze mu kaga ntakambira Uhoraho, ntabaza Imana yanjye ngo intabare, yanyumvise yibereye mu ijuru, ugutabaza kwanjye iguta mu gutwi." (Zab. 18:7). Dawidi yarongeye avuga ngo, "Uhoraho, ndagutakambiye tebuka untabare, ningutakambira ujye untega amatwi." (Zab. 141:1). Na Yesu yatakiye Imana ari i Getsemani. Imana ishobora kukumara umubabaro

---

1 Ibyakozwe n'intumwa 14:22; 1 Pet. 4:12.
2 Mat. 5:11–12; 2 Kor. 4:15–18; 1 Pet. 4:14, 16.

wawe, n'amarira yawe. Yisunge igufashe. Pawulo yanditse ko yagize imibabaro myinshi hafi gupfa. Yanditse kandi ko muri ibyo bihe, yatakiye Imana iramukiza (2 Kor. 1:8–9). Isunge Imana. Izakwitaho. Izaguha ibyo ukeneye kandi ikwereke aho ugomba kujya (Mat. 10:16–23).

2. **Jya wita ku by'uyu munsi.** Yesu atuburira ko tutagomba kwiganyira ku by'ejo kuko buri munsi ugira ibyago byawo (Mat. 6:34). Mbere yaho gato avuga ko, atanga urufunguzo rwo kubaho tudahangayika: "Ahubwo mbere ya byose muharanire ubwami bw'Imana no kuyitunganira bityo n'ibyo bindi byose na byo muzabihabwa" (Mat. 6:33). Mu gushaka ubwami bw'Imana *mbere ya byose*, dutekereza ubuzima dushingiye ku bwami bw'Imana kandi tugashyira imbere iby'ubwo bwami aho kwita ku by'iyi si igoye. Iyo tugize iyo myumvire, ntitwita ku byo tudafite. Ahubwo twita cyane ku byo Imana *iri* gukora n'uburyo *iri* kuduha ibyo dukeneye. Iyo imyumvire yacu ihindutse, tubasha kubona ko ibigeragezo byacu bihishe imigambi ihambaye: bishobora kudufasha kwihangana mu bihe bikomeye, no guhesha Imana icyubahiro ku bw'imbaraga Zayo zikomeye zigaragarira mu ntege nke zacu (2 Kor. 12:9).

3. **Shikama.** Nshuti yanjye, "Ba maso wishingikirije ku uwo twemera, ube abagabo w'intwari kandi ukomere." (1 Kor. 16:13). Uburyo bumwe gusa dushobora guhikama mu kwizera ni uguhitamo kuguma muri Yesu no kwakira imbaraga Ze (Yohani 15). Dushobora gusenga dusaba Imana guhindura ibihe ducamo, kuduha ubwenge, no kudufasha kubona ibyo dukeneye byose mu bihe bikomeye. Dushobora gusenga tuvuga ngo, "Uhoraho ni urutare runkingira, ni ubuhungiro ntamenwa bwanjye, ni n'Umukiza wanjye." (reba Zab. 18:3). Kwiringira Imana no kuyegurira ibiduhangayikisha byose bidufasha gushikama. Dushobora kwiyibutsa ingero nyinshi zigaragaza ubudahemuka bw'Imana, zihishurwa mu Ijambo Ryayo no mu buzima bwacu bwite (amabuye y'urwibutso). "Bityo rero bavandimwe nkunda, nimukomere. Ntimugire ikibahungabanya. Murusheho gushishikarira gukorera Nyagasani, muzi ko muri we imvune zanyu atari impfabusa" (1 Kor. 15:58).

4. **Akira ihumure ry'Imana kandi urisangize n'abandi.** Imana ikoresha Ijambo Ryayo kugira ngo rikore ibwina mu mitima yacu. Igitabo cya Zaburi cyuzuyemo ingero nziza zerekana uko Imana iba hafi y'abababaye kandi bafite imitima ishenjaguritse (Zab. 34:18). Ikoresha *natwe* ubwacu kugira ngo tubashe kwegerana hagati yacu, tubashe gufashanya mu buryo bufatika−dusurana, dusangira amafunguro, kandi dukomezanya mu rukundo. Iyo duhumurijwe na Yo kandi tugahumurizwa n'abandi, turakomezwa kandi tukabasha kubera umugisha abandi.

> Ni yo iduhumuriza mu makuba yacu yose, kugira ngo natwe dushobore guhumuriza abandi bayafite bose, tubahumuriza uko natwe Imana yaduhumurije. Bityo rero nk'uko imibabaro ya Kristo itugeraho bikabije, ni na ko iduhumuriza bihebuje ikoresheje Kristo. (2 Kor. 1:4−5)

Imibabaro yacu idufasha kubabarana n'abandi bababaye. Mu gihe dukeneye ubufasha, ntitugatinye kwerekana intege nke zacu no *kwakira* ubwo bufasha. Nk'uko twabyize muri uru rugendo, Yesu yaturemeye kuba umubiri umwe, gukorera hamwe no gufashanya (1 Kor. 12:12−27). Iyo duhumurije abandi tubagezaho ihumure twahawe, guhumurizanya kwacu kuriyongera, kandi Imana igahabwa icyubahiro.

5. **Kunda abanzi bawe.** Tubabarira kuko natwe twababariwe. Yesu yababariye abamubambye n'igihe yari amanitse ku musaraba ava amaraso. Yigishije avuga ngo, "Mwumvise ko byavuzwe ngo: 'Ujye ukunda mugenzi wawe, kandi wange umwanzi wawe.' Ariko jyewe ndababwira nti: 'Mukunde n'abanzi banyu kandi musabire ababatoteza.'" (Mat. 5:43−44). Ibuka ko twigeze kuba abanzi b'Imana, ariko yakomeje kudukunda (Rom. 5:8). Ishaka gukiza abadutoteza nk'uko ishaka gukiza natwe. Twese twaremwe mu ishusho Yayo. **Uzemera kuba umuyoboro w'urukundo rw'Imana kuri bo?**

Mbere yo gupfa, Sitefano yasabye Imana kubabarira abamutotezaga, barimo na Sawuli watoteje abizeye kandi wagize uruhare mu rupfu rwa Sitefano (Ibyakozwe n'intumwa 7-8). Mu gihe gito, Imana yasubije isengesho rya Sitefano ikiza Sawuli wamenyekanye nka Pawulo. Umuntu wakoreye ibibi byinshi abizeye yahinduwe n'urukundo rwa Kristo aba intumwa (Ibyakozwe n'intumwa 8–9; 13). Pawuo yatotejwe kenshi azira kwizera kwe ndetse amaherezo afasha umwe mu *bamutotezaga*–umurinzi wa gereza–kwizera Kristo (Ibyakozwe n'intumwa 16). Nshuti yanjye, ikuremo ibitekerezo byose bibi n'ibyo kwihorera kandi usengere abagutoteza. Imana ibafitiye umugambi kandi izabakirisha ukuboko kwayo kwagutse k'urukundo nk'uko yagukirishije (Ezay. 59:1).

Mu gihe dutegereje kujya iwacu mu ijuru, ibuka ko Yesu arusha agaciro ibigeragezo byose dushobora guhura na byo hano ku isi kuko tumukurikira. Tubasha kumwizera iyo avuze ngo: "Ku isi muzagira amakuba, ariko nimuhumure isi narayitsinze!" (Yohani 16:33).

Ubuzima ni bugufi, kandi imibabaro ni iy'igihe gito, ariko Yesu ari kumwe nawe *iteka ryose* (Mat. 28:20). Komeza gusiganwa–*wihangana*–ku bw'icyubahiro cy'Imana (Heb. 12:1–3). "Ariko nimumara kubabazwa igihe gito, Imana ubwayo igira ubuntu byuzuye izababoneza, ibakomeze ibahe imbaraga no kutajegajega" (1 Pet. 5:10). Umwuka Wera azagukomeza kugira ngo wihanganire imibabaro yo muri iy'isi kugeza igihe uzahabwa ingororano yawe mu ijuru. Hagati aho, Umwuka ari kugukuza ngo use nka Kristo, ube mushya, kandi uhinduke nk'uwahawe ishusho y'Imana. Ibyo *bihora* ari byiza.

Reka Bibiliya Ivuge:
Abaheburayi 11:1–12:3 (Wasoma na: Ibyakozwe n'intumwa 21–24)

Reka Ubwenge Bwawe Butekereze:

1. Soma Abaheburayi 11:32–40. Ni ibiki byafashije aba bantu b'abizerwa bakabasha kwihangana nubwo bari mu bibazo? Utekereza ko ari iki cyabakomeje?

2. Itotezwa riba mu buryo bwinshi. Ushobora kubura akazi. Ushobora kwangwa na bagenzi bawe uzira kwizera kwawe. Cyangwa nk'uko twabibonye muri Bibiliya no muri iki gihe cyacu, ushobora gufatwa nabi ndetse ukanicwa. Vuga igihe watotejwe uzira gukurikira Yesu. Wabyitwayemo gute? Ni iki cyatumye ukomeza kunamba kuri Yesu nubwo wari muri ibyo bibazo?

3. Ni ryari wabonye Imana ikoresha ikibi ikagihindura cyiza mu buzima bwawe?

Reka Ubugingo Bwawe Busenge:
Data, ndagushimira ko Kristo yikoreye imitwaro yanjye yose kandi akababarana nanjye. Nshoboza kubabazwa ku bw'icyubahiro Cyawe. Mfasha kukwisunga, kugira ngo nakire ihumure Ryawe kandi ndisangize abandi, ndetse mbashe gukunda abanzi banjye no gushikama. Ni Wowe ubikwiriye... Mu izina rya Yesu, amina.

Reka Umutima Wawe Wumvire:
(Ni iki Imana ishaka ko umenya, uha agaciro, cyangwa ukora?)

Kanguka, Ba Maso, Kora–Yesu Kristo Araje

Muramenye rero mube maso [musenge,] kuko
mutazi igihe ibyo byose bizabera.
Mariko 13:33

Reka uyu munsi dutangirane n'inkuru nziza cyane: **Yesu agiye kuza kutujyana**. Rimwe mu masezerano meza dutegereje nk'abizeye ni ukugaruka Kwe. Imibabaro n'itotezwa dushobora kuba turimo aka kanya ntibizahoraho. Inkuru y'Imana, harimo n'inkuru yawe nyakuri, ifite ihero ryiza cyane. Yesu yabwiye abigishwa Be mu ijoro ribanziriza kubambwa Kwe ngo, "Nuko rero ningenda nkamara kuwubategurira, nzagaruka mbajyaneyo kugira ngo aho ndi namwe muzabeyo." (Yohani 14:3). Iri sezerano riduha ibyiringiro kandi rikadukomeza kugira ngo tubashe kubaho twiteguye kuzamusanganira.

Nk'uko Ijambo ry'Imana rivuga, turi mu minsi y'imperuka. Intumwa Pawulo yaranditse ngo, "Ubu ngubu ni igihe cyo gukanguka, kuko gukizwa kwacu kwegereje kurusha igihe twatangiraga kwemera Kristo." (Rom. 13:11). Nta n'umwe uzi umunsi Kristo azagarukiraho (Mariko 13:32), ariko TUZI ko igihe cyacu cyo kuba hano ari kigufi. Nubwo warama imyaka ijana, icyo ni igihe gito ugereranyije n'igihe cy'iteka ryose. Igihe dusigaranye twagikoresha gute? "herezo ry'ibintu byose riregereje. Kubera iyo mpamvu mujye mushyira mu gaciro, kandi mwirinde gutegekwa n'inda kugira ngo mubone uko musenga." (1 Pet. 4:7). Ba maso, utekereza ku Ijambo ry'Imana kandi usenge.

Nituba maso mu buryo bw'umwuka, tuzamenya inyigisho

z'ibinyoma zivuga kuri Yesu. Yesu yatuburiye ko mu minsi y'imperuka abigisha b'ibinyoma baziyongera; bazaboneka nk'abavuga Kristo nyamara ari abanzi Be. Bazagoreka Ijambo ry'Imana kandi bayobye benshi:

> **Mbese amadini yose ayobora abantu ku Mana?**
> Oya. Ni ukuri ko abantu bose bazahagarara imbere y'Imana imwe kandi y'ukuri nibapfa— baba barayisengaga cyangwa barayanze. (Reba Umunsi wa 6.) Ariko si abantu bose bajya mu ijuru mu busabane bwiza hamwe n'Imana. Niduhagarara imbere y'Imana, abababariwe ibyaha, abashikamye mu kwizera, kandi bambitswe gukiranuka kwa Yesu Kristo ni bo bazinjira gusa. Abishingikirije gukiranuka baheshwa n'imirimo yabo hamwe n'amadini ntibazinjira.

- "Koko igihe kizaza abantu bamwe be kwihanganira inyigisho zishyitse, ahubwo bakurikize ibyifuzo byabo bwite. Bityo bazikoranyirizaho abigisha benshi bababwira ibihuje n'ibyo bashaka kumva. Bazajya bica amatwi ngo batumva ukuri, ahubwo bahindukirire ibitekerezo by'imburamumaro." (2 Tim. 4:3–4).
- "Mwirinde abahanurabinyoma! Baza babasanga bigize nk'intama, ariko imbere muri bo ari impyisi z'ibirura" (Mat. 7:15).
- "Bene abo ni ingirwantumwa zikora ibinyuranye n'ibyo zivuga, zikihindura nk'Intumwa za Kristo. Ibyo kandi si igitangaza, kuko na Satani ubwe ajya yihindura nk'umumarayika urabagirana. Ntabwo ibyo rero ari ibikomeye kubona n'abakozi be bihindura nk'abagaragu b'Imana nyir'ubutungane. Iherezo baziturwa ibihwanye n'ibyo bakora." (2 Kor. 11:13–15).

Uburyo bumwe gusa bwo kumenya no kwamagana inyigisho y'ibinyoma ni ukuyigereranya n'ukuri. **Dushobora kwirinda inyigisho y'ibinyoma twiga Ijambo ry'Imana.** Dushobora kuba nk'ab'i Beroya, basuzumaga amagambo yose ya Pawulo bakayagenzurisha Ibyanditswe kugira ngo bamenye ko ari ukuri (Ibyakozwe n'intumwa 17:11). Bibiliya ihishura ibimenyetso byinshi tuzabona mu minsi y'imperuka. Itubwira by'umwihariko ibyo tugomba kwamagana:

1. **Amagana inyigisho yose itesha agaciro Yesu n'umusaraba We.**

"Ariko umuntu wese utemera Yezu atyo umwuka afite uba atari Mwuka w'Imana, ahubwo uba ukomoka kuri wa Mwanzi urwanya Kristo, uwo mwigeze kumva ko agiye kuza ubu akaba yaramaze kugera ku isi." (1 Yohani 4:3). Ijambo *antikristo* risobanura "kurwanya Kristo." Inyigisho zirimo umwuka wa Antikristo zigoreka ukuri kuvuga uwo Kristo ari we n'umurimo yakoze. **Yesu Kristo ni Imana kandi ni we agakiza gaturukaho wenyine.** "Nta wundi agakiza kabonekaho, kuko ku isi yose nta wundi Imana yahaye abantu ufite ubushobozi bwo kudukiza" (Ibyakozwe n'intumwa 4:12). **Zirikana, iyo haboneka indi nzira yo gukirizwamo, Yesu *ntaba* yarapfuye ku musaraba.** Abantu bamwe bigisha ibinyoma bavuga ko umurimo Yesu yakoze ku musaraba tugomba kuwongeraho imirimo yacu kugira ngo dukizwe. Reka twibuke amagambo ya nyuma Yesu yavugiye ku musaraba agira ati: "*Birarangiye*," bisobanura ko ibyaha byacu, umwenda twari dufite, byishyuye rwose (Yohani 19:30). Twumvira Imana kuko tuyikunda, si ukugira ngo tubone agakiza. Inyigisho yose *ihakana* ko Yesu ari Imana, ko Yesu ari we nzira yonyine, cyangwa itemera ko umurimo Yesu yakoze ku musaraba uhagije ni inyigisho y'ibinyoma. Yesu wenyine ni we usumba byose:

> Kristo ni ishusho y'Imana itarebwa n'amaso... Ni we Imana yakoresheje irema ibintu byose. Yariho mbere ya byose, ni na we uhuriza hamwe byose akabikomeza. Ikindi kandi ni we mutwe ugenga umubiri we, ari wo Muryango w'Imana. Ni we shingiro rya byose, ni na we wabimburiye bose kuzuka kugira ngo afate umwanya w'ibanze muri byose. (Kol. 1:15–18)

2. **Amagana inyigisho yose ishyira hejuru abantu cyangwa abayobozi b'abantu.** Yesu yaduhaye ibimenyetso byinshi byerekana iminsi y'imperuka (Mat. 24). Yatuburiye ko abigisha b'ibinyoma bazishyira hejuru kandi bagakora ibitangaza kugira ngo bayobye abantu (Mat. 24:24). *Twese* tuvuka turi abanyabyaha (Zaburi 51:5), dukeneye kwishingikiriza ku Mana rwose (Yohani 15:5; Ibyakozwe n'intumwa 17:25). Wirinde inyigisho zihindura abayobozi b'abantu zikabagira nk'imana, cyangwa abandi bakiza. Pawulo yakosoye abizeye bari mu buyobe nk'ubwo:

Muracyifata nk'ab'isi.. Igihe umwe muri mwe avuga ati: "Jye ndi uwa Pawulo", undi ati: "Jyewe ndi uwa Apolo", ntibiba byerekana ko mukimeze nk'ab'isi? Mbese ye, Apolo ni nde? Ese Pawulo we ni nde? Twembi turi abagaragu b'Imana batumye mwemera Kristo. Buri wese muri twe akora umurimo yiherewe na Nyagasani. Jyewe nateye imbuto Apolo arazivomera, ariko Imana ni yo yatumye zikura. Utera imbuto nta cyo ari cyo, uzivomera na we nta cyo ari cyo, Imana yonyine ni yo ituma zikura. (1 Kor. 3:3–7)

Ntitugomba gusa kwirinda gushyira hejuru abayobozi ahubwo tugomba no kugendera kure abayobozi bishyira hejuru. Niba batayobora nk'abagaragu, urugero Yesu yeretse buri wese ntibaba bayobora mu buryo bunezeza Imana. Kandi Imana izabacisha bugufi (Mat. 23:12).

3. **Amagana inyigisho zose zigusezeranya ubutunzi bw'isi n'ubuzima bwiza.** Hariho inyigisho y'ibinyoma ituma abizeye bashaka *gukoresha Imana* aho *kuyizera*. Akenshi zivuga ko abizeye babona umugisha w'amafaranga menshi kandi bagakira indwara muri ako kanya mu gihe batanze ku butunzi bwabo kandi bakizera amagambo meza baturiweho. Iyi nyigisho y'ibinyoma yibanda cyane ku mpano kuruta ku Mana itanga, yita ku by'isi by'ako kanya kuruta ku by'igihe cy'iteka ryose. Iyi nyigisho itera urujijo rukomeye.

Mbese Imana ishaka kugukiza? Yego, kandi ikiza umuntu mu buryo bw'umwuka n'ubw'umubiri. "Izahanagura amarira yose ku maso yabo, kandi urupfu ntiruzongera kubaho ukundi." (Ibyah. 21:4). Dushobora kuyisaba kudukiza indwara kandi tukizera ko izadukiza. Ariko *tugomba kwizera igihe Cyayo*, haba mu gukira kwa none cyangwa kw'iteka ryose. Keretse Yesu aje, naho ubundi twese abariho muri iki gihe tuzapfa bitewe n'impamvu z'umubiri. Ariko tuzakira mu ijuru.

Mbese Imana ishaka kuguha ibyo ukeneye? Yego, Bibiliya itanga ingero nyinshi z'uburyo Imana iduha ibyo dukeneye. Nk'umubyeyi mwiza wese, Imana ishaka ko tuyisaba kugira ngo na Yo iduhe ibyo dukeneye. "Uduhe none ifunguro ridukwiriye" (Mat. 6:11). Imana izi ibyiza bidukwiriye, ariko kandi *twizera igihe Cyayo* n'uburyo ikora kugira ngo iduhe ibyo dukeneye. Ibuka Zaburi 23 (Umunsi wa 22),

"Uhoraho ni umushumba wanjye, ntabwo nzagira icyo nkena." (umurongo wa 1).

Iyo amasengesho yo gusaba gukira indwara cyangwa guhabwa ibyo dukeneye asa n'adasubizwa, akenshi abigisha b'ibinyoma bashinja uwizeye ko adafite kwizera cyangwa ko ikibazo ari uko adatanga ku butunzi bwe. Ntibavuga Yesu cyangwa ngo bafatire urugero ku nyigisho Ze ngo zibayobore. Yesu yavuze ko dukwiye kubika ubutunzi bwacu mu *ijuru* kandi atubuza kwita ku binezeza by'isi.[1] Iyo dukize kandi tukabona ibyo dukeneye, duha Imana icyubahiro! Bitari ibyo, twibwira ko Imana ikora mu nyungu zacu (Umunsi wa 48). Komeza gusenga kandi ugume muri Yesu.

4. **Amagana inyigisho yose igusaba kumvira amategeko aho kumvira Ijambo ry'Imana.** Abizeye bamwe basabwa kubahiriza imigenzo itari muri Bibiliya kugira ngo berekane ko bakijijwe. Akenshi bizera ko imigenzo y'itorero ingana n'ubutware Bibiliya ifite cyangwa se iburuta. Nk'uko twabyize ku Munsi wa 31, Bibiliya yonyine ni yo Ijambo ryahumetswe n'Imana (2 Tim. 3:16). Yesu yacyashye abantu bongera amategeko yabo ku mategeko y'Imana (Mat. 23:4; Mariko 7:1–23). Pawulo yatuburiye ko tutagomba kwita ku bikorwa bigaragarira inyuma ahubwo tugomba kwita ku mpinduka zibera imbere mu mutima:

Ubwo mwapfanye na Kristo ntimukiri ku ngoyi... Kuki mukomeza kugengwa n'amategeko nk'aya, ngo: "Ntugafate iki! Ntugasogongere kiriya! Ntukanakore kuri kino!" Erega ibyo byose igihe umaze kubikoresha biba birangiye! Ni amategeko n'inyigisho by'abantu gusa. Ni ukuri bene ibyo wagira ngo bishingiye ku bwenge, kuko byemeza umuntu kwihimbira uburyo bwo gusenga no kwicisha bugufi no kubabaza umubiri. Nyamara nta mumaro bifite wo gucubya irari rya kamere y'umuntu. (Kol. 2:20–23)

Gukurikiza amategeko menshi si byo bitugira abera; tubigirwa no gukurikira Yesu. "Ni na ko Kristo yadukuye mu buja kugira ngo twishyire twizane. Nuko rero muhagarare kigabo, mwirinde

---

1 Matt. 6:19–24; Luke 12:33–34; 18:24; 1 Tim. 6:9; 1 John 2:15–17.

mudasubira mu buja." (Gal. 5:1). Ntitukiri imbata z'amategeko yubahisha abantu aho kubahisha Imana. Ubu "dukora uko Imana ishaka tubikuye ku mutima nk'abagaragu ba Kristo" (Ef. 6:6).

5. **Amaganga inyigisho yose yoroshya icyaha.** Inyigisho yose ishyigikira ko umuntu akomeza gukora icyaha itesha agaciro igitambo cy'ibyaha Yesu yatanze. Bene abo bigisha "bavuga ibigambo by'ubwirasi bitagira icyo bimara. Bareshya abantu... [Kandi] basezeranira abantu kubakura mu buja, nyamara bo ubwabo bari mu buja bw'ingeso zizabatsembaho. Erega umuntu aba mu buja bw'ikintu cyose cyamuganje!" (2 Pet. 2:18–19). Yesu ntiyadukijije ibyaha kugira ngo dukomeze gucumura. "Mbese tugumye gukora ibyaha kugira ngo ubuntu Imana itugirira bugwire? Ibyo ntibikanavugwe! Ese ko twapfuye ku byerekeye ibyaha twashobora dute kugumya kubikora?" (Rom. 6:1–2). Agakiza si ikintu kiba rimwe gusa kikaba kirangie, ntidukizwa ngo tuve ikuzimu gusa, ahubwo ni impinduka zihoraho ziba mu buzima bwacu aho tuba ibyaremwe bishya muri Kristo, tukava mu bubata bw'ibyaha. Ntitwongera kubaho nk'uko twabagaho mbere Yesu ataradukiza. Igitabo cy'Abaheburayi kitubuza kubaho tutita ku buzima bwa gikristo. "None se twebwe tuzarokoka dute niba twirengagiza agakiza gakomeye gatyo?" (Heb. 2:3). Duhindurwa na Yesu, kandi izo mpinduka zikora ku mibereho yacu yose. "Naho mwe bavandimwe, Imana yabahamagariye kwishyira mukizana. Nyamara uko kwishyira mukizana ntimukwiye kubigira urwitwazo rwo gukora ibyo kamere yanyu irarikiye. Ahubwo buri wese akorere mugenzi we abitewe n'urukundo." (Gal. 5:13).

Nshuti yanjye, humura. Imana yashyizeho abayobozi bicisha bugufi hirya no hino ku isi bemera Yesu nk'Umwami, bigisha ukuri kw'Ibyanditswe, kandi bashishikariza abantu gukiranuka. **Umwuka Wera–Umwuka w'Ukuri–azatuyobora kandi azaturinda inyigisho y'ibinyoma.** Azadufasha kubwira abandi ukuri kw'Imana no kubikora *mu rukundo.* Igihe nikigera, Yesu azagaruka. Ba maso, wirinde inyigisho z'ibinyoma, kandi ukorere Yesu ufite umwete kugera aho azagarukira cyangwa azakujyana iwacu mu ijuru. Ubudahemuka bwawe uzabuhemberwa igihe uzumva amagambo meza Uwiteka Umwami wacu azakubwira ngo: "Nuko nuko mugaragu mwiza w'indahemuka" (Mat. 25:23).

Reka Bibiliya Ivuge:

Matayo 24; 2 Petero 2:1–3 (Wasoma na: Ibyakozwe n'intumwa 25–28)

Reka Ubwenge Bwawe Butekereze:

1. Ongera usuzume ibisobanuro by'uko wakwamagana abigisha b'ibinyoma. Muri ibyo bisobanuro ni ikihe cyagukozeho cyane? Ni gute wakwitegurira kwamagana abigisha b'ibinyoma?

2. Utekereza ko ari iki gituma bamwe mu bigisha b'ibinyoma bamenyekana cyane muri iki gihe? Wumva ari iki kigora abantu kwemera ubutumwa bwiza no kwizera Yesu?

3. Ni iki kizagufasha kumenya inyigisho y'ukuri yo mu Ijambo ry'Imana no kuyitandukanya n'inyigisho y'ibinyoma y'abantu baza babaza ikibazo nk'icya ya nzoka cyo mu Intangiriro 3:1 kivuga ngo, "Mbese koko Imana... ?"

Reka Ubugingo Bwawe Busenge:

Data, nkangura. Nkomeza mu Ijambo Ryawe kugira ngo ntashukwa n'inyigisho z'ibinyoma. Mfasha kwereka abandi ukuri kandi mbikore mu rukundo. Nincika intege, ujye unkomeresha ubuntu Bwawe ku bw'icyubahiro Cyawe. Nugaruka, uzasange ndi umwizerwa maze nzumve umbwira amagambo Yawe meza agira ati, "Wakoze neza"... Mbisenze mu izina rya Yesu, amina.

Reka Umutima Wawe Wumvire:

(Ni iki Imana ishaka ko umenya, uha agaciro, cyangwa ukora?)

Ishimire Inkuru Yawe Nyakuri

Maze mujye kwizihiriza Uhoraho Imana yanyu umunsi mukuru w'isarura ry'ibinyampeke. Muzajyane amaturo y'ubushake mukurikije umusaruro Uhoraho Imana yanyu yabahaye. Muzayizihirize aho Uhoraho Imana yanyu azitoranyiriza. Ivugururamategeko 16:10–11

Reka dusubire inyuma igihe Yesu yari amaze kuzuka mu bapfuye. Tujye mu mujyi aho byose byabereye.

Iminsi mirongo itanu nyuma y'icyumweru cya Pasika, Yerusalemu yari yuzuye ibirori, ibyokurya n'abanyamahanga benshi. Abayuda bari bamaze imyaka myinshi bizihiza umunsi mukuru w'Ibyumweru (cyangwa w'Isarura) uhwanye n'iminsi mirongo itanu nyuma ya Pasika (Lev. 23:9–20). Babaraga buri munsi werekeza ku Munsi wa 50 bafite amatsiko yo kwizihiza umunsi mukuru w'amashimwe cyangwa w'Isarura. Inzu zabaga zitatse indabyo. Buri muryango wasangiraga imitsima yokeje neza cyane. Abantu bagendanaga imbuto bejeje mu mihanda. Abantu benshi babaga bari kumwe n'ibimasa, ihene n'abana b'intama. Abayuda bakoraga ingendo nyinshi zibakura mu bihugu bya kure zibazana i Yerusalemu. Ni he aba bantu bose—abato n'abakuru, abakire n'abakene, abenegihugu n'abanyamahanga—berekezaga? Berekezaga ku rusengero mu iteraniro ryejejwe.

Aho kujya muri ibyo birori, abigishwa ba Yesu—abagabo n'abagore—bari bateranye rwihishwa ntacyo bafite (Ibyakozwe n'intumwa 1:12–14). Ni irihe turo bari gutanga muri iryo teraniro ryejejwe? Mu byumweru bike byari bishize—bapfushije Inshuti yabo, Umuyobozi wabo, Umwami wabo–imitima yabo yarishimye cyane igihe bongeraga kubona Yesu ari muzima. Basangiye na Yesu wazutse, bishimana na We kandi baganira na We. Bagize ibyishimo bitunganye. Ariko nyuma y'iminsi mirongo ine, yongeye kugenda. Icyo gihe, Yesu yazamutse mu ijuru bamureba. Yababwiye gutegereza impano ikomeye–Umwuka Wera (Ibyakozwe n'intumwa 1:4-8). Mu gihe hanze y'inzu bari bateraniyemo abantu benshi bari mu birori, bo bararebanaga, ntacyo bafite, habe n'ibyiringiro. Kuri uwo munsi, nta mpano bari bafite yo guha Imana, bitandukanye n'abandi bari i Yerusalemu.

Umunsi wabo wa 50 wari umunsi wejejwe mu bundi buryo. Hari hashize imyaka irenga igihumbi na magana atanu, Abisirayeli bavuye mu buretwa bageze ku musozi Sinayi, aho Mose yabonanye n'Imana. Nyuma y'iminsi mirongo itanu habaye Pasika ya mbere mu Misiri, Imana yahaye Mose Amategeko Icumi. Ayo mategeko ntiyari agamije kugenga imibereho y'abantu gusa ahubwo ni impano twahawe twese kuko yahishuraga ibyaha byacu (Rom. 7:7) *kandi akerekana ko dukeneye Umukiza.*

Umunsi wa 50 ufite ubusobanuro bukomeye–impano *zivuye* ku Mana n'impano z' Imana–ariko hari byinshi byahindutse ku bigishwa igihe Umunsi wa 50 wageraga:

- Abigishwa bari bazi Umukiza–impano yasezeranijwe–yari yabonetse. *Ibyo Amategeko n'Abahanuzi bavugaga byari byarasohoye.*
- Abigishwa bari abahamya b'Inkuru y'Imana, ariko *bari bafite impungenge nyinshi zo kuyivuga.*
- Abigishwa bamenye gutegereza. *Ntibari bazi igihe, amataliki, cyangwa ngo bagire ibindi bisobanuro birambuye.*

Hanyuma, gutegereza birarangira, kandi byari bikwiriye rwose. Kuri icyo Cyumweru Gitangaje, Umwuka Wera yakwiriye mu nzu yose bari bihishemo, *nk'uko Yesu yabibasezeranyije.*

Nuko umuriri ubatungura uvuye mu ijuru umeze nk'umuyaga w'ishuheri, wuzura inzu yose bari bicayemo. Haboneka indimi zisa n'ibirimi by'umuriro zibajyaho, rumwe ku muntu urundi ku wundi, bityo

bityo. Bose buzuzwa Mwuka Muziranenge, batangira kuvuga izindi ndimi nk'uko Mwuka abahaye kuzivuga. (Ibyakozwe n'intumwa 2:2-4)

Abigishwa basohotse mu cyumba. Abantu benshi baturutse hirya no hino batangira kumva abigishwa bavuga, kandi batangara bavuga ngo: "None se bite ko tubumva twese bavuga mu ndimi zacu, ibikorwa bitangaje by'Imana?!" (Ibyakozwe n'intumwa 2:11). Ntibashoboye kugumana Umwuka Wera bonyine kuko Umwuka Wera adashobora kuguma mu cyumba kimwe cyangwa mu gice kimwe cy'ubuzima bwacu ku munsi umwe w'icyumweru. *Yuzuye* abigishwa abatembamo maze agera ku bari mu isi bose. Nyuma y'iminsi mirongo itanu habaye Pasika/Uwa Gatanu Mutagatifu, igihe Yesu yatwitangiraga *We wese*—Umwuka Wera yasutswe *kuri bose* (Ibyakozwe n'intumwa 2:17). Abagabo n'abagore. Abakuru n'abato. Nta n'umwe wasigaye. Nta bwoko, cyangwa igihugu cyangwa itsinda ry'abantu ryahejwe. Yesu, na Mwuka Wera baziye abantu bose. Intumwa Petero yabwirije imbaga y'abantu adatinya maze asubiramo amagambo y'umuhanuzi Yoweli:

"Mu minsi y'imperuka nzasuka Mwuka wanjye ku bantu bose, abahungu n'abakobwa banyu bazahanura, abasore banyu bazagira iyerekwa, abasaza bo muri mwe bazabonekerwa mu nzozi. Mu minsi y'imperuka nzasuka Mwuka wanjye ku bagaragu banjye no ku baja banjye, na bo bazahanura... Umuntu wese uzatakambira Nyagasani azakizwa." (Ibyakozwe n'intumwa 2:17-18, 21)

Uyu Munsi wa 50 wamenyekanye nka Pantekote ni wo munsi Itorero ryavutseho. Igihe abigishwa babwirizaga ubutumwa mu ndimi zitandukanye, abantu bari bateraniye aho baturutse mu bihugu bitandukanye bakiriye ubutumwa bwiza mu buryo bw'igitangaza–ubugingo bw'abagera ku bihumbi bitatu bwarakijijwe kuri uwo munsi w'isarura (Ibyakozwe n'intumwa 2:41). Abo bizeye bashya ni bo bagombaga guhindura isi ubwo bari kuba basubiye mu bihugu byabo, aho bari kubwira abaho Inkuru Nyakuri y'Imana. Byose byatewe n'impano y'Umwuka Wera yahaye imbaraga abizeye kugira ngo na bo basangize abandi iyo mpano nshya ya Yesu (Yohani 3:3). Tuzi ko ibyo ari ukuri:

- Abizeye bose bafite **impano z'umwuka** zibafasha kubwira abandi Inkuru Nyakuri y'Imana.
- Abizeye bose **bakorera hamwe** kugira ngo bamamaze Inkuru Nyakuri y'Imana.
- Abizeye bose bo mu **bihe byose** bafite uruhare rukomeye mu Nkuru Nyakuri y'Imana.
- Abizeye bose **bahindurwa** n'Inkuru y'Imana Nyakuri kandi **bagahindura** isi!

Habayeho impinduka nziza: Aho kugira ngo Imana yandike amategeko ku mabuye, amategeko yanditswe ku mitima (Yer. 31:31–33). Aho gutanga umusaruro ku Mana, Yesu—Umwami w'isarura—yatanze Umwuka Wera. Pantekote yazanye ibirori bishya ku itorero rishya ryari rivutse. Nk'uko abo bigishwa basohoje uruhare rwabo mu Nkuru y'Imana, ni ko na we ukwiye kubigenza.

Uyu munsi ni Umunsi wa 50 wawe!

Ku ngengabihe y'ubwami, iki ni igihe cyawe. Imana yashyizeho iki gihe n'aho uri muri aka kanya kugira ngo uyimenye kandi umenye n'uruhare rwawe mu Nkuru y'Imana (Ibyakozwe n'intumwa 17:26–27). Nk'uko Pantekote yazanye ihishurirwa rishya ku ntumwa, ni ko n'iyi nyigisho yazanye ihishurirwa rishya kuri wowe. Uko Umwuka Wera akuzura ukarushaho kugira ishusho y'Imana, ni ko ubasha gukuraho inzitizi zose zikubuza kuba uwo Imana yaguhamagariye kuba we. **Ushobora kwishimira Imana igira neza, y'urukundo, yuje ubwenge, itunganye, nziza kandi y'ukuri.**

Ni igihe cyo kwishimira! Ni igihe cyo gushimira Imana ku byo yakoze muri wowe n'ibyo yagukoresheje mu byumweru birindwi bishize! Reka dufate umwanya dutekereze ku byo yagukoreye buri cyumweru.

Icyumweru cya Mbere: Inkuru y'Imana

Uri umwe mu bagize Inkuru y'Imana. Uzi uko byose byatangiye (iremwa), uko byose byangiritse (icyaha), uko byose byari gukira (Yesu), n'uko byose bizarangira (iremwa rishya).

Icyumweru cya Kabiri: Inkuru Yawe

Waratoranyijwe, warababariwe, uri umuramyi, uri umwana w'Imana, waremewe, kandi uri umuziranenge. Ubuzima bwawe bushya bufite agaciro n'intego. Imana iragukunda cyane.

Icyumweru cya Gatatu: Intego Yawe Itunganye

Uzi icyo Imana yakuremeye gukora *ufatanyije* na Yo. Intego yawe inezeza ijuru kandi igahesha Imana icyubahiro iyo uyikunda, ugakunda abandi, kandi ugahindura abantu abigishwa.

Icyumweru cya Kane: Ubushuti Bwawe Bwo Kuguma mu Mana

Witwa inshuti y'Imana uzi imigambi Yayo kandi uguma muri Yesu. Uruhukira mu Muzabibu w'Ukuri kandi ukawuboneramo ibyo ukeneye byose, kuko ari wo sōko iguhagije. Uzi uko wakwirinda ibishuko, ukanamenya ko Imana ari yo ikuza imbuto muri wowe.

Icyumweru cya Gatanu: Inyigisho za Bibiliya Zihindura Ubuzima Bwawe

Uzi ko Imana yahumetse ibyanditswe muri Bibiliya, kandi wamaze kuyinyuramo yose. Uzi uko wayiga, wayifata mu mutwe, n'uko wayitsindisha umwanzi.

Icyumweru cya Gatandatu: Ubuzima Bwawe Bukomeye Bwo Gusenga

Uzi ko Imana yishimira kuvugana nawe kandi ko yifuza ko ukora ubushake Bwayo. Uzi kwiyiriza ubusa no gusenga, gukuraho inzitizi zakubuza gusenga, gusengera abandi, no kubona amahoro ndengakamere.

Icyumweru cya Karindwi: Umujyanama Wawe mu by'Umwuka

Wamenye uko wuzura Umwuka Wera kugira ngo akubohore mu bubata bw'ibyaha, agukurize mu bumana, agufashe guhindura abantu abigishwa, akurinde inyigisho y'ibinyoma, kandi aguhumuriza mu mibabaro.

Wabigezeho! Ntiwigeze ucika intege. Ushobora kumva atari ibyo kwishimira ariko ukwiye kubyishimira. Hamwe n'Imana, wanyuze mu bikomeye kandi utera intambwe nziza muri uru rugendo rwo kwizera kugira ngo ucukumbure inkuru yawe nyakuri. Kimwe nk'abigishwa kuri Pantekote, warahindutse. Noneho, urahamagarirwa guhindura isi.

Ku Munsi wa 1, wanditse uko inkuru yawe n'Imana yari imeze. Fata iminota mike wandike uko inkuru yawe yagenze muri uru rugendo rwo kwizera rw'iminsi 50. Uzigereranye. Wakuze bingana iki mu busabane bwawe n'Imana?

Subiza amaso inyuma witegereze urugendo rwawe rwo kwizera kandi umenye ko iyi nzira ari yo Imana yakwifurizaga kuva kera. Imana yaragutoranyije kandi yagushyize aho ukwiriye kuba "mu gihe nk'iki" (Esiteri 4:14). Imana iri guhuza inkuru yawe–n'ubwiza bwayo. Utangiye ubuzima bushya.

Nshuti yanjye, mu gihe usoza uru rugendo rwo kwizera rw'iminsi 50, ndifuza kugushimira kuko wemeye kwitaba umuhamagaro w'Imana wo kumenya *Inkuru Yawe Nyakuri*. Byari iby'agaciro kugendana nawe. Ndagusabira imigisha y'Imana ku buzima bwawe kugira ngo ubashe gukura mu rukundo no kumenya kandi ugendere mu gukiranuka uhesha Imana icyubahiro (Fil. 1:9–11). Umunsi umwe, ubwo twese tuzahurira mu ijuru, nzishimana nawe ubwo Yesu azaba akwerekana uko uri udafite ikizinga:

Imana ni yo ibasha kubarinda kugwa mu cyaha, ikabazana imbere yayo mufite ikuzo ryayo nta makemwa, muvuza n'impundu. Iyo Mana imwe rukumbi yadukirishije Umwami wacu Yezu Kristo, igumane ikuzo n'ubuhangange n'ububasha n'ubushobozi, kuva mbere na mbere na n'ubu n'iteka ryose. Amina. (Yuda umurongo wa 24–25)

Reka Bibiliya Ivuge:

Abanyefezi 3:14–21 (Wasoma n': Igitabo cya Rusi–gisanzwe gisomwa ku munsi mukuru w'Abayuda witwa Shavuot [ari wo Pantekote], iyi nkuru ngufi itanga ibyiringiro kandi ikavuga ku gucungurwa ndetse igahishura umugambi w'Imana w'agakiza mu nsanganyamatsiko y'isarura.)

Reka Ubwenge Bwawe Butekereze:

1. Mu gihe utekereza ku buzima bwawe muri Kristo, sobanura umunsi wawe w'ibyishimo. Ni iki wishimira cyane muri uru rugendo rwawe rwo kwizera rw'iminsi 50?

2. Subiza Ibibazo byo Kuganiraho by'Icyumweru cya 7.

Reka Ubugingo Bwawe Busenge:

Data, ndagushimiye. Ndagushimiye ko watanze Umwana Wawe Yesu, kandi ugasuka Umwuka Wawe mu isi. Warakoze kunyandika mu Nkuru Yawe Nyakuri. Mfasha kuguma muri Yesu no kuzura Umwuka ku bw'icyubahiro Cyawe gusa. " bizambaho ni wowe ubigenga" (Zab. 31:16)... Mu izina rya Yesu, amina.

Reka Umutima Wawe Wumvire:

(Ni iki Imana ishaka ko umenya, uha agaciro, cyangwa ukora?)

Reka tugumane Nshuti:

Turagusaba kujya ku rubuga rwa www.yourtruestorybook.com kugira ngo utumenyeshe ko wasoje iyi nyigisho ya Bibiliya. Twifuza kwishimana nawe no kuguha inyigisho mu buryo bw'amashusho, n'ibindi byinshi wavana ku rubuga rwacu. **Uzahabwa seritifika igushimira ko wasoje iyi nyigisho kandi turaguengera.** Urakoze.

IBIBAZO BYO KUGANIRAHO
MU CYUMWERU CYA 7:

**Subiramo amasomo y'iki cyumweru maze usubize
ibibazo biri hano hasi. Sangiza inshuti zawe ibisubizo
byawe nimuterana muri iki cyumweru.**

1. Yesu yabwiye abigishwa Be ko ari byiza ko yagenda agasubira
    mu ijuru kuko mu kugenda Kwe ari bwo yashoboraga kohereza
    Umwuka Wera. Kuki Umwuka Wera ari uw'agaciro cyane? Ni
    gute Umwuka Wera afasha abizeye?

2. Ni gute Umwuka Wera adukuriza mu mirimo dukorera
    abandi? Tanga urugero niba urufite. Ni iyi myitwarire dukwiye
    kugira mu gihe dukorera abandi? Hari umuntu ubona bigoye
    gukorera? Ni gute wamwereka urukundo rw'Imana muri iki
    cyumweru?

3. Soma Abanyaroma 8:28–29. Ni gute Imana ikura ibyiza mu
    bibi ducamo? Ni gute ibyo bigutera imbaraga zo kwihanganira
    imibabaro ucamo?

4. Wigeze uhura n'inyigisho z'ibinyoma, wamenye gute ko
    ari inyigisho z'ibinyoma? Ni gute wakomeza gushishikarira
    gushyira mu bikorwa inkuru yawe n'Imana?

5. **Gusubiramo ni uburyo bwiza bwo kumenya. Saba Imana
    kukwereka uwo watumira kugira ngo mwongere kwigana
    iyi nyigisho.** Hari uwizeye mushya cyangwa umuntu ukeneye
    kumenya Imana wakwigisha ukoresheje iki gitabo?

Gushimira

Ibitabo byandikwa ku bufatanye n'abantu benshi, uko ni ko n'igitabo *Inkuru Yawe Nyakuri* cyanditswe. Ku bw'ubuntu bw'Imana n'amasengesho menshi, abizeye bo mu mico itandukanye ya gikrito bagize uruhare muri uru rugendo rwo kwizera.

Mbere yo kugira ijambo nandika, itsinda ry'amasengesho ry'umuryango wacu ryaduciriye inzira ridusengera mu buryo bukomeye Ndagukunda, Christy Price, Missy Blanton, Hilary Windsor, Linda Reppert, Diane Engelhardt, Paddy Creveling, Cynthia Webb, Jenny Krishnarao, Riann Boyd, na Melanie Gauthier.

Ndashimira cyane Mary Ann Wilmer ku murimo ukomeye n'ishyaka rye mu kudufasha gushyira hanze uyu mushinga. Ndashimira cyane Dr. Archie England, Danita Brooks, Kim Driggers, Tara Krishnarao, na Wayne Hastings & Co., badufashije gusoza neza iki gitabo.

Ndashimira cyane abagize umuryango All In Ministries International n'abaterankunga basuzumye ibi bitabo, by'umwihariko ababisuzumye bwa mbere barimo Glenn Reese, Kelley Hastings, Christy Price, Erin Crider, na Amy Tiede. Ndashimira cyane itorero Chets Creek Church baduteye intege kandi bakadufasha.

Ndashimira umuryango wanjye, ku bw'urukundo rwanyu rutagereranywa no ku bwo kunshyigikira. (Mama, ndagushimira ku bwa byose.) Abahungu banjye, abishywa banjye, n'abisengeneza banjye mwanteye intege cyane. Mbashyikirije uru rugendo rwo kwizera, nk'inkoni baherekanya biruka kugira ngo babashe kwiruka isiganwa ryo mu Abaheburayi 12:1–3. Ntimuzacike intege. Yesu arusha byose agaciro.

Ndashimira inshuti yanjye magara, Brett, kunyereka ko twashyingiranywe "dusangiye umuhamagaro" byatumye uru rugendo rwo kwizera rushobora mu buryo bwinshi. Ni iby'agaciro mu buzima bwanjye kwitwa umugore wawe Ndagukunda cyane.

Ikiruta byose, ndashimira Imana cyane–Umwanditsi wacu Mukuru–watwandikiye inkuru zacu nyakuri. Imana ihabwe icyubahiro ku bw'umusaruro w'iki gitabo.

UHORAHO, ntube ari twe uha ikuzo, ntube ari twe uriha, ube ari wowe uryihesha kubera ineza n'umurava ugira.
Zaburi 115:1

IBIKUBIYE MU GUHURA BURI CYUMWERU

Kugira ngo umurimo wo guhindura abantu abigishwa urusheho kurangwa n'ubusabane bwiza, zirikana gukoresha ubu buryo bwo hasi mu matsinda yanyu mato aterana buri cyumweru.* Mugabanye igihe cyanyu mu bice bitatu bikurikira, maze musabe Mwuka Wera kubayobora:

1

UBUSHIZE

Kwita ku bo muri kumwe:

- Ni iki wishimira muri iki cyumweru?
- Ni ikihe kibazo ufite?

Gusenga/Kuramya Imana:

Umuntu umwe asenge kandi asabe Imana kuyobora iryo teraniro.

Kubazwa inshingano:

Musubiremo intego mwashyizeho mu cyumweru gishize kugira ngo buri wese abazwe inshingano ze mu *rukundo*.

Intego:

Musubiremo intego/iyerekwa by'itsinda (urugero, "Kwishimira Imana no kuyishyira hejuru" cyangwa "Kuba umwigishwa uhindura abandi abigishwa").

2

UYU MUNSI

Isomo:

Dusomere hamwe Ibyanditswe *inshuro ebyiri* mu ngeri za Bibiliya zitandukanye, niba zihari.

Baza:

- Ni iki wakwigira ku Mana?
- Ni iki wakwigira ku bantu?
- Ni iki Imana ishaka ko umenya, uha agaciro, cyangwa ukora?

(Rimwe na rimwe, mwibuke gukoresha uyu mwanya mwiga imfashanyigisho yo guhindura abantu abigishwa, nko kwiga uko mwavuga ubuhamya bwanyu cyangwa mwabwira abandi ubutumwa bwiza. Zirikana gukoresha izi mfashanyigisho mu itsinda ryanyu mbere yo gukomeza.)

3

UBUTAHA

Shyiraho Intego:

Saba buri muntu gusenga buhoro, mubaze Imana uko dukwiye kwitwara.

Subiza:

- Ni gute washyira mu bikorwa ibyo mwize?
- Ni nde wakwigisha iki cyanditswe?
- Ni nde uzabwiriza ubutumwa bwiza?

Andika & Vuga Intego Zawe:

Buri wese yandike intego ze mu ikaye ye/telefone. Sangiza intego zawe itsinda ubarizwamo.

Gutuma Abigishwa:

Umuntu umwe asoze n'isengesho.

Imigereka
Imfashanyigisho zagufasha Gusangiza Abandi ibyo Wizeye

Intambwe zo kubwira Abandi Inkuru y'Imana Ukoresheje Ibiziga 3

1. **Shushanya uruziga rw'ibumoso rurimo umutima**—sobanura urukundo rw'Imana n'umugambi ifite ku buzima bwacu.

2. **Shushanya uruziga rw'iburyo rurimo umwambi ugereranywa n'icyaha**—sobanura uko twese duhitamo kwitwara uko dushaka aho kwizera Imana. Ibyo byitwa icyaha kandi byangiza umubano, bihereye ku mibanire yacu n'Imana.

3. **Shushanya imyambi itatu** ituruka ku ruziga rwo kwangirika mu cyerekezo gitandukanye n'icy'Imana. Sobanura ko buri mwambi werekana uburyo abantu bagerageza gutunganya ibyangiritse ku bwabo—bishingikirije imirimo, ubutunzi, idini, bagerageza kuba beza, cyangwa gukora ibibanezeza byababase. Gusabana n'Imana ni byo byabakiza gusa.

4. **Shushanya uruziga rwo hasi**—sobanura uko Imana yatanze Umwana Wayo w'Ikinege, Yesu **(shushanya umwambi werekeza hasi)**, kugira ngo yishyireho igihano cy'ibyaha byacu yemera gupfa ku musaraba **(shushanya umusaraba)**. Yesu yazutse mu bapfuye **(shushanya umwambi ureba hejuru)**, yanesheje urupfu maze ahamiriza isi ko ari we Mana, n'Umukiza wacu.

5. **Shushanya umwambi uva ku ruziga rwo kwangiriza ujya kuri Yesu**—sobanura ko iyo turetse inzira zacu (tukihana) maze tugakurikira Yesu nk'Umuyobozi wacu **(shushanya ikamba hejuru y'uruziga)**, twongera kugira ubusabane n'Imana **(shushanya umwambi ugaruka ku Mana)**.

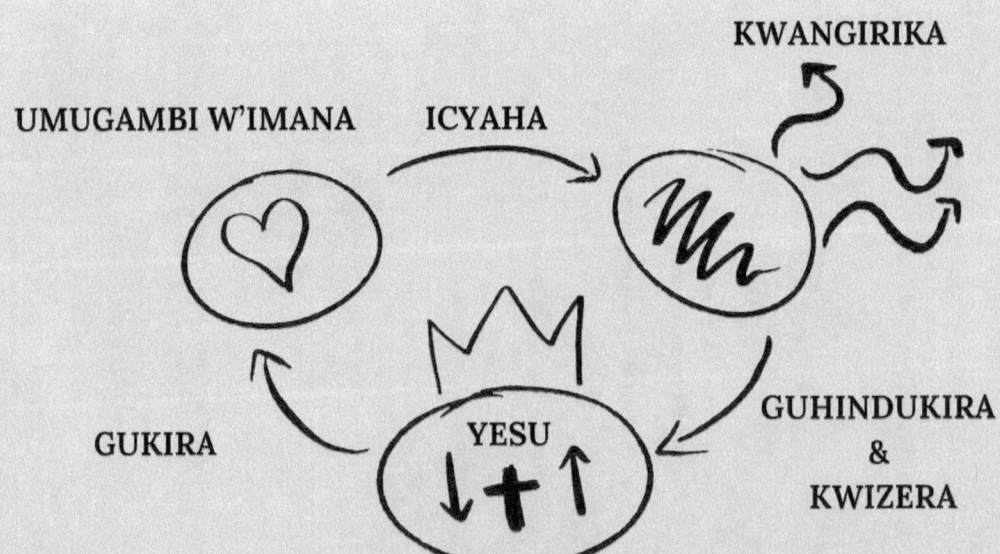

Kumenya

Menya inkuru yabo n'ibyo bizera. Umva aho muhurira kugira ngo **uvuge inkuru yawe n'Imana.**

- Ufite ibyo wizera mu buryo bw'umwuka?
- Wizera Imana?
- Utekereza ko Yesu ari nde?
- Hari uwaba yarakubwiye ubutumwa bwiza mbere?

Tegura inkuru yawe n'Imana kandi witoze kuyivuga mu masegonda 15–20. Dore uburyo wakoresha:

"Hari igihe mu buzima bwanjye nigeze kuba...

_____

_____

(Andika amagambo/interuro ebyiri zisobanura uko wari umeze mbere yo guhura na Yesu.)

"Hanyuma Yesu yarambabariye maze mpitamo kumukurikira."

"Ubuzima bwanjye bwarahindutse. None ubu, ndi...

_____

_____

(Andika amagambo/interuro ebyiri zisobanura uko wabayeho nyuma yo guhura na Yesu.)

Baza: "Ufite inkuru imeze gutyo?"

Kumva

Kora **ikarita y'ubusabane** y'abantu uzi bagiye kure y'Imana.

1. Saba Umwuka Wera kuguha ubwenge bwo kumenya icyo gukora kandi wandike izina ryawe hagati mu ruziga.

2. Uzuza mu biziga bifatanye amazina y'abantu uzi bagiye kure y'Imana. Ongereho ibindi biziga mu gihe bibaye ngombwa.

3. Ongeraho ibiziga by'abandi bantu izo nshuti zawe zizi na bo bagiye kure y'Imana (uwo bashakanye/uwo bakorana).

4. Tangira gusengera abo bantu uzi n'abandi inshuti zawe zishobora kugeraho. Muri Yohana 1:20, Yesu yasengeye abazamwizera binyuze mu bandi bantu. Reka natwe dusenge dutyo.

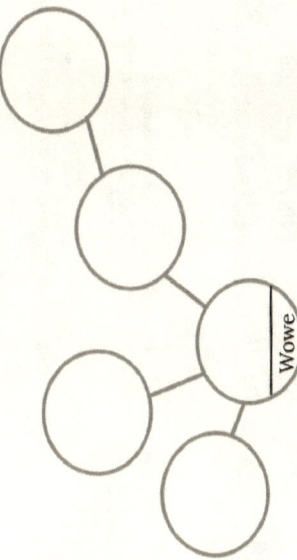

Wowe

Gukunda

Vuga Inkuru y'Imana kandi wongeremo ibirungo by'Umutsima w'Ubutumwa bwiza: Urukundo, Icyaha, Yesu, Kwihana & Kwizera.

Itoze gushushanya ibiziga 3 bisobanura Inkuru y'Imana:

Baza: Hari ibikubuza kwakira imbabazi z'Imana & gukurikira Yesu nk'Umuyobozi wawe?

Vuga ibintu bigize isengesho: Kwizera, Kubabarira, Gufasha.

Umwami

Kwiyemeza Gukurikira Yesu

Nk'umuntu mushya muri Kristo, Ndi _____, intumwa ya Yesu kandi afite ubutware ku buzima bwanjye bwose (2 Kor. 5:17-21).

Niyemeje kuguma muri Yesu, kumvira itegeko Rye ryo guhindura abantu abigishwa kuko nzi ko ari kumwe nanjye ibihe byose kando ko Mvuka Wera azamfasha (Yohana 15; Mat 28:18-20; Ibyakozwe n'intumwa 18).

• Nzasengera abantu bari ku ikarita yanjye y'ubusabane

(Andika igihe/umunsi wo gusenga, urugero: mu gitondo cyangwa buri wa Mbere.)

• Nzabwira Inkuru y'Imana umuntu umwe mu bari ku ikarita yanjye y'ubusabane

(Andika inshuro uzabwiriza abandi, urugero, rimwe mu cyumweru cyangwa mu kwezi.)

• Nzigisha umwigisha usanzwe wizera Yesu kugira ngo na we ahindure abandi abigishwa

(Andika inshuro ugomba guhindura abantu abigishwa n'uburyo wabikoramo, urugero, buri cyumweru kuri telefone.)

(Umukono n'italiki) _____

Kuraho uru rupapuro, uruzinge maze urubike muri Bibiliya yawe. Mujye mukora isuzuma kenshi igihe muteranye buri cyumweru. Wavana iyi mfashanyigisho kuri interineti kuri allnmin.org Ure, videlut re te publicum

Ibindi Bitabo Byifashishijwe

Alcorn, Randy C. *Heaven Study Guide*. Carol Stream, IL: Tyndale House Publishers, 2006.

Barry, J. D., and L. Wentz. *The Lexham Bible Dictionary*. Bellingham, WA: Lexham Press, 2016.

Blue, Ron, and Karen Guess. *Never Enough? 3 Keys to Financial Contentment*. Nashville, TN: B & H Publishing Group, 2017.

Briscoe, Jill. *Here Am I, Lord—Send Somebody Else: How God Uses Ordinary People to Do Extraordinary Things*. Nashville: W Pub. Group, 2004.

Chan, Francis, and Lisa Chan. *You and Me Forever: Marriage in Light of Eternity*. Singapore: Imprint Edition, 2015.

Danker, Frederick W. *Lexical Evolution & Linguistic Hazard: An Introduction to A Greek-English Lexicon of the New Testament and Other Early Christian Literature*, Third Edition (BDAG), Edited by Frederick William Danker, Based on Walter Bauer's *Griechish-Deutsches Wörterbuch Zu Den Schriften Des Neuen Testaments Und Der frühchristlichen Literatur*, Sixth Edition, Ed. Kurt Aland and Barbara Aland, with Viktor Reichmann and on Previous English Editions by W.F. Arndt, F.W. Gingrich, and F.W. Danker. Chicago: University of Chicago Press, 2000.

Elwell, Walter A. *Evangelical Dictionary of Biblical Theology*. Grand Rapids, MI: Baker Books, 2001.

Gangel, Kenneth O., and Max E. Anders. *John*. Nashville, TN: Holman Reference, 2000.

Geisler, Norman L. *Systematic Theology: In One Volume*. Minneapolis: Bethany House Publishers, 2011.

Greear, J. D. *Jesus, Continued ... : Why the Spirit Inside You Is Better than Jesus Beside You*. Grand Rapids, MI: Zondervan, 2014.

Grudem, Wayne. *Systematic Theology: An Introduction to Biblical Doctrine*. Leicester: Inter-Varsity, 2007.

Habermas, Gary R. *The Historical Jesus: Ancient Evidence for the Life of Christ*. Joplin, MO: College Press, 1996.

Hauer, Cheryl. "God's Invitations." Bridges for Peace, November 21, 2017. https://www.bridgesforpeace.com/letter/gods-invitations/.

Hendricks, Howard G., and William Hendricks. *Living by the Book: The Art and Science of Reading the Bible*. Chicago: Moody Press, 2007.

Holladay, William Lee., and Ludwig Hugo Koehler. *A Concise Hebrew and Aramaic Lexicon of the Old Testament*. Grand Rapids, MI: W.B. Eerdmans Pub. Co., 1993.

Hughes, R. Kent. *John: That You May Believe*. Wheaton, IL: Crossway Books, 1999.

Jones, Ian F. *The Counsel of Heaven on Earth: Foundations for Biblical Christian Counseling*. Nashville, TN: Broadman & Holman Publishers, 2006.

Keller, Timothy. *Walking with God through Pain and Suffering*. London: Hodder & Stoughton, 2015.

Kitchen, K. A. *On the Reliability of the Old Testament*. Grand Rapids, MI: William B. Eerdmans, 2006.

Kroll, Woodrow Michael. *Facing Your Final Job Review: The Judgment Seat of Christ, Salvation, and Eternal Rewards*. Wheaton, IL: Crossway Books, 2008.

MacDonald, James. Walk in the Word Radio, AM 550, Jacksonville, FL, 2009.

Miller, Mike, and Michael Sharp. "Worship Leadership" Intensive Class Notes: Three Stages of Worship, New Orleans: New Orleans Baptist Theological Seminary, May 2014.

"Mitzvot." ReligionFacts, June 22, 2017. http://www.religionfacts.com / mitzvot.

NoPlaceLeft International Coalition. https://noplaceleft.net.

Pratt, Zane. "Making Disciples in Another Culture." Breakout, Send Conference, Orlando, FL, July 26, 2017.

Towns, Elmer L. *Fasting for Spiritual BreakThrough: A Guide to Nine Biblical Fasts*. Ventura, CA: Regal Books, 1996.

Tripp, Paul. "Why Do I Need the Bible?" Paul Tripp Ministries, Inc., May 13, 2019. https://www.paultripp.com/app-read-bible-study / posts/001-why-do-i-need-the-bible.

Vine's Complete Expository Dictionary of Old and New Testament Words. Nashville: T. Nelson, 1984.

Wallace, J. Warner. *Cold-Case Christianity: a Homicide Detective Investigates the Claims of the Gospels*. Colorado Springs, CO: David C Cook, 2013.

Whelchel, Hugh. "The Four-Chapter Gospel: The Grand Metanarrative Told by the Bible." Institute for Faith, Work & Economics, February 14, 2012. https://tifwe.org/the-four-chapter-gospel-the-grand -metanarrative-told-by-the-bible/.

Whitacre, Rodney A. *John*. Downers Grove, IL: Inter-Varsity Press, n.d.

Wilbur, Hervey. *The Assembly's Shorter Catechism, with the Scripture Proofs in Reference: with an Appendix on the Systematick Attention of the Young to Scriptural Knowledge*. Newburyport: Printed by Wm. B. Allen & Co., 1816.

Impano Tuguhaye

Wakoze neza! Twifuza kwishimana nawe no kuguha videwo, ibyo wavana kuri interineti, n'ibindi byinshi. Uzahabwa seritifika yerekana ko wasoje aya masomo kandi tuzakomeza kugusengera. Turagusaba kujya ku rubuga rwa *YourTrueStoryBook.com* utubwire niba warasoje uru rugendo.

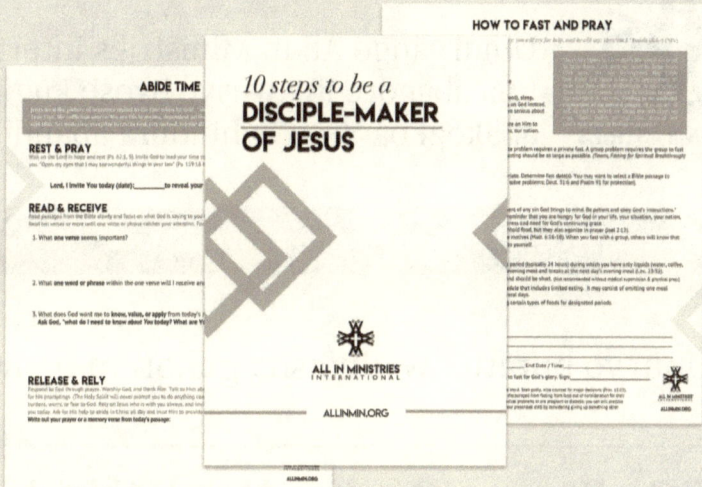

Reka Tube Inshuti

Twagendanye iminsi 50 kandi ntitwifuza gutandukana.

Gumana natwe kandi utubwire inkuru yawe nyakuri hano:

Facebook – www.facebook.com/allinmin
Instagram – @allinministriesinternational
YouTube – All In Ministries International
LinkedIn – All In Ministries International

Akira imfashanyigisho n'inkuru zigukomeza z'abizeye Kristo bo hirya no hino ku isi ku buntu wiyandikisha kuri: Allinmin.org

Inkuru Yawe Nyakuri igenewe abantu bose bari hirya no hino.

ALL IN MINISTRIES
INTERNATIONAL

Umuryango All In Ministries International uha abagore ibikwiriye byose kugira ngo bat abakozi ba Yesu bahindura abandi abigishwa

Vuga ibyo Wizeye • Gera ku Bagore Bafite Amikoro Make • Tegura Abayobozi

Uburyo butatu bwadufasha gukorera hamwe:

Kuba Umuntu Uhindura Abandi Abigishwa

Wabwiriza abagore bo mu gace kawe cyangwa hirya no hino ku isi bakaba abigishwa ba Yesu. Ibitabo byacu by'ubuntu byo kuri interineti bizagufasha.

Kuba Umwigisha

Koresha amasomo yacu agufashe kuyobora amateraniro yo guhindura abantu abigishwa haba mu gace kanyu cyangwa ku isi. Gira uruhare mu ihuriro ryo ku isi ry'abigisha b'abakorerabushake.

Kuba Umufatanyabikorwa mu Ivugabutumwa

Dusabe gukorana mu ivugabutumwa ryawe. Mu bikorwa by'itsinda ryanyu, dutanga ubufasha mu mahugurwa y'abagore bahindura abandi abigishwa.

All In Ministries International Incorporated ni umuryango wa 501c3 udaharanira inyungu.

**Ku bindi bisobanuro,
wasura urubuga allinmin.org.
Hindura Isi Uhindura n'Umugore Umwe**

www.ingramcontent.com/pod-product-compliance
Lightning Source LLC
Chambersburg PA
CBHW021212130626
46554CB00004B/1185